अश्मजीव

डॉ. संजय ढोले

मेहता पब्लिशिंग हाऊस

Please contact us at **Mehta Publishing House,** Pune 411030.
✆ +91 020-24476924 / 24460313 / Mob. No. 9545000513
Email : production@mehtapublishinghouse.com
Website : www.mehtapublishinghouse.com

◆ *या पुस्तकातील लेखकाची मते, घटना, वर्णने ही त्या लेखकाची असून त्याच्याशी प्रकाशक सहमत असतीलच असे नाही.*

ASHMAJEEV by Dr. Sanjay Dhole

अश्मजीव : डॉ. संजय ढोले / विज्ञान कथासंग्रह

Email : author@mehtapublishinghouse.com

प्रकाशक : सुनील अनिल मेहता, मेहता पब्लिशिंग हाऊस,
१९४१, सदाशिव पेठ, माडीवाले कॉलनी, पुणे – ४११ ०३०

मुद्रक : ट्रिनिटी ॲकॅडमी फॉर कॉर्पोरेट ट्रेनिंग लिमिटेड

मुखपृष्ठ : चंद्रमोहन कुलकर्णी

प्रकाशनकाल : नोव्हेंबर, २०१० / पुनर्मुद्रण : जानेवारी, २०१७

किंमत : ₹ २४०

P Book ISBN 9788184981742
E Book ISBN 9789386342386
E Books available on : amazonkindle Apple Books Google Play Books

---

ज्यांच्यामुळे विज्ञानकथेच्या प्रांगणात रममाण होता आलं
त्या ज्येष्ठ मित्रवर्य व विज्ञानलेखक
श्रीयुत निरंजन घाटे
यांना हा विज्ञान कथासंग्रह
सस्नेह अर्पण

मनोगत

हा माझा तिसरा विज्ञानकथासंग्रह वाचकांच्या हाती देताना मला विशेष आनंद होतो आहे. मागच्या दोन्ही विज्ञानकथासंग्रहांना वाचकांचा चांगला प्रतिसाद लाभला. 'प्रेमाचा रेणू' या विज्ञानकथासंग्रहास महाराष्ट्र शासनाचा २००८चा ललित विज्ञान या वाङ्मयप्रकारातील साहित्यकृतीसाठी 'र. धों. कर्वे' उत्कृष्ट मराठी वाङ्मयनिर्मिती पुरस्कार, तसेच न.चिं. केळकर ग्रंथालयातर्फे (महाराष्ट्र सेवा संघ, मुलुंड, मुंबई) देण्यात येणारा 'साहित्य साधना पुरस्कार' मिळाला हे विशेष. त्यामुळे हुरूप वाढला. वाचकांच्या प्रतिक्रियेमुळे तर आपल्या विज्ञानकथा सामान्यांपर्यंत पोहचत असल्याचीही भावना झाली आहे. विज्ञानकथा हा मुळी माझा आता व्यासंगाचा विषय झालेला आहे. तसे पाहता जेव्हापासून मी विज्ञानकथा लिहू लागलो तेव्हा विशिष्ट वर्ग माझ्या डोळ्यांसमोर मुळीच नव्हता. जे काही आपण लिहू ते सर्व सामान्यांपर्यंत पोहचावे हाच त्यामागचा हेतू होता आणि शिवाय विज्ञानप्रसार हा एक महत्त्वाचा घटक आहेच. क्लिष्ट विज्ञान तळागाळातल्या वाचकांपर्यंत जाण्यासाठी मला लेखांऐवजी कथा हे प्रभावी माध्यम वाटले. उत्कंठेतून अवघड विज्ञान त्यांच्या सहज पचनी पडेल अशी माझी आजही धारणा आहे. याच जाणीवेतून मी कथेसाठी विज्ञान नाही, तर विज्ञानासाठी कथा लिहीत आहे. सामान्यांपर्यंत विज्ञान जाणे हा एकमेव हेतू त्यात आहे. याची प्रचिती मला इतर मासिकांमध्ये लिहिताना आली आहे. बहुतांश कथा मी विज्ञान हा गाभा किंवा मूळ विज्ञान-संकल्पना घेऊनच लिहिल्या आहेत. एका अर्थाने माझ्या कथेचा विज्ञान हाच नायक आहे. अतिशय किचकट व क्लिष्ट विज्ञानही मी कथाद्वारे मांडलेले आहे. वाचकाला विज्ञान ही संकल्पना समजेल एवढे स्पष्टीकरण माझ्या प्रत्येक कथेत असते.

पदव्युत्तर शिक्षण घेत असताना 'चंपक' या मासिकातील डॉ. बाळ फोंडके यांची विज्ञानकथा वाचण्यात आली आणि मी अनुषंगाने विज्ञानकथेकडे आकृष्ट झालो. सामान्य वाचकांपर्यंत पोहोचण्याचं मला ते एक प्रभावी माध्यम जाणवलं. दरम्यान निरंजन घाटे, जयंत नारळीकरांच्या कथा वाचण्यात आल्याने पुढे मी विज्ञानकथेचा ध्यासच घेतला. वाचनात लिखाणाची आवड निर्माण झाली आणि

स्वत: विज्ञानकथा लिहू लागलो. सृष्टिज्ञान, छात्रप्रबोधन व काही दिवाळी अंकांमधून माझ्या विज्ञानकथा येऊ लागल्या. वाचकांच्या काही पूरक प्रतिक्रियाही येत होत्या; पण त्या तोंडावरती. नाही म्हटले तरी छात्रप्रबोधनमधील विज्ञानकथा-लेखनातून काही विद्यार्थ्यांच्या आश्वासक प्रतिक्रिया मिळाल्या होत्या. संपादक व त्यांच्या मंडळातील प्रतिनिधींनीही लिहिण्याचा हुरूप वाढवला होता. मध्ये कधीतरी 'प्रतिशोध' नावाचा विज्ञानकथासंग्रह प्रकाशित झाला. त्या दरम्यान मी जपानमध्ये वास्तव्यास असल्याने संग्रहाविषयी प्रतिक्रिया मिळू शकल्या नाहीत. पण 'प्रेमाचा रेणू' या विज्ञानकथासंग्रहासंदर्भात काही प्रतिक्रिया आवर्जून मिळाल्या. पुढे काही पत्रे त्या संदर्भात आली. त्यात प्रामुख्याने शशिकांत काळे (कदाचित हे विज्ञानलेखक असावेत) यांच्या पत्राचा समावेश होता. वेळात वेळ काढून त्यांनी तो संग्रह वाचला होता, याचे मला अप्रूप वाटले. त्यात उत्साहवर्धक शब्द तर होतेच, पण काही अपेक्षाही व्यक्त केल्या होत्या. ही प्रतिक्रिया मात्र माझ्यासाठी मोलाची ठरली.

पुढे २०००मध्ये मी जपानहून परत आल्यानंतर एका समारंभात प्रसिद्ध समीक्षक-लेखक शंकर सारडा यांची भेट झाली. माझा 'प्रतिशोध' हा विज्ञानकथासंग्रहही त्यांच्या वाचनात होता. त्या वेळी ते लोकमत या दैनिकातील 'अक्षररंग' या पुरवणीचे संपादन करीत होते. त्यांनी मला काही विज्ञानकथा लिहिण्याचा आग्रह केला. त्यानुसार 'अघटित' नावाची विज्ञानकथा मी लिहिली आणि इतिहास घडला! माझ्या दृष्टीने तो इतिहासच म्हणायला हवा. त्यांनी ती कथा वर्तमानपत्राचे संपूर्ण एक पान देऊन छापली होती. (दैनिकात विज्ञानकथेला फुल कव्हरेज क्वचितच मिळते!) रविवारचा दिवस असल्याने सकाळी सकाळीच अक्षररंग पुरवणी लोकांच्या हाती पडली होती. सकाळपासूनच मला वाचकांचे दूरध्वनी येण्यास सुरुवात झाली होती. दुसऱ्या दिवशी रात्रीपर्यंत अखंडपणे दूरध्वनी सुरू होते. त्या दिवशी मला एकूण अडीचशेच्यावर वाचकांचे दूरध्वनी महाराष्ट्राच्या कानाकोपऱ्यांतून आले होते. कोकणातील रत्नागिरी, राजापूर, विदर्भातील नागपूर, अकोला, चंद्रपूर, खानदेशातील भुसावळ, जळगाव, धुळे याशिवाय नाशिक, संगमनेर, मुंबई, कोल्हापूर, सोलापूर, नगर, पुणे इत्यादी शहरांमधून असंख्य फोन आले होते. मला खरेच आश्चर्य वाटत होते. हा अनुभव मला तसा नवीन व मनाला अतिशय आनंद देणारा होता. वाचक दोन रुपये खर्चून, मला दूरध्वनी करून कथा आवडल्याचे सांगत होता; विज्ञानकथा या विषयाची चर्चा करत होता आणि प्रश्न मांडीत होता; समजावून घेत होता. आठ

वर्षाच्या मुलापासून ते ऐंशी वर्षाच्या वृद्धापर्यंतचा त्यात समावेश होता. घरकाम करणाऱ्या स्त्रिया व हातावर काम करणाऱ्या काही मजुरांचे फोन आल्यानंतर मात्र मी हेलावला गेलो. लोकमत विकत घेऊन ती कथा त्यांनी आवर्जून वाचली होती; प्रतिक्रियाही दिली होती. विज्ञानकथा असूनही ती सामान्य वाचकांपर्यंत पोहोचल्याचा मला आनंद झाला होता.

संगमनेरच्या एका दहा वर्षाच्या मुलाने तर या विषयात संशोधन करण्याची इच्छा दर्शवली होती आणि बऱ्याच विद्यार्थी व विद्यार्थीनींनी विज्ञान विषयात रुची दाखवली होती. बाबा खान नावाच्या राजकीय क्षेत्रात कार्यरत व समाजसेवक असणाऱ्या वाचकाने कथा आवडल्याचे सांगतानाच यावर चित्रपटही निघू शकेल म्हणून सुचवले होते. ''त्या दृष्टीने आपण जरूर प्रयत्न करा'' असेही आवर्जून सांगितले होते. या अशा प्रतिक्रियांमध्ये प्रामुख्याने हे खरेच आहे का? हे घडले आहे का? यातील माणसे खरी आहेत का? असे अनेकाविध प्रश्न केले होते. काहींनी कथेतील पात्रांना भेटण्याची इच्छा व्यक्त केली होती, तर काही वाचक कोल्हापूर, खंडाळ्यालाही या पात्रांच्या व संशोधन-संस्थेच्या शोधार्थ जाऊन आले होते. खंडाळ्याला ही पात्रे नेमकी कुठे भेटलीत म्हणून काहींची पत्रे आली होती. मी त्यांना ''ही कथा काल्पनिक असून त्यातील विज्ञान सत्य आहे. पुढेमागे हे घडू शकेल.'' असे सांगितले. परंतु त्यांचा विश्वासच बसत नव्हता. या कथेत मी मानवी मृत्यू व विज्ञान यांची सांगड घातली आहे. मानवी मृत्यू म्हणजे अंतिम सत्य नाही. मृत्यूनंतरही मानवी पेशी काही काळासाठी जिवंत असतात, या विज्ञानाभोवती मी ती कथा गुंफली होती. त्यामुळे वाचकांच्या मनाला ती भिडली. कदाचित ही विज्ञानकथा त्यांना आपली वाटली असावी. मला खरच त्या वेळी वाचकांचे कौतुक वाटले. माझ्यासाठी हा निरंतर असा संस्मरणीय प्रसंग होता. त्यांच्या जिवंत प्रतिक्रियांमुळे माझा उत्साह तर द्विगुणीत झालाच, पण एक वेगळ्या प्रकारची प्रेरणाही मला मिळाली होती. त्यामुळे दुसरी विज्ञानकथा लिहिताना माझी जबाबदारी वाढली होती. आजही प्रत्येक कथा लिहिताना मी वाचकांचे भान ठेवूनच लिहितो. सामान्य वाचक लेखकासाठी कशी ऊर्जा होऊ शकतो, हे मला माझ्या 'अघटित' कथेने दाखूवन दिले आणि तो ऊर्जास्रोत आजही अखंडितपणे सुरू आहे.

या विज्ञानकथेसंदर्भात वाचकांची असंख्य पत्रेही आली. काहींनी कथा वाचताना भीती वाटत असल्याचे लिहून नापसंती व्यक्त केली होती, तर काहींनी कथेवर

असूडही ओढले होते. अमरावतीच्या एका वाचकाने तर ही कथा लिहून मी विज्ञानप्रबोधन करण्याऐवजी समाजात अंधश्रद्धा पसरवण्याचे कामच जास्त करत आहे म्हणून आरोप केला होता. डॉ. संजय ढोले यांना समाजाने थारा देऊ नये असेही त्यात लिहिले होते. मी जणूकाही बुवाबाजीच करत आहे, असाच त्या पत्राचा रोख होता. तरीही ती प्रतिक्रिया मला फार मोलाची वाटली. विज्ञानकथेविषयी वाचक असाही विचार करू शकतो याची प्रचिती आली. त्या वेळी प्रत्येकाशी पत्रव्यवहार होऊ न शकल्याने या पुस्तकाच्या मनोगतानिमित्ताने हा खटाटोप केला आहे.

पुढे महास्फोट, कबुलीजबाब इ. दहा-बारा विज्ञानकथा लोकमतमधून प्रकाशित झाल्या व व्यापक थरातील वाचकांपर्यंत जाण्याची संधी मिळाली. खेड्यापाड्यांपर्यंत माझे नाव केवळ लोकमतमुळे शक्य झाले असे मला वाटते. कारण मी माझ्या गावी गेलो तेव्हाही तेथील गावकऱ्यांनी मला आवर्जून विज्ञानकथेविषयी सांगितले व माहिती घेतली. 'महास्फोट' ही कथा दोन न्यूट्रॉन ताऱ्यांच्या मीलनातून निर्माण झालेल्या ऊर्जेवर आधारित आहे. ही कथा डॉ. प्रकाश तुपे यांच्या सकाळमधील लेखावर सुचली, तर 'कबुलीजबाब' ही विज्ञानकथा डॉ. बाळ फोंडके यांनी लोकमतमध्ये वाचून त्यांनी तिची नॅशनल बुक ट्रस्टसाठी संपादित करीत असलेल्या विज्ञानकथांच्या पुस्तकासाठी परस्पर निवड केली. शिवाय ही कथा मृत्युशय्येवर असलेल्या माझ्या वडिलांनी माझ्या पत्नीकडून आवर्जून वाचवून घेतली.

'प्रेषित पेशी' ही कथाही सकाळमधील एका बातमीवरून सुचलेली आहे. रूबी क्लिनिकमधील डॉ. दिनेश गर्ग यांनी नवजात बालकाच्या जन्मानंतर फेकून दिल्या जाणाऱ्या नाळेतील पांढऱ्या पेशी जमा करून, त्यांचे मेंदूतील पेशींत रूपांतर करून त्याचे पार्किन्सन्स असणाऱ्या रुग्णांच्या मेंदूत यशस्वीपणे रोपण केले होते. त्याच संशोधनाचा आधार घेऊन 'प्रेषित पेशी' गुंफली गेली. याशिवाय डॉ. बाळ फोंडके यांनीही अशाच संशोधनावर आधारित विज्ञानकथा दहाबारा वर्षांपूर्वीच लिहिली होती. प्रेषित पेशी व त्यांनी लिहिलेल्या विज्ञानकथेत बरेच साधर्म्य आहे. हा योगायोग म्हणायला हवा.

'अस्त्र' ही विज्ञानकथाही प्रा. डॉ. सतीश ओगले यांनी सांगितलेल्या आर.एफ.फिल्ड व अतिसूक्ष्म पदार्थावर आधारित एका प्रयोगावर सुचलेली आहे. पुढे डॉ. संगीता काळेमुळे या प्रयोगात जास्त समरस होता आल्याने विज्ञानकथा आकारास आली. डॉ. सतीश ओगले स्वत: शास्त्रज्ञ तर आहेतच, शिवाय मराठीतून विज्ञानलेखनही

करतात. त्यांनी वेळोवेळी लिहिलेल्या काही लेखांचा उपयोगही मला माझ्या विज्ञानकथांसाठी झालेला आहे. त्यांच्या लेखांमध्ये मला विज्ञानाची बिजे सापडली आहेत. त्यांचे प्रोत्साहन मला नेहमीच प्रेरणादायी ठरलेले आहे.

जपान-वास्तव्यात त्या वेळी इंग्लंडमध्ये चाललेल्या एका प्रयोगावर आधारित 'मूषक' नावाची कथा लिहिली आहे. यात विज्ञानाचा भाग थोडा कमी असला, तरी उंदराच्या मनोविश्लेषणावर जास्त भर आहे. ही विज्ञानकथा छात्रप्रबोधनने वासंतिक अंकात छापली होती. तिलाही वाचकांचा बऱ्यापैकी प्रतिसाद लाभला. सुप्रसिद्ध विज्ञान-लेखक डॉ. पंडित विद्यासागर यांनीही माझ्या इतर विज्ञानकथांसोबतच 'मूषक' जास्त भावल्याचे सांगितले.

इथे मला एक गोष्ट नमूद करावीशी वाटते ती ही की, माझ्या विज्ञानकथा वाचून महाराष्ट्राच्या कान्याकोपऱ्यातून प्रतिक्रिया आल्यात. काही पालक आपल्या मुलांना आवर्जून भेटायला घेऊन आलेत व विज्ञानाची सखोल माहिती घेतली. काही विद्यार्थीनींनी माझ्या विज्ञानकथा वाचून विज्ञानात विशेष रुची निर्माण झाल्याचे सांगून दिशा मिळाल्याचेही सांगितले. त्यातलेच काही विद्यार्थी आज परदेशात तर काही माझ्याच विभागात संशोधक म्हणून कार्यरत आहेत. मला वाटते, छात्रप्रबोधनसारख्या मासिकात विज्ञानकथा लिहिताना बहुसंख्य विद्यार्थ्यांमध्ये विज्ञानाचे बीज पेरले गेले. त्याचाच आज वटवृक्ष होऊ पाहत आहे. भविष्याकडे पाहण्याचा दृष्टिकोन विस्तारला गेला आहे. हेपण फार महत्त्वाचे वाटते. एक प्रकारे मी हे विज्ञानप्रबोधनच समजतो. याव्यतिरिक्त अजून माझ्या विज्ञानकथांचा सन्मान तरी कुठला असू शकतो?

माझ्या या लेखन-प्रवासात मला बऱ्याच जणांचे मार्गदर्शन व प्रोत्साहन लाभलेले आहे. त्यात ज्येष्ठ समीक्षक शंकर सारडा यांचे पाठबळ नेहमीच असते. या कथासंग्रहास नाव सुचवण्यापासून इतर बऱ्याच सूचना त्यांनी केल्या. पुणे विद्यापीठाच्या मराठी विभागाचे प्रमुख डॉ. मनोहर जाधव, डॉ. अविनाश आवलगावकर, डॉ. अविनाश सांगोलेकर, डॉ. प्रभाकर देसाई यांच्या सूचनाही बहुमूल्य ठरल्या. याशिवाय माझ्या विभागातील प्रा. डॉ. राजीव पाठक, डॉ. दिलिप जोग, प्रा. डॉ. सुधा भोरासकर, डॉ. महेंद्र मोरे, डॉ. सुरेश गोसावी, प्रा. डॉ. संदेश जाडकर, डॉ. अभय लिमये, डॉ. वीणा लिमये यांनी वेळोवेळी कथा वाचून आवडल्याचे सांगितले.

माझे मेहुणे अशोक वाडेकर तसेच साडू रघुनाथ लांबोळे, प्रविण मोहने व यतिशचंद्र खेडकर यांनी आस्थेने विज्ञानकथा वाचून प्रतिक्रिया दिल्या व मी काहीतरी

वेगळे करतो आहे याचे अप्रूपही त्यांना आहे. डॉ. महेश जोशी यांनी 'प्रेमाचा रेणू'वर लोकसत्तेत परिक्षण लिहून विज्ञानकथा लोकांपर्यंत नेण्यास हातभार लावला.

छात्रप्रबोधन, धनजंय, लोकमत, पोलीस टाईम्स, पत्रिका, समन्वय व अद्‌भुत विश्व इ. दिवाळी अंकामध्ये या कथा पूर्वप्रसिद्ध झालेल्या आहेत. धनंजयचे राजेंद्र कुलकर्णी, लोकमतचे शंकर सारडा, छात्रप्रबोधनचे महेंद्र सेठिया व शैलजा देशमुख, पत्रिकेचे आ.पा. देशपांडे व बाळ फोंडके, समन्वयचे आनंद लाटकर व वर्षा कुलकर्णी, पोलीस टाईम्सचे नंदकुमार ओतारी व अनंत सरनाईक, अद्‌भुत विश्वचे हृषीकेश गुप्ते यांनी हक्काने व आग्रहाने दिवाळी अंकासाठी विज्ञानकथेचे लेखन करून घेतले. शिवाय संपादक या नात्याने त्यांनी या कथांचे पुनर्मुद्रण करण्याची परवानगी दिल्याबद्दल त्यांचे आभार!

माझी पत्नी सौ. सिंधू हिचा एक वाचक म्हणून सहभाग मोठा आहे. शिवाय माझी मुले जयंत व तनिष्का यांनी पाठबळ व बहुमूल्य वेळ दिला नसता, तर या विज्ञानकथा आकाराला येऊ शकल्या नसत्या.

मेहता पब्लिशिंग हाऊसचे सुनील मेहता यांनी 'प्रेमाचा रेणू' या विज्ञान कथा संग्रहानंतर या कथासंग्रहाचे काम हाती घेऊन हुरूप तर वाढवलाच, पण पुढील कथा लिहिण्यासाठीही बळ दिले. 'मेहता पब्लिशिंग हाऊस'चे आभार!

शेवटी मायबाप वाचकांचेही आभार मानून त्यांनी या कथासंग्रहाविषयीही परखड प्रतिक्रिया देऊन प्रोत्साहन द्यावे ही अपेक्षा.

डॉ. संजय ढोले

अनुक्रमणिका

महास्फोट

इसवी सन २२३०च्या एप्रिलमधील १० तारखेस रात्री ११ वाजून ११ मिनिटांनी रशियाच्या सहयोगाने मास्कोच्या अंतराळ तळावरून अग्निबाणाच्या साहाय्याने भारतचे साधारण ५०० मीटर व्यासाचे व १००० मीटर लांबीचे मानवसदृश चेतक नामक प्रचंड मोठे यान आपल्या प्रदीर्घ प्रवासासाठी अवकाशात झेपावले. चेतक यानाचा भ्रमणमार्ग दीर्घ काळाचा व व्यापक असल्याने भारत व रशियाच्या अवकाशशास्त्रीय संस्थांनी तो संयुक्तपणे आखला होता. यानासाठी लागणारी ऊर्जा सौर घटक व युरेनिअम-२३५ या अणुऊर्जेच्या मदतीने कार्यान्वित करण्यात आली होती. सूर्यापासून लांब जाताना सौरघटकांपासून मिळणारा शक्तिपुरवठा कमी होऊन पुढील प्रवासात अणुऊर्जा कित्येक प्रकाशवर्षे टिकणार होती.

आपल्या आकाशगंगेत व पर्यायाने तारकासमूहात मानव राहू शकतील, असे वातावरण असलेल्या ग्रहांचा शोध घेऊन अभ्यास करणे हा या चेतक यान मोहिमेचा मुख्य हेतू होता.

त्यासाठी भारतीय स्पेस ॲकेडमीमधून प्रमुख शास्त्रज्ञ डॉ.केशव केसकर यांच्या सोबतच नीला राव व संकेत अरोरा या दोन तरुणांचा समावेश करण्यात आला होता. डॉ.केसकर हे अनुभवी व हुशार शास्त्रज्ञ होते. यापूर्वीही त्यांनी अशा छोट्या-मोठ्या अवकाश–मोहिमा यशस्वीपणे राबवल्या असल्यामुळे चेतक मोहिमेसाठी त्यांचे नाव प्राधान्याने पुढे आले होते.

त्याबरोबरच ॲकेडमीतील शेवटच्या वर्षाला असलेले नीला राव व संकेत अरोरा हे दोघेही पंचविशीतील होते. स्पेस ॲकेडमीच्या संचालक मंडळाने त्यांची निवड करताच कुणालाच त्या विषयी फारसं काही वाटलं नव्हतं. कारण आपापल्या

क्षेत्रात या दोघांचे मोलाचे योगदान असल्याने त्यांची निवड होणे अपरिहार्य होते.

नीला राव – देखणी, मनमिळाऊ व शरीराने सुदृढ! अशी ही तरुणी कॉम्प्युटरच्या क्षेत्रात तज्ज्ञ होती. कॉम्प्युटर-क्षेत्रात या वयात तिने घेतलेली झेप वाखाणण्याजोगी होती. कुठलेही कूटप्रश्न ती चुटकीसरशी सोडवत असे.

दुसरा संकेत अरोरा. शरीराने काटकुळा, स्वत:कडे जास्त लक्ष न देणारा, पण काटक तरुण! अंतराळतंत्रासोबतच खगोलशास्त्र विषयातील त्याची प्रचंड प्रगती पाहून ॲकेडमीतील तथाकथित शास्त्रज्ञांनाही त्याचा अचंबा वाटायचा. अखंडपणे वीस तास काम करण्याची त्याची क्षमता होती. संकेत अरोरा स्वभावाने मात्र थोडा चिडका व शीघ्रकोपी असल्याने सहसा त्याच्या वाटेला कुणी जात नसे. पण खगोलशास्त्राचा विषय निघताच त्याचा नेहमीचा संकटमय चेहरा फुलून जायचा. नीला राव व संकेत अरोरा यांची विविध बौद्धिक व शारीरिक चाचण्यांमधून निवड करण्यात आल्याने ते दोघे मनानेही खंबीर झाले होते. मोहिमेची पार्श्वभूमी माहीत असल्याने तरुण कोमल मनाला त्यांनी आवर घातला होता. डॉ. केसकरांसारखा ज्येष्ठ, चतुरस्त्र शास्त्रज्ञ त्यांच्या सोबत असल्याने या मोहिमेच्या यशस्वितेची खात्री त्यांना होती.

रशियाशी संयुक्त कार्यक्रम असल्याने या तीन भारतीयांव्यतिरिक्त चेतक मोहिमेत अवकाशयान तंत्रज्ञ म्हणून दोन रशियन अंतराळवीरांचाही समावेश करण्यात आला होता. त्यांची नावे श्री.मिचेव्ह व श्री.गार्बोव्ह. दोघेही अवकाशयान अभियांत्रिकी तज्ज्ञ. मिचेव्ह हे पन्नाशीतील गृहस्थ. एक कुशल अभियंता व प्रशासक. डॉ. केसकरांप्रमाणेच बऱ्याच अंतराळ-मोहिमा त्यांनी स्वबळावर यशस्वी केल्या होत्या.

गार्बोव्ह पंचविशीतलाच, गोरागोमटा, उमदा, नुकताच अव्वल क्रमांक मिळवून अवकाश अभियांत्रिकीमधून शिकून बाहेर पडलेला! शिवाय चेतक यानाची तांत्रिक बाजू सांभाळणारा एक मोठा जाणकार. या दोघांनीही चेतक यानाच्या बांधणीपासून त्याचे सारथ्यही पत्करलेले.

दोन छोट्या स्पेसशटलसोबत चेतक अवकाशात झेपावल्यावर काही सेकंदातच यानाने ताशी सत्तर हजार किलोमीटर वेग घेतला. नऊ तासातच चंद्राच्या बाजूने जाऊन ते मंगळाच्या दिशेने निघाले आणि काही दिवसांतच चेतकने मंगळाच्या कक्षेत प्रवेश केला.

साधारण चौदा महिन्यांनी गुरुभोवती वळसा घालून चेतकने शनीकडे प्रस्थान केले. त्याने शनीच्या कक्षेत प्रवेश केला तेव्हा पृथ्वीच्या कालगणनेनुसार पाच वर्षे झाल्याची नोंद यानातील कालमापकावर दिसत होती.

पुढे आठ महिन्यांचा कालावधी शनीची कक्षा ओलांडण्यात गेला. यथावकाश युरेनस, नेपच्युन व प्लुटो यांच्याही कक्षा चेतकने ओलांडल्या. प्लुटो ओलांडला,

तेव्हा चेतकला पृथ्वी सोडून सुमारे चौदा वर्षे लोटली होती. चेतकचा प्रवास बऱ्याच अंतरावर असल्याने प्रखर सूर्यही एखाद्या मिणमिणत्या दिव्यासारखा दिसत होता.

आपल्या सूर्यमालेतील शेवटचा प्लुटो ग्रह पार करताच चेतक यानाने अजून वेग पकडला व पुढच्या तारकापुंजाकडे प्रवास सुरू केला. विविध उपकरणांद्वारे गोळा केलेली माहिती चेतकयानातील प्रवाशांनी वेळोवेळी पृथ्वीवर पाठवली. पण आताशी पृथ्वी व चेतकयानाचे अंतर पन्नास वर्षांहून अधिक झाल्याने पृथ्वीकडे माहिती पोचण्याचा कालावधी वाढत गेला. त्यामुळे पुढे-पुढे रेडिओ संदेश पोचण्याचा कालावधी प्रचंड वाढल्याने त्यासंदर्भातील माहिती पोचवण्याचे चेतकचे कामही थंडावले.

आताशी अणुऊर्जेवरच यान चालत असल्याने त्याला प्रकाशाचा वेग प्राप्त झाला होता. त्यामुळे विशिष्ट यंत्रणा वापरून तयार केलेल्या, पृथ्वीनुसार नियोजित असणाऱ्या कालमापकावर १२० वर्षे दिसताच मोठाच काळ उलटून गेल्याचे केसकरांच्या ध्यानी आले. यानातील कालमापक मात्र काही वर्षांचाच कालावधी दर्शवित असल्याने फार प्रवास झाल्याचे कुणाला जाणवलेच नाही.

डॉ.केसकर अवकाशाचा अथांग सागर पाहत होते. बाकी सर्वच आपापल्या कामात व्यग्र होते. काळ लोटल्याच्या खाणाखुणा कुणावरही दिसत नव्हत्या. कदाचित स्थळ-काळाच्या संबंधामुळेही असेल, सर्वच ताजेतवाने वाटत होते; नुकतेच प्रवासाला निघाल्यासारखे.

यानाने एका सुंदर आकाशगंगेत प्रवेश करताच यानातील सर्वांचेच चेहरे उजळून निघाले. मात्र संकेत अरोरा... त्याच्या चेहऱ्यावरील कुठलेही हावभाव सहजासहजी दिसत नसत. दिसले तरी त्यातून कुणालाही अर्थबोध होत नसे. आताच्या एवढ्या प्रवासात प्रत्येकाचेच गुणदोष एकमेकांना कळले होते. या सगळ्याच तरुणांना सांभाळण्याचे काम मात्र डॉ.केसकर व मिचेव्ह या दोन बुजुर्गांना करावे लागत होते.

यानात खेळीमेळीचे वातावरण ठेवण्यात गार्बोव्ह मात्र पटाईत होता. मनाने कोमल व वागण्यात तेवढाच बालिश असलेला गार्बोव्ह सर्वांनाच आवडत असे. नीलाशी तो नेहमीच थट्टामस्करी करत असे. नीलाही त्याच्याशी खेळीमेळीने व तेवढ्याच मुक्तपणे वागत असे. या अशा बेदरकार वागण्याने संकेत अरोरा मात्र चिडत असे. त्याच्या विचारांच्या पट्टीत ते बसत नव्हते. नीलाचे असे स्वैर वागणेही त्याला पसंत नव्हते. गार्बोव्हसारख्या चेंगट तरुणाशी तिने जास्त सलगी करू नये, असे त्याला मनापासून वाटत असे. त्याच्याशी नीलाने जास्त संबंध ठेवू नये, अशी विचित्र भावना त्याच्या मनात निर्माण होऊ लागली होती. असे आपल्याला का होते? याचे कोडे मात्र त्याला पडले होते.

पहिल्या भेटीतच नीलाविषयी आपल्या मनात आकर्षण निर्माण झाले होते आणि

ते आकर्षणच होते, हे तो स्वत:ही नाकबूल करत नव्हता. पण आताशी तर प्रेमभावना रुजल्याचीच जाणीव त्याला झाली होती. आपण सांगावे, बोलावे; तसेच नीलाने वागावे अशी त्याची अपेक्षा होती. म्हणून गार्बोव्हशी तिचे अवखळ, खळाळते वागणे त्याला सहन होत नसे. मत्सराने तो आतल्याआत धुमसत राही. पूर्वी त्याला असे कधी कुणाविषयीही वाटले नव्हते. मग आताच का? की प्रेमामुळे? त्यामुळे तो मात्र एकाकी होऊन कुणाशीही जास्त बोलेनासा झाला होता.

गार्बोव्हशी तर त्याने बोलणेच बंद केले होते. नीलाशी मात्र तो गरजेपुरतेच बोलत असे. पण परवाच्याच प्रसंगाने त्याच्या मनाची घालमेल वाढली होती. गार्बोव्हचे स्वत:हून नीलाशी वागणे एक वेळ तो समजू शकत होता. अशा तरुण मंडळींना पृथ्वीवर वानवा नाही, याचीही त्याला माहिती होती. पण नीलानेच त्याच्या गालाचे चुंबन घेताना पाहून मात्र तो फार बैचेन झाला होता.

त्याला काहीच सुचत नव्हते. आता एकान्त पाहून त्याने नीलाला प्रत्यक्ष भेटण्याचा निश्चय केला. तो वाट पाहत होता, पण गार्बोव्ह नावाचा लंपट प्राणी नेहमीच नीलाच्या आजूबाजूला घुटमळत असल्याने नीलाला एकान्तात भेटण्याची संधी संकेतला सापडतच नव्हती.

'लंपट' हे विशेषण संकेत अरोरानेच गार्बोव्हला बहाल केले होते.

तो क्षण आज त्याला सापडला. मिचेव्ह व डॉ.केसकर शयनगृहात होते. गार्बोव्ह कॉकपिट सांभाळून नव्या आकाशगंगांच्या व त्यातील नव्या ग्रहांच्या मार्गांच्या नोंदी करत होता. नीला कॉम्प्युटरवर ताजी माहिती गोळा करून काही रहस्ये शोधण्यात गुंतली होती. संकेतने हळूच तिच्या मागून येत हाक मारली.

"नीलू ऽऽ"

प्रथमच कुणाच्यातरी तोंडून 'नीलू' शब्द ऐकून नीला दचकली. पृथ्वीवर तिला या नावाने बरेच जण हाक मारीत असत. पण हे संबोधन इथे अनपेक्षित असल्याने तत्काळ तिने आवाजाच्या दिशेने मागे वळून पाहिले. समोर संकेत अरोरा उभा होता. त्याला पाहून ती पुरती गोंधळली. काय बोलावे ते क्षणभर तिला सुचेना. मधले काही क्षण भीषण शांततेत गेले. नीलाची अशी अवस्था पाहून संकेत स्वत:हून पुढे म्हणाला, "मला माहितेय नीला, तू माझ्या 'नीलू' या हाकेने गोंधळलीस. नीलाचं एकदम नीलू कसं काय, हा प्रश्नही तुझ्या मन:चक्षूवर येऊन ठेपलाय."

दरम्यान नीलाने स्वत:ला सावरलेस.

उत्तरादाखल ती म्हणाली, "निश्चितच! एवढा कायापालट पाहून कुणीही गोंधळेल. अगदी गार्बोव्हसुद्धा...."

गार्बोव्हचा इथेही नामोल्लेख झालेला पाहून त्याला राग आला. पण तो प्रकट न करता पुढे म्हणाला, "मला एका महत्त्वाच्या गोष्टीवर तुझ्याशी बोलायचंय."

"मग, बोल नं. डू यू वॉन्ट टू डिस्कस समथिंग?"

नीलाच्या तोंडून निघालेल्या 'बोल नं' या मधुर शब्दाने संकेतचे अंग मोराच्या पिसासारखे शहारले. त्यातला लडिवाळ अवखळपणा त्याला जाणवला. हृदय धडधडले. महत्प्रयासाने तो म्हणाला, "हो!" आणि त्याने आवंढा गिळला.

"खगोलशास्त्राविषयी तुला काही..."

अंगावर पडलेली पाल झटकावी, तसे ते वाक्य मध्येच झटकत संकेत तातडीने म्हणाला, "नाही. खगोलशास्त्र नाही. थोडं वैयक्तिक...."

नीला आश्चर्याने उत्तरली, "तुझ्यासारख्या हुशार मुलाला अभ्यासाव्यतिरिक्त वैयक्तिकही बोलायचं असतं तर! आय थॉट यू मे नॉट हॅव पर्सनल लाईफ!"

नीलाची कोपरखळी संकेतला समजली. तो गंभीरपणे म्हणाला, "नीला, आय ॲम नॉट जोकिंग. आय ॲम सीरीअस."

"अच्छा, अभ्यासात तुम्ही सीरीअस असता हे माहीत होतं. पण वैयक्तिक बाबींमध्येही कधीपासून सीरीअस व्हायला लागलात डॉ.संकेत अरोरा?" नीला मिस्कीलपणे म्हणाली.

"नीला, प्लीज. आय ॲम रिअली सीरीअस."

"ओ.के. बाबा! बोल काय सांगायचय तुला?"

"गार्बोव्हशी तुझं परवाचं वागणं मला आवडलं नाही."

गार्बोव्हचा विषय निघताच नीला गंभीर झाली व म्हणाली, "व्हॉट डू यू मीन संकेत?"

"यू मीन इट नीला! मला काय सांगायचंय ते तुला चांगलं ठाऊक आहे."

संकेतच्या बोलण्यातून तिला तुसडेपणा आणि राग जाणवला. गार्बोव्हबद्दलची कटुता नकळत बाहेर आली.

"म्हणजे? मी समजले नाही?"

"गार्बोव्हचं तुझ्याशी लंपटपणे वागणं समजू शकतो. पण तुझं त्याच्याशी...."

'लंपट' शब्द ऐकताच नीला तडकली आणि थोड्या रागातच संकेतचे वाक्य खंडित करत म्हणाली, "कुणाला लंपट म्हणतोयस संकेत? गार्बोव्हला? अरे, तो तर अतिशय निरागस मुलगा आहे. लंपटपणा काय हे कदाचित त्याला माहीतही नसेल. मला वाटतं मत्सरापोटीच तू त्याच्यावर असले आरोप करतोयस आणि राहिला प्रश्न माझा. मी तुला स्पष्टच सांगते, गार्बोव्ह मला आवडतो. माझ्याहून लहान असला, तरी तो मला मनापासून आवडतो."

संकेत सुन्न झाला. क्षणभर काय बोलावं त्याला काहीच सुचेना. स्वत:वर नियंत्रण ठेवत असतानाही त्याच्या चेहऱ्यावर रागाचे प्रतिसाद उमटलेच. मनातील डावच पूर्णपणे कोलमडला. त्याचा अति धगधगणारा मत्सर या वेळेस पुन्हा उफाळून

वर आला व नीलाकडे रागानेच पाहत तो म्हणाला, ''ठीक आहे नीला! म्हणजे तुला माझ्याविषयी....''

मध्येच वाक्य तोडत नीला उत्तरली,

''तुझ्याविषयी मला आदर आहे. तू बुद्धिमान आहेस. तुझ्या बुद्धीसमोर मीच काय, पण आम्ही सर्वच क्षुद्र आहोत. या विश्वाचं कोडं उलगडायची क्षमता तुझ्याजवळ आहे. म्हणून तू मला आदरणीय आहेस.'' नीला मनातलं बोलली होती.

''म्हणून त्या थर्ड ग्रेड गार्बोव्हबरोबर....''

''संकेतऽऽऽ खबरदार पुढे बोललास तर! हा तू नाही, तुझ्या बुद्धीचा अहंकार बोलतोय. गार्बोव्ह कसाही असला तरी तो मला प्रिय आहे. त्याच्यावर माझं प्रेम आहे.'' नीलाने पुनश्च संकेतच्या अहंकारालाच हात घालीत स्पष्ट शब्दात सांगितले होते.

गार्बोव्हवर नीलाचे प्रेम आहे, हे तिने स्वत: सांगताच संकेत सुन्न झाला. शरीरातून काहीतरी निखळल्याचा त्याला भास झाला. अस्वस्थपणे आजूबाजूला पाहत तो रागाने चडफडला. समोर त्याला काहीही दिसत नव्हते. किंबहुना जिच्यावर त्याने प्रेम केले होते ती नीलाही त्याला दिसत नव्हती. शून्यात पाहतच तो न बोलता तडकपणे वळला.

रागाने निघून गेलेल्या संकेतच्या पाठमोऱ्या आकृतीकडे नीला पाहतच राहिली. तो दिसेनासा झाला तरी क्षणभर ती तशीच स्तब्ध बसून राहिली. नकळत गार्बोव्ह व संकेतची तुलनात्मक छबी तिच्या डोळ्यांसमोर उभी राहिली. 'संकेत बुद्धिमान, हुशार पण तेवढाच लहरी, सणकी. त्याची बुद्धिमत्ता आपल्याला न पेलणारी. तर दुसऱ्या बाजूला गार्बोव्ह. निरागस, लहान मुलासारखा. आपल्यावर निर्व्याज प्रेम करणारा आणि आपण स्वत:ही त्याच्यावर प्रेम करणारे!' शेवटी गार्बोव्हचीच छबी तिच्या डोळ्यांपुढे गडद होत गेली.

यानाचा प्रवास पुढे सुरूच होता. गार्बोव्ह, नीला व संकेत हा त्रिकोण नव्याने तयार झाला. डॉ.केसकर व मिचेव्हच्या अनुभवी नजरेने हे सारे टिपले होते. तद्‌नंतर संकेतच्या वागण्यात जास्त लहरीपणा येऊ लागला. कुठल्याही चर्चेच्या वेळेस गार्बोव्ह कसा मठ्ठ आहे, हे तो आपल्या बुद्धिचातुर्याने दाखवण्याच्या प्रयत्नात असे.

डॉ.केसकरांनी त्याला समजावले. आपले ध्येय वेगळे असून आपण सर्वच एका मोठ्या मोहिमेवर निघालेलो आहोत, याची त्यांनी जाणीव करून देताच संकेत बदलला होता. एका वेगळ्याच बेहोशीत आतापर्यंत तो वागत आला होता. ते त्याचे त्यालाच कळले नव्हते. तद्‌नंतर मात्र त्याने आपल्या कामातच स्वत:ला गुंतवून ठेवले. कुणाच्याही वैयक्तिक भानगडीत पडायचे नाही असे त्याने ठरवून घेतले. फक्त विषयासंदर्भातील चर्चा तो खोलवर करत असे. चर्चेदरम्यान त्याची बुद्धिमत्ता

नेहमीच खुलत असल्याने डॉ.केसकरही आश्चर्याने संकेतकडे पाहत राहत असत.

यानाने आकाशगंगेतील एका अनामिक ग्रहाला प्रदक्षिणा घालण्यास सुरुवात केली. ग्रह तांबूस रंगाचा व विविध खडकांनी व्यापलेला दिसला. प्रदक्षिणा पूर्ण होऊन यान पुढे जात असतानाच बाहेर बसवलेली संवेदनक्षम दुर्बीण जिच्यामधून सूक्ष्म रेडिओ लहरी डिटेक्ट होऊ शकत, अशा डिटेक्टरमधून नीलाला अचानक ठरावीक पातळीच्यावरील रेडिओ लहरींचा संकेत आढळला. अवकाशात भ्रमण करताना अनेक स्रोतांमुळे रेडिओ लहरींच्या पातळीत चढ-उतार होतच असल्याने प्रथम तिने दुर्लक्ष केले. पण त्या सिग्नलमध्ये पुन्हा दुपटीने वाढ झाल्याने ती गोंधळली. आतापर्यंतच्या प्रवासात असे कुठेही घडल्याचे तिला आठवत नव्हते. या विषयातील तिचे ज्ञान जुजबी असले, तरी नवीन काय घडते आहे, याचे आकलन तिला निश्चितपणे होत असे.

शंका आल्याने विविध उपकरणे तपासून येणाऱ्या रेडिओ लहरी नीलाने पुन्हा पडताळून पाहिल्या. त्यांची पातळी वाढतच होती. म्हणून तिने 'कॉम्टन गॅमा रे ऑब्झर्व्हेटरी'चे युनिट चालू करून पाहिले. तेथेही आश्चर्यकारक गॅमा किरणांची नोंद तिला आढळली. नीलाला त्याचे काहीच आकलन न झाल्याने ती बावरली, कारण एव्हाना रेडिओ लहरींची प्रखरता वाढण्यास सुरुवात झाली होती. मिळालेल्या नवीन माहितीची सूचना देण्यास तिने हेड फोन उचलला आणि कानाला लावीत सर्वांशी संपर्क साधला.

"इज देअर डॉ.केसकर?ऽऽ"

"येस... स्पीकिंग."

"सर! येथे रेडिओ ग्राहकांमधून अचानकपणे बऱ्याच प्रमाणात रेडिओ लहरी डिटेक्ट झालेल्या आहेत आणि गॅमा रे ऑब्झर्व्हेटरीतूनही गॅमा किरणांची नोंद झालेली आहे. धिस इज समथिंग अॅमेझिंग वीच आय फिल! आपण येताय का?"

नीलाचा निरोप येताक्षणी सर्व जण तेथे उपस्थित झाले. नीलाने अनपेक्षित सिग्नल्स दाखविल्याने सर्वच विचारात पडले. समोरच्या ग्राहकांमधून आलेल्या रेडिओ लहरी पाहून संकेतला शंका आली. तो तत्काळ म्हणाला, "नीला, जस्ट अ सेकंद! लेट मी सीट देअर."

नीला लागलीच आसनावरून उठली. तत्क्षणी संकेत आसनस्थ झाला. तो ज्या पद्धतीने बसला होता, त्याचा अर्थ त्याच्या डोक्यात वेगाने विचारचक्र फिरत होते, याची सर्वांना कल्पना होती. तो काय करत होता, याकडे सर्वांचे लक्ष होते.

कॉम्प्युटरकडे पाहत रेडिओ लहरींच्या पृथक्करणास त्याने सुरुवात केली. त्याची बोटे सफाईदारपणे कॉम्प्युटरच्या कीबोर्डवर फिरू लागली. डॉ.केसकर शांतपणे पाहत होते. संकेतच्या हाती कुठलीही जबाबदारी देताच ते असेच निश्चिन्त होत

असत. आजही त्याच्या हातात सूत्रे दिलेली असल्याने संकेत यातून निश्चितच काहीतरी निष्कर्ष काढेल असा त्यांना आत्मविश्वास होता.

बराच वेळ झाला. सर्व शांतपणे पाहत होते. यानाचा प्रवास त्याच दिशेने सुरू होता आणि हळूहळू रेडिओ लहरींची पातळीही वाढत होती. गार्बोव्ह व नीला शेजारी उभे होते. संकेत अरोराविषयी दोघांनाही आदर होता. बराच वेळ झाला. संकेत अखंडपणे कार्यरत होता. शेवटी एक नि:श्वास सोडत त्याच्या तोंडून उद्‌गार बाहेर पडले,

''सर! रेडिओ लहरींच्या पातळीत वाढ होणं, हे एक वेळ मी समजू शकतो. पण ज्याप्रमाणे शक्तिशाली गॅमा किरण ऑब्झर्व्हेटरी दाखवतेय, दॅट इज रिअली ॲमेझिंग! एक रहस्यच म्हणायला हवंय. एखादा स्रोत जवळपास असेल तरच एवढी शक्तिशाली किरणं तो दर्शवितो; अन्यथा नाही. मग ही येताहेत कुठून? शिवाय ही शक्तिशाली किरणं अशीच येत राहिली, तर आपलं जीवनमानही धोक्यात येणं शक्य आहे.''

''काय?'' डॉ.केसकर आश्चर्याने उद्‌गारीत पुढे म्हणाले, ''जीवनमान म्हणजे? आपल्या मोहिमेला काही धोका?''

मिचेव्ह, नीला, गार्बोव्ह सर्वच संकेतच्या विश्लेषणाची वाट पाहत होते. संकेत म्हणाला, ''तसं आताच काही सांगता येणार नाही. मी स्वत: गोंधळलोय. कारण एकाच वेळी प्रकाशकिरण आणि रेडिओ लहरींचं आगमन हा एक विस्मयकारी योग आहे. प्रथम त्याचाच छडा लावायला हवाय. नुसताच एखादा स्रोत असता, तर रेडिओ लहरींची अपेक्षा नव्हती. पण इथे दोघंही एका वेळी येताहेत आणि उत्तरोत्तर त्यांच्या पातळीत होणारी वाढ ही निश्चितच घातक आहे; विशेषत: शक्तिशाली गॅमा किरणांची. सध्या ही पातळी धोक्याच्या पातळीखाली आहे. ती वाढण्याच्या आधीच आपल्याला हा स्रोत शोधणे गरजेचं आहे. म्हणजे त्यावर उपाययोजना करणं इष्ट ठरेल.''

''संकेत! आम्हाला विश्वास आहे. यू वील डेफिनेटली गेट समथिंग फ्रॉम धिस.'' संकेतविषयीचा आत्मविश्वास व्यक्त करत मिचेव्हने म्हटले. संकेतने एक वेळ चौफेर पाहिले. त्याचा चेहरा गहन विचारांनी व्यापला होता. त्याने जरी सर्वांकडे पाहिले होते, तरी तो त्याच्याच विश्वात होता. शून्यात पाहत तो उत्तरला, ''येस सर! डेफिनेटली समथिंग वुईल कम आऊट. मला माझ्या कोशातले सर्वच स्रोत आणि त्यांच्या शक्यता पडताळून पहायला हव्यात.'' असं म्हणत तो पुन्हा सावरून कॉम्प्युटरपुढे बसला व वेगवेगळ्या फाईल्समध्ये जाऊन कॉम्प्युटर पडद्यावर विविध स्रोत, कृष्णविवरे, न्युट्रॉन ताऱ्यांची शक्यता पडताळून पाहू लागला. बराच वेळ तो पडद्यावर वेगवेगळ्या ताऱ्यांच्या निरीक्षणात गुंतला होता आणि अशाच एका सिम्युलेटेड ताऱ्यांच्या मीलनातून त्याचा चेहरा उजळून निघाला. उत्तेजित होत तो

उत्तरला,

"सर! आय गॉट इट. रहस्यभेद केला मी! इट इज रिअली ॲन इवेंट ऑफ अ मिलिनिअम्स इयर. अ डेंजरस...."

संकेत स्वत:शीच बोलत असलेल्या निष्कर्षाने सर्वांचेच हृदय काहीसे धडधडले. तो पुढे काय सांगतोय, याकडे सगळ्यांचे कान लागले होते. नीलाने एक दीर्घ नि:श्वास टाकला. त्या शांततामय वातावरणात त्याचे पडसाद उमटले होते.

संकेत या वेळेस आत्मविश्वासाने डॉ.केसकर व मिचेव्हकडे पाहत म्हणाला, "सर! जी ऊर्जा आपण येथे पाहत आहोत, ती दुसऱ्या कुठल्याही स्रोतांकडून येत नसून न्युट्रॉन ताऱ्यांपासून येत आहे."

संकेत थोडा रिलॅक्स झालेला दिसला. डॉ.केसकर आश्चर्याने उत्तरले, "काय? न्युट्रॉन तारा!"

"येस. नुसता न्युट्रॉन ताराच नव्हे तर, न्युट्रॉन तारे! दोन न्युट्रॉन ताऱ्यांच्या मीलनातून ही ऊर्जा येतेय."

"म्हणजे आपण न्युट्रॉन ताऱ्यांकडे चाललो आहोत की काय?" मिचेव्हनी चिंतित स्वरात विचारले.

"होय! पण त्याची काळजी नाही. कारण ते इथून दोन–तीन हजार प्रकाशवर्षे दूर असल्यानं त्याची आपल्याला या क्षणी भीती नाही."

मध्येच डॉ.केसकर म्हणाले, "पण तरीसुद्धा ही एवढी ऊर्जा इथपर्यंत येऊ शकते?"

"होय! कारण ही प्रचंड ऊर्जा गॅमा रे बर्स्टमुळे फेकली जाते आणि प्रचंड वेगाने प्रसरण पावते. तीच ऊर्जा आपण पाहत आहोत." संकेतनं स्पष्टीकरण दिले.

"गॅमा रे बर्स्ट? हा काय प्रकार आहे संकेत?" नीलानं प्रथमच तोंड उघडले.

नीला आणि गार्बोव्ह मुद्दामच गप्प होते. कारण त्या दोघांनी विचारलेल्या प्रश्नांचे उत्तर संकेत नेहमीच त्रोटकपणे देत असे. म्हणून दोघेही त्याला प्रश्न विचारण्यास कधीच धजावत नसत.

संकेतने नीलाकडे अर्थपूर्ण कटाक्ष टाकला व म्हणाला, "साधारण हा गॅमा रे बर्स्ट न्युट्रॉन ताऱ्यांच्या मीलनाने होणाऱ्या स्फोटांमुळे दिसतो. म्हणजे दोन न्युट्रॉन तारे एकमेकांत मिसळतात, तेव्हा कृष्णविवर निर्माण होतं आणि त्या क्षणी ते प्रचंड तेजानं चमकतं. या वेळी कृष्णविवराभोवती असलेल्या पदार्थांच्या चकत्यांमधून अतिशय शक्तिशाली कणांचा झोत फेकला जातो. हेच शक्तिशाली कण जेव्हा प्रकाशकिरणांवर आदळतात, तेव्हा त्याच्यात गॅमा किरणांची ताकद येते आणि गॅमा रे बर्स्ट दिसतो. जे गॅमा रे तू डिटेक्ट केलेस, ती ऊर्जा या बर्स्टचा आधीचाच परिपाक आहे."

संकेतने सहजपणे सांगितले. तो एवढ्या चांगल्या पद्धतीने सांगेल याची तिला अपेक्षाच नव्हती. एक ओघवता प्रश्न तिच्या तोंडून निघून गेला होता, कारण तिचे खगोलशास्त्राविषयीचे ज्ञान मोजकेच होते. डॉ.केसकरांनी दीर्घ श्वास सोडला. एव्हाना त्यांच्याही आता लक्षात आले होते. संकेतने फार मोठी कामगिरी पार पाडली होती.

ते चिंतित स्वरात म्हणाले, ''संकेत, ज्या अर्थी आपलं यान न्युट्रॉन ताऱ्यांकडे जातं आहे आणि एवढ्या प्रचंडपणे ऊर्जा आपल्याजवळ येते आहे, त्या अर्थी आपलं जीवन आणि यान आता....''

डॉ.केसकर बोलत असतानाच संकेत मध्येच उत्तरला, ''नाही सर! डोन्ट वरी. मी मघाशी सांगितल्याप्रमाणे या स्थळापासून हे दोन न्युट्रॉन तारे लांब असल्याने आपल्याला अजूनतरी भीती नाही. पण खरी भीती आहे ती म्हणजे....''

डॉ.केसकर व मिचेव्ह दोघांनीही अगतिकपणे एकाच वेळी विचारले, ''कोणती... संकेत?''

''आपल्या पृथ्वीची.''

''काय? पृथ्वीची?'' सगळेच आश्चर्याने पाहत उत्तरले.

''ते कसं काय?'' डॉ.केसकरांनी विचारलं.

''सर! नीलानं निर्देश केलेल्या रेडिओ लहरींचा अभ्यास आणि पृथ्थक्करणानंतर मला असं दिसतंय की, या रेडिओ लहरींची तेजस्विता वाढत असून गॅमा किरणांचा ओघही सुरू झाला आहे. हे तेव्हाच घडू लागतं, जेव्हा दोन न्युट्रॉन तारे एकमेकांजवळ येतात आणि कृष्णविवरात रूपांतरित होण्याची त्यांची प्रक्रिया सुरू झालेली असते. मला वाटतं, या दोन न्युट्रॉन ताऱ्यांचं मीलन काही प्रकाशवर्षांत होणं अपेक्षित आहे. असं झाल्यास तिथे महास्फोट निर्माण होऊन गॅमा किरणांच्या पातळीत लक्षावधी पट वाढ होईल.''

संकेतच्या विश्लेषणानंतर डॉ.केसकरांच्या तत्काळ लक्षात येताच ते म्हणाले, ''म्हणजे महास्फोटात प्रचंड ऊर्जा अवकाशात फेकली जाऊन त्या ऊर्जेत आपण सर्वच नष्ट होऊ? असं तर तुला सुचवायचं नाही ना?''

''एक्झॅक्टली,'' संकेत अरोरा पुढे म्हणाला, ''मला तेच म्हणायचंय. आपणच नाही, तर ज्या मानव बांधवांसाठी आपण बाहेर पडलो ती सर्व मानवसृष्टी आणि पृथ्वीच या ऊर्जेत नाहीशी होईल. आपण कदाचित आपला बचाव कसातरी करू. पण पृथ्वीवरचे मानव आणि प्राणिजात वाचवणं केवळ अशक्य होईल.''

''नाऊ आय गॉट इट!'' डॉ.केसकर पुढे म्हणाले, ''साधारण विसाव्या शतकाच्या उत्तरार्धात डॉ. कुलकर्णी नावाच्या शास्त्रज्ञाने पृथ्वीपासून बारा अब्ज दूर असलेल्या तारकासमूहातल्या महास्फोटाची ऊर्जा पृथ्वीवरच्या 'के दोन' या दुर्बिणीच्या साहाय्याने टिपल्याची नोंद केलेली माझ्या स्मृतीत आहे. शिवाय आपल्या आकाशगंगेत

अशा काही न्युट्रॉन ताऱ्यांच्या जोड्या आहेत. त्या जोड्या जर का एकमेकांमध्ये मिसळून आपल्या तारकासमूहात महास्फोट झाला, तर त्यापासून निर्माण होणाऱ्या ऊर्जेपासून पृथ्वीला वाचवणं अशक्यप्राय होईल. पृथ्वीचा नाशही होईल असं भाकित त्याने केलेलं आहे. मला वाटतं विसाव्या शतकातली ही भीती निरर्थक नव्हती म्हणायची.'' डॉ.केसकरांना दोनशे वर्षांपूर्वीच्या नोंदी आठवल्या.

आतापर्यंत गप्प बसलेल्या गार्बोव्हनं थोडीशी हालचाल केली. विचारावे की नाही, या द्विधा मन:स्थितीत असतानाच त्याच्या तोंडून शब्द बाहेर पडले, ''संकेत,''

सगळ्यांनीच गार्बोव्हकडे पाहिले. कारण या चर्चेत तो प्रथमच बोलत होता. संकेतने हेतूपूर्वक त्याच्या विचारण्याकडे दुर्लक्ष करत न ऐकल्याचे भासवले.

गार्बोव्हने पुन्हा विचारले. ''संकेत! एक विचारू?''

पिच्छा पुरविलेला पाहून संकेतला हुंकार भरण्याशिवाय पर्याय उरला नाही, ''हं! बोल.''

''कदाचित मी जे विचारीन ते बाळबोध वाटेल तुला. अंतराळ मोहिमेत मी कसा सामील झालो, असंही तुला जाणवेल. पण मी एक तंत्रज्ञ आहे. म्हणून तुझ्यासारखी खगोलशास्त्राविषयीची सखोल माहिती असणं मला शक्य नाही. न्युट्रॉन ताऱ्यांविषयीचं माझं ज्ञान जुजबी आहे. म्हणून हे न्युट्रॉन तारे आणि त्यांचं मीलन म्हणजे नेमकं काय, याविषयीच्या मूलभूत प्रक्रिया मला जाणून घ्यायची इच्छा आहे.'' गार्बोव्हने आपल्या परिसीमा स्पष्ट करत प्रश्न विचारला होता.

संकेत अरोराने गार्बोव्हकडे नकळत तुच्छतेने पाहिले. एवढ्या साध्या प्रश्नाचे उत्तर याला ठाऊक नाही, म्हणून छद्मीपणाने तो थोडा विकट हसला. संकेतच्या अशा हसण्याचा नीलाला राग आला. पण तिने तो प्रदर्शित न करता स्वत:ला शांत ठेवले. या प्रश्नांचा आधार घेऊन गार्बोव्हला सणकून काढावा, असाही विचार संकेतच्या मनात येऊन गेला. पण गार्बोव्हने आधीच कबूल केल्याने तिथेही संकेतला वाव नव्हता. शिवाय नीलाकडे पाहत त्याने हा विचार टाळला. महत्प्रयासाने गार्बोव्हच्या प्रश्नाला संकेतने त्रोटक उत्तर दिले.

''जेव्हा तारा आपल्या उत्क्रांतीकारक जीवनाच्या शेवटच्या टप्प्यात येऊन ठेपतो, तेव्हा त्यातलं अणुगर्भीय इंधन संपतं आणि उष्णतेची पुरती विल्हेवाट लागल्यावर तो स्वत:च्याच गुरुत्वाकर्षणानं आकुंचन पावण्यास सुरुवात होते. त्यामुळे तिथले उपलब्ध इलेक्ट्रॉन हे अणूच्या गाभ्यात ढकलले जातात. तिथे ते प्रोटॉनशी जोडी जुळवून न्युट्रॉनमध्ये रूपांतरित होतात. पॉवलीच्या व्यावर्तन तत्त्वानुसार (Pauli's exclusion principle) कोणतेही दोन इलेक्ट्रॉन किंवा वस्तुकण एकाच अवस्थेत असू शकत नाहीत. असे असंख्य इलेक्ट्रॉन, न्युट्रॉन ताऱ्यात दाटीवाटीने कोंबलेले असल्यामुळे न्युट्रॉनच्या ऱ्हासापासून निर्माण होणाऱ्या इलेक्ट्रॉनने घेण्याजोगी

कोणतीही अवस्था शिल्लक नसते. म्हणूनच न्युट्रॉनचा ऱ्हास होऊ शकत नाही. ते स्थिर राहतात. याच व्यावर्तन तत्त्वाच्या आधारानं जे तारे स्वत:च्या गुरुत्वाकर्षणाचा मुकाबला करू शकतील, त्यांचं आकारमान विशिष्ट मर्यादेपर्यंत स्थिरावेल. अशा ताऱ्यांना पांढरा बटू (White Dwarf) असंही म्हणतात आणि इलेक्ट्रॉनवरच्या व्यावर्तन तत्त्वाच्या प्रभावामुळे पांढरे बटू तयार होतात, ज्यांचं आकारमान पांढऱ्या बटूपेक्षा खूपच कमी असतं, अशा ताऱ्यांना न्युट्रॉन तारे असं म्हणतात.''

न्युट्रॉन तारे म्हणजे काय, याच्या विश्लेषणानंतर संकेत क्षणभर थांबला. दीर्घ श्वास घेत, गार्बोव्ह व नीलाकडे न पाहता, मिचेव्ह यांच्याकडे पाहत पुढे म्हणाला, ''जेव्हा असे मोठे वस्तुमान असलेले दोन न्युट्रॉन तारे एकाच कक्षेत असतात, तेव्हा त्यांच्या हालचालींमुळे गुरुत्वाकर्षणीय लहर तयार होऊन ती सभोवतालच्या अवकाशकालात परावर्तित होते. ही गुरुत्वाकर्षणीय लहर शक्ती वाहून नेत असल्याने तिच्याद्वारे न्युट्रॉन ताऱ्यांच्या गतिशक्तीपैकी सूक्ष्म हिस्सा वाहून नेला जातो. परिणामी त्या त्या न्युट्रॉन ताऱ्यांची कक्षा हळूहळू आकसत जाते. मीलनाच्या दिशेने प्रवास होऊ लागतो. आपल्या आकाशगंगेत अशा पाच-सहा न्युट्रॉन ताऱ्यांच्या जोड्या असल्याचं पूर्वीच ज्ञात झालेलं आहे आणि त्यापैकी ज्यांचं मीलन होऊ पाहतंय, ती दोन आपल्यासमोर आहेत.''

संकेतचं स्पष्टीकरण बरे होते, पण त्याने गार्बोव्हचे समाधान झालेले दिसले नाही. हे त्रोटक स्पष्टीकरण मुद्दामच सांगितले असावे, असे नीलाला उगीचच वाटले. तिला प्रश्न विचारण्याचा मोह झाला. परंतु तो तिने कटाक्षाने टाळला. कारण संकेतने तिच्या शंकेचे निरसन केले असते, याची शाश्वती तिला नव्हती. तेवढ्यात मितभाषी असलेले मिचेव्ह गहन विचारातून बाहेर पडत म्हणाले, ''संकेत, हे न्युट्रॉन तारेच आहेत आणि एकमेकांजवळ येत आहेत, याचा अभ्यास तू कसा केलास?''

''सरळ आहे. ज्या रेडिओलहरी आपल्या दुर्बिणीने पकडल्या, त्यांच्या अभ्यासानंतर माझ्या लक्षात आलं की, या ताऱ्याची गतिशक्तीही गुरुत्वाकर्षणीय लहरींमुळे ओसरत असून हे दोन तारे एकमेकांजवळ येत आहेत.''

''मग त्यांचा एकमेकांमध्ये मिसळून... महास्फोट होण्याचा कालावधी काय असेल?''

नीलानं प्रथमच महत्त्वाचा प्रश्न विचारला. संकेतनं शांतपणे तिच्याकडे पाहिलं. विचार करून काही आकडेमोड करत तो उत्तरला, ''मला वाटतं, खूपच लवकर! ह्या काही वर्षांतच! पण आजच जर का हा महास्फोट झाला, तर त्यापासून निर्माण होणारी ऊर्जा पृथ्वीवर पोहोचायला साधारण शंभर वर्षांचा कालावधी लागेल. शिवाय आपण आधीच पृथ्वीपासून बऱ्याच अंतरावर आल्याने तुलनेने ती ऊर्जा आपल्यापर्यंत पोहोचायला काही वेळ लागेल.''

''म्हणजे पृथ्वीचा नाश होणं अटळ आहे.'' डॉ.केसकर आतापर्यंत पृथ्वीचाच विचार करत होते. संकेतच्या विश्लेषणांकडे त्यांचे फारसे लक्ष नव्हते.

''हो! या क्षणी जरी आपण रेडिओ संदेश पृथ्वीवर पाठवला, तरीदेखील संदेश पोहचण्याच्या काही कालावधीनंतर लागलीच महास्फोटाची प्रचंड ऊर्जा पृथ्वीवर येऊन धडकेल. त्यामुळे मानवाला कुठलीही उपाययोजना करायला अवधीच मिळणार नाही. माझ्या दृष्टीने हीच खरी चिंतेची बाब आहे.'' संकेत पुन्हा आकडेमोड करत आत्मविश्वासाने म्हणाला.

'' ही ऊर्जा नेमकी कुठल्या प्रकारची आहे? तिच्यामुळे पृथ्वीचा नाश ओढवेल?'' मिचेव्हनं पुन्हा आपल्या विचारातून बाहेर येऊन विचारले होते.

संकेतने एकवार सर्वांचेच चेहरे शांतपणे न्याहाळले आणि थोडा विचार करून तो म्हणाला, ''सर! या महास्फोटामुळे मोठा गॅमा रे बर्स्ट होऊन अदृश्यरूपी गॅमा किरणांचा मारा पृथ्वीवर होईल. ही किरणं पृथ्वीच्या वातावरणातल्या हवेशी रासायनिक प्रक्रिया घडवून आणतील, मोठ्या प्रमाणात नायट्रिक ऑक्साईड तयार होईल आणि आकाश काळवंडू लागेल. त्यामुळे मानवाला काहीतरी अघटित घडत असल्याची जाणीव होईल. या माऱ्यामुळे ओझोन वायू नष्ट होऊन जंबुपार किरणं (Ultraviolet Rays) पृथ्वीवर सहजपणे येऊन थडकतील आणि वातावरणात मोठा बदल घडून कॉस्मिक किरणांचा मारादेखील पृथ्वीवर होईल. त्यातूनच म्युऑन्स (Muon) निर्माण होऊन जमिनीवरच्या वनस्पती आणि प्राणी नष्ट होतील. काही दिवस गॅमा किरणं अशीच येत राहिल्यास पृथ्वीवर एक कोटी वर्षं कॉस्मिक किरणांचा मारा होऊन सजीवांचं अस्तित्व धोक्यात येईल. अनंत काळासाठी पृथ्वी नष्ट होईल.''

संकेतच्या या स्पष्टीकरणाने सर्वच सुन्न झाले. न्युट्रॉन ताऱ्यांचे मीलन होऊन महास्फोट होणे अटळ होते. पृथ्वीचा नाशही अटळ होता. सर्वच अटळ असल्याने कुणालाच काही सुचत नव्हते. लांब अंतरावर असलेल्या पृथ्वी-बांधवांना याची पुसटशीही कल्पना नव्हती. दूर आकाशगंगेत कुठेतरी महास्फोट होऊन आपला नाश होणार आहे, याची जाणीव कुणालाच नव्हती. होती ती फक्त या मोहिमेवर निघालेल्या त्यांच्या बांधवांना!

''संकेत, मला वाटतं पृथ्वीच्या बचावासाठी आपण काहीतरी करायलाच हवं.'' मिचेव्ह अजीजीने म्हणाले.

यावर सर्वांचंच एकमत व धडपड दिसली. संकेत पुन्हा विचारपूर्वक उत्तरला, ''मला एक मार्ग सुचतोय.''

सगळ्यांच्याच आशा पुन्हा पल्लवित झाल्या. संकेत काय बोलतोय हे ऐकण्यासाठी सर्वांचेच कान अधीर झाले.

संकेत पुढे म्हणाला, ''आपण पृथ्वीवर संदेश पाठवण्याऐवजी तुम्ही सर्वांनीच

पृथ्वीकडे प्रस्थान करावं. महास्फोटाची ऊर्जा पृथ्वीवर पोचण्याअगोदर कदाचित तुम्ही पृथ्वीवर पोचलेले असाल आणि तुम्हाला सर्वच ज्ञात असल्याने थोडासा कालावधीही उपाययोजना करण्यास पुरेसा ठरेल. हाच एकमेव पर्याय सध्या आहे.''

सर्व जण आश्चर्याने संकेतकडे पाहत राहिले. अशा पर्यायाची कुणालाही अपेक्षा नव्हती. डॉ.केसकर आश्चर्याने उद्गारले,

''काय? परत पृथ्वीकडे?''

''होय पृथ्वीकडेच. पृथ्वीला वाचवण्यासाठी....'' संकेत ठाम स्वरात म्हणाला.

''आणि तू?'' नीलाचाही काळजीयुक्त स्वर.

'नीला आपलीही काळजी करतेय' या विचाराने संकेत सुखावला. त्याला बरे वाटले. तिच्या प्रश्नाला त्याने तत्काळ उत्तर दिले.

''मीऽऽ ना? मी जाईन पुढच्या प्रवासाला.''

''कायऽऽ?'' सर्वांच्याच तोंडून आश्चर्योद्गार निघाले.

''हो! मी ठरल्याप्रमाणे पुढच्या प्रवासाला जाईन. डॉ.केसकर, मिचेव्ह, नीला आणि गार्बोव्ह तुम्ही सर्वांनीच आपल्या यानाला जोडलेल्या स्पेस शटलच्या साहाय्याने पृथ्वीकडे जाण्यासाठी तयारीला लागावं.''

''नाही! आम्ही तुला एकटं सोडून जाऊ शकणार नाही.'' नीला आणि गार्बोव्ह एकाच वेळेस म्हणाले.

संकेत पुन्हा तुसडेपणाने बोलला, ''हे बघा, माझी काळजी करण्याची गरज नाही आणि तुम्ही दोघांनी तर मुळीच नाही. आपला पृथ्वी हा ग्रह आणि त्यावरच्या मानवबांधवांची काळजी घेणं महत्त्वाचं आहे. माझी नव्हे.''

संकेत ठामपणे म्हणाला होता.

डॉ.केसकर, मिचेव्हही बोलण्याच्या प्रयत्नात असतानाच संकेत पुढे म्हणाला, ''सर! आपण वरिष्ठ असूनही मी थोड्या अधिकार वाणीने बोलतोय, क्षमा करा. आपण काय सांगणार आहात तेही मला ठाऊक आहे. आपण सर्वच पृथ्वीकडे जाऊ, हेच तुम्ही सांगणार आहात ना? तसं शक्य नाही. महास्फोटाची माहिती पुढच्या प्रवासात ठेवणं अत्यंत गरजेचं आहे आणि वेळोवेळी ती तुमच्यापर्यंत पोचवणंही महत्त्वाचं आहे. त्यामुळे मी इथेच राहणं योग्य आहे. तुम्ही सर्व जण तयारीला लागावं, अशी माझी विनंती आहे. आपल्याला वेळ तसा फार कमी आहे. या नैसर्गिक आपत्तीतून पृथ्वी सहीसलामत सुटली, तर पुढे अब्जावधी वर्षं तिच्यावर कुठलंच अरिष्ट येणार नाही, याची मला खात्री आहे.''

पुढे जास्त वेळ न बोलता संकेत तडकपणे कॉकपीटकडे रवाना झाला. या अजब व्यक्तीकडे सर्वांनीच आशाळभूत नजरेने पाहिले. त्याच्यापुढे आपले फारसे चालणार नाही, याची जाणीव सर्वांनाच होती. त्याच्या बुद्धिमत्तेवर सर्वांचा विश्वास

होता. तो जे काही करेल ते योग्यच करेल, अशी सर्वांचीच खात्री होती.

मुख्य यानाच्या मागच्या भागातील स्पेस कॅप्सूलमध्ये चौघेही बसले. संदेशांची देवाण-घेवाण होताच संकेतने कळ दाबून स्पेस कॅप्सूल वेगळी केली.

यानापासून स्पेस कॅप्सूल दूर जाताना संकेतला दिसली. मिचेव्ह संदेशाची देवाण-घेवाण करत होते. स्पेस कॅप्सूलचा प्रवास ठीक चालल्याचा संदेश संकेतला येत राहिला.

मुख्य यानाच्या दर्शक पटलावरून स्पेस कॅप्सूल दिसेनाशी होताच संकेतच्या डोळ्यांत अश्रू जमा झाले. डबडबलेल्या डोळ्यांत नीलाचा चेहरा परावर्तित झालेला दिसला. 'आपण नीला आणि गार्बोव्हशी एवढ्या तुसडेपणानं वागायला नको होतं' असे त्याला मनापासून वाटून गेले. आपण स्वत: मत्सरी होऊ शकतो, याचेही त्याला आश्चर्य वाटले. नीलाविषयीच्या सगळ्याच भावना आज त्याच्या हृदयात दाटून आल्या होत्या. त्यानेच त्याच्या डोळ्यांत अश्रू जमा झाले.

डॉ.केसकर व इतरांचा समावेश असलेली स्पेस कॅप्सूल आकाशगंगेतून बरीच वर्षे प्रवास करून सूर्यमालिकेत शिरली. प्लुटो, नेपच्युन, युरेनस, शनी, गुरू, मंगळ असा प्रवास करत स्पेस कॅप्सूल पुन्हा पृथ्वीवर येऊन थडकली.

दरम्यान सूर्यमालिकेत शिरण्यापूर्वी संकेत अरोराचा रेडिओ संदेश स्पेस कॅप्सूलमध्ये पोचला होता. नीलानेच त्याचे पृथ्थक्करण करून माहिती मिळवली होती. महास्फोट झाल्याचीच ती माहिती होती. त्यात पृथ्वीवर प्रचंड ऊर्जा मंगळ ग्रहाच्या ३०° अक्षांशाच्या दिशेने अवकाशातून पडणार असल्याचेही भाकित केले होते. सर्वच माहिती संकेतने काटेकोरपणे पाठवली होती. यात संकेतचा हेतू एकच होता — पृथ्वीवर जाऊन इतर गोष्टींमध्ये वेळ न घालवता प्रत्येकाने ऊर्जेपासून पृथ्वीच्या बचावासाठी प्रयत्नशील व्हावे. त्यासाठी पुरेसा अवधी मिळावा. हाच रेडिओ संदेश पाठवण्यामागचा संकेतचा हेतू असावा, अशी खात्री सर्वांनाच होती. त्यामुळे संकेतविषयीचा आदर सर्वांच्याच मनात द्विगुणित झाला होता.

पृथ्वीवर स्पेस कॅप्सूलचे आगमन होताच नवीन पिढीतील मानवांनी त्याचे स्वागतच केले. पूर्वीपेक्षा आताचे तंत्रज्ञान खूपच विकसित झाल्याने अमेरिकेतील एका अग्रगण्य स्पेस सेंटरने या कॅप्सूलची तत्काळ दखल घेतली होती व त्यातील रहिवाशांची माहिती मिळवली होती. पृथ्वीवरच्या नवीन पिढीने त्यांच्या नावाचा उल्लेख करूनच त्यांचे स्वागत केले होते. डॉ.केसकरांसोबत असणाऱ्या त्यांच्या इतर सहकाऱ्यांनाही याचा सुखद धक्का बसला.

सर्वच क्षेत्रात आज पृथ्वीची प्रगती असली, तरी येऊ पाहणाऱ्या संकटाची

चाहूल अजूनही या पिढीला नसल्याचे त्यांना दिसून आले. डॉ.केसकर, नीला, गार्बोव्ह व मिचेव्ह यांनी येणाऱ्या संकटाची माहिती पृथ्वीवरील विविध अवकाशकेंद्रांना दिली. त्याची विश्वासार्हता पटताच विज्ञानजगतात एकच खळबळ उडाली.

मानवाच्या अस्तित्वाचाच प्रश्न उद्‌भवल्याने शास्त्रज्ञ चिंतीत झाले. पृथ्वीवरील सर्व अवकाश केंद्रे कामाला लागली. सर्वच देशांचे प्रतिनिधी एकत्र येऊन मीटिंग्ज व विचारविनिमय करू लागले. अहवाल चर्चिले जाऊ लागले. पृथ्वीवर येऊ पाहणाऱ्या संकटाच्या मुकाबल्यासाठीचे प्रयोगही होऊ लागले. त्यासाठीच्या उपाययोजनेस प्रारंभ झाला.

एव्हाना पृथ्वीवर सर्वच अवकाशकेंद्रांच्या विविध दुर्बिणींवर गॅमा रेचे बर्स्टचे निरीक्षण होऊ लागले. पूर्वी या गॅमा रेचे कोडे पडलेल्या मानवाला आता ती न्युट्रॉन ताऱ्याच्या मीलनाच्या महास्फोटातीलच ऊर्जा असल्याची खात्री पटली. पण अवधी खूपच कमी असल्याने विशिष्ट ठिकाणाहून येणारी ही ऊर्जा कशी रोखायची, हा आताच्या प्रायोगिक शास्त्रज्ञांसमोरचा मोठा गहन प्रश्न होता. महास्फोटाची ऊर्जा पृथ्वी व मंगळ या दोघांतील ३०° अक्षांशामधून येणार हे येथील गणितज्ज्ञांनी संकेतच्या अनुमानानुसार सिद्ध केलं होतं.

वेळ खूपच कमी होता. शास्त्रज्ञांची धावपळ सुरूच होती.

डॉ.केसकर व त्यांचे सहकारी सुन्न झाले. मानवाची ही पिढी खूपच आधुनिक असल्याने करण्यासारखे त्यांच्या हातात काहीच नव्हते. पण नव्या पिढीची कार्यक्षमता पाहून त्यांनाही आश्चर्य वाटले. एकमेकांमधील जिव्हाळा, एकोपा पाहून त्यांना पूर्वीची आठवण झाली. पृथ्वीला वाचवण्यासाठीची प्रत्येकाची धडपड, जिद्द पाहून डॉ.केसकर थक्क झाले. ज्या कामासाठी आपण इथपर्यंत आलो, त्याचा उपयोग होतो की नाही, अशी शंका त्यांच्या मनात पुन्हा येऊन गेली. या नैसर्गिक आपत्तीतून पृथ्वी वाचते की नाही, हे असे अनेक अनुत्तरित प्रश्न डॉ.केसकरांना भेडसावू लागले.

एक नामी कल्पना आताच्या शास्त्रज्ञांना सुचली. साधारण पृथ्वीला झाकोळून टाकेल असा अशनी ऊर्जा येते त्या ओघात टाकायचा आणि पृथ्वीला वाचवायचे. समीकरणे, गणिते सोडवून साधारण ५० कि.मी. व्यासाचा अशनी १० लाख कि.मी अंतरावर सोडावा लागणार होता. तेव्हाच पृथ्वीचा बचाव होणे शक्य असल्याचे शास्त्रज्ञांच्या लक्षात आले. नाहीतर चमत्कारिकरित्या चंद्र हा उपग्रह जर का पृथ्वी आणि या स्रोताच्या मध्ये आला असता, तर ऊर्जा रोखली जाणे शक्य होते.

पण या क्षणी तेही शक्य नसल्याचे ध्यानी येताच शास्त्रज्ञांमध्ये गोंधळ उडाला. पृथ्वीचा नाश अटळ असल्याचेच सगळ्यांचे मत झाले. ऊर्जेला पृथ्वीवर येण्यापासून थोपवणे केवळ अशक्य असून काही नैसर्गिक चमत्कार घडला तरच पृथ्वी वाचणे शक्य आहे, या निष्कर्षाप्रत सर्व जण आले.

एव्हाना थोड्या प्रमाणात ऊर्जा येण्यास आणि ओझोन वायूच्या कवचाशी हळूहळू रासायनिक क्रिया होण्यास सुरुवात झाली होती.

दुर्बिणीने निरीक्षण करणाऱ्या खगोलशास्त्रज्ञांच्या मते काही दिवसातच प्रचंड मोठी ऊर्जा विविध मूलकणांच्या रूपात पृथ्वीवर पडून सेकंदातच सृष्टी, प्राणी नष्ट होणार होते. सामान्य जनांना याची पुसटशीही कल्पना नसल्याने पृथ्वीवर शांतता होती. शास्त्रज्ञांनी ही माहिती देणे हेतूत: टाळले होते. कारण या नुसत्या कल्पनेनेही पृथ्वीवर हाहाकार माजेल, याची खात्री त्यांना होती.

सगळेच आवाक्याबाहेर असल्याने शास्त्रज्ञही हतबल झाले. प्रयत्नांची शिकस्त होतच होती, पण मार्ग सापडत नव्हता. गॅमा किरणाच्या पातळीत उत्तरोत्तर वाढ होतच होती.

तेवढ्यात येऊ पाहणारी ऊर्जा थोपवली गेली. गॅमा किरणांचा वर्षाव थांबला. किंबहुना पृथ्वीच्या आजूबाजूने ती ऊर्जा जाऊ लागली.

शास्त्रज्ञ बुचकळ्यात पडले. 'आपण जसा विचार करत होतो, तसा नैसर्गिक चमत्कार घडला की काय? पण हे कसं शक्य आहे?' मध्ये काहीतरी आल्याशिवाय असे होणे शक्य नसल्याचे मत तज्ज्ञांनी व्यक्त केले. दूर कुठेतरी नैसर्गिकरित्याच एखादा अशनी मध्ये आला असावा, असे अनुमान शास्त्रज्ञांनी काढले. अमेरिकेच्या 'केनेडी' स्पेस सेंटरमध्ये हा आविष्कार पाहायला मिळत होता. डॉ.केसकर, नीला, गार्बोव्ह, मिचेव्ह सर्वच उपस्थित होते. आश्चर्याने व आनंदाने ते हर्षोल्लसित झाले. त्यांचे पृथ्वीवरील आगमन सार्थकी ठरले होते.

त्याच वेळी सर्वांना संकेत अरोराची प्रकर्षाने आठवण झाली.

स्पेस सेंटरच्या कंट्रोलरूममध्ये सर्व जण उपस्थित होते. तेथेच शास्त्रज्ञांना बुचकळ्यात टाकणारा रेडिओ संदेश प्राप्त झाला. त्याचे पृथक्करण केले असता तो असा होता –

"कदाचित ऊर्जा अचानकपणे कशी अडवली गेलीय, याचं आश्चर्य आपणास वाटत असणार. मी संकेत अरोरा. पृथ्वीवासीयच. माझे सहकारी एव्हाना तुमच्या सोबत असतील. त्यांच्यापैकी मीही एक होतो. पृथ्वीवर येणारी ऊर्जा मीच मंगळ ग्रहाच्या शेजारी अडवली. माझ्या सहकाऱ्यांना पृथ्वीकडे पाठवण्याचं कारण म्हणजे गणिताद्वारे पडताळा केल्यानंतर ही प्रचंड ऊर्जा पृथ्वीवर येण्यापासून थोपवणं केवळ अशक्य असल्याचं माझ्या लक्षात आलं. त्यानं मी हादरलो. अख्खी मानवसृष्टीच धोक्यात होती. त्यासाठी एकच पर्याय मला दिसला. तो म्हणजे विशिष्ट अंतरावर हेच यान पृथ्वी व स्रोत यांच्या दरम्यान आणून ऊर्जेला अटकाव करायचा. ही अतिशय अवघड आणि जोखमीची बाब होती. ती अमलात आणायचा निश्चय मी स्वत:च केला, पण त्यासाठी मला माझ्या सहकाऱ्यांचं जीवन धोक्यात घालायचं

नव्हतं. फक्त हीच गोष्ट न सांगता मी त्यांना पृथ्वीवर परत पाठवण्यात यशस्वी झालो. त्यांच्या पाठोपाठ मीही पृथ्वीकडच्या प्रवासाला निघालो. ते गरजेचंच होते. कारण माझ्या निष्कर्षानुसार लाखो प्रकाश अंतरावर न्युट्रॉन ताऱ्याचं मीलन होऊन महास्फोट झाला होता आणि प्रचंड प्रमाणात ऊर्जा आसमंतात झेपावली होती. ही ऊर्जा पृथ्वीला नष्ट करणार असल्यानं तिचा बचाव कसा करावा, याचा अखंडपणे पाठपुरावा करू लागलो. शेवटी गणिताद्वारे ठोकताळे करत ही ऊर्जा मंगळाजवळ अडवून पृथ्वी वाचवणं शक्य असल्याचं माझ्या लक्षात आलं. त्याच आधारावर माझ्या यानाच्या आकारानुसार तंतोतंत अंतर काढून मी माझं यान यशस्वीपणे मंगळाशेजारी थांबवलं आहे आणि आता तुम्हाला निवांतपणे मी हा रेडिओ संदेश पाठवला. माझ्या सहकाऱ्यांचं माझ्यावर खूप प्रेम असल्यानं मी खोटं बोललो असं त्यांना मुळीच वाटणार नाही. तरीही त्यांची दिशाभूल केली, म्हणून मी क्षमा मागतो. माझ्या मानवबांधवांना वाचवण्याचं भाग्य मला लाभलं, यापेक्षा मोठं कार्य काय असू शकतं? मी कृतार्थ झालो. आपल्यापर्यंत हा संदेश येईतो माझं यान ऊर्जेच्या प्रवाहात असेल आणि मानवसृष्टी त्यापासून मुक्त झालेली असेल, हा आत्मविश्वास मला आहे. थोडं वैयक्तिक. नीला! तिच्यावर माझं प्रेम होतं. कदाचित त्यामुळेच माझ्या हातून घोडचुका झाल्या असतील. बुद्धिवादी असलो, तरी शेवटी मीही एक माणूसच होतो. माझ्याकडनं ज्या चुका झाल्यात, त्याबद्दल नीला आणि गार्बोव्ह क्षमा करतीलच, असं मी गृहीत धरतो.''

''अलविदा!''

सगळेच त्या संदेशाकडे स्तब्धपणे पाहत राहिले. डॉ.केसकर, मिचेव्ह, गार्बोव्ह यांचे डोळे पाणावले. डॉ.केसकर म्हणाले, ''संकेत असा काही निर्णय घेईल, असं त्या वेळी कुणालाही वाटलं नव्हतं. ही वॉज अ जिनिअस! स्वत:चं बलिदान देऊन मानवसृष्टीचं रक्षण करणारा तो एक महान शास्त्रज्ञ ठरला.''

तेवढ्यात मागाहून अस्पष्टसे हुंदके ऐकू आले. सर्वांनीच त्या दिशेने पाहिले. नीलाच्या डोळ्यांतून अश्रू वाहत होते, दु:खावेगाने!

संकेत तिचा एक चांगला व जीवाभावाचा मित्र होता. मनात अस्वस्थता निर्माण करून तो निघून गेला होता.

गार्बोव्हने प्रसंगावधान पाहून नीलाच्या पाठीवर हळूच हात ठेवला आणि डोळ्यांनीच तो तिचे सांत्वन करू लागला.

■

निरपराध

रात्री दहाचा सुमार होता. शहरातील रहदारी कमी झाली होती. डॉ.अविनाश खोपर्डेंनी आपली कार शहराबाहेर असलेल्या पीरबाबांच्या मस्जिदीकडे जाणाऱ्या रस्त्याकडे नेली. टप्प्या-टप्प्याने दिव्यांचे खांब मागे जात होते, त्यामुळे उजेड-अंधाराचा खेळ सुरू झाला होता. डॉ. अविनाश जसे शहराबाहेर येत होते, तशी रहदारी अजूनच तुरळक होत गेली. क्वचितच भरधाव वेगानं काही गाड्या जाताना दिसत होत्या. प्रखर लाईटमुळे आत कोण बसलेलं आहे, याची जाणीवच होत नव्हती. डॉ.अविनाशची कार अंधार चिरत वेगानं जात होती. पीरबाबाची मस्जिद केव्हाच मागे पडली होती. शहराचं ते दक्षिण टोक होतं, त्यामुळे तिथपर्यंत नगरपालिकेचे स्ट्रीट लाईट होते. पुढे मात्र ठार अंधार होता. नागमोडी वळणं घेत जाणारा हमरस्ता परावर्तित अंधूक प्रकाशात एखाद्या सर्पासारखा दिसत होता. त्यावरनं डॉ.अविनाशची कार सुसाट जात होती. मागे-पुढे कित्येक किलोमीटर अंधारच होता. रस्त्यावर कुठलीही गाडी नव्हती. शिवाय डॉ.अविनाशच्या कारच्या प्रखर लाईट्समुळे त्या अंधाराच्या पार्श्वभूमीवर तो रस्ता सळसळत जाणाऱ्या नागाचा भास निर्माण करत होता. थंडीचे दिवस असल्याने वातावरणात कमालीचा गारठा होता, शिवाय कार शहराबाहेर आल्याने तापमान अजून कमी झालं होतं. बरंचसं धुकं असल्यानं डॉ.अविनाशनी कारचा वेग थोडा कमी केला होता, पण तरीही काही मीटर्सपर्यंत समोरच्याचा अंदाज घेणं कठीण होत होतं. त्यातच प्रकाशझोतात एखादं झाड अंगावर आल्यासारखं वाटताच, ते करकचून ब्रेक दाबत असत व पुन्हा ॲक्सलरेटरवर दाब देऊन वेग वाढवत असत. अशा वेळी त्यांच्या हृदयाची धडधडही वाढत होती. डॉ.अविनाशनी कारचा वेग कमी केला व हमरस्त्यावरनं

डावीकडे असलेल्या छोट्या, पण संपूर्ण डांबरी रस्त्यावर कार वळवली. तिथेच कोपऱ्यावर एक पाटी रेखांकित केली होती. 'महाराष्ट्र लाइफ एक्स्टेंशन फाऊंडेशन' असं नाव त्यावर होतं. त्याकडे अर्थपूर्ण पाहत डॉ.अविनाशनी कार पुढं नेली. या रस्त्याच्या आजूबाजूला प्रचंड झाडी होती, त्यामुळे एखाद्या गुहेतच हा रस्ता जात असल्यासारखं वाटत होतं. रस्त्यावर लाईट्स नसल्याने दहा मीटर्सवर रस्ता नेमका कुठं सुरू होतो आणि कुठं संपतो, याचा अंदाज डॉ.अविनाशना येत नव्हता. त्यामुळे त्यांनी वेग खूपच कमी ठेवला होता. एका अनामिक जाणिवेनं त्यांचं हृदय मध्येच धडधडत होतं. प्रयोगाच्या ध्येयापोटी त्यांनी आज इकडं येण्याचा निर्णय अखेर घेतलाच होता आणि तो अंतिमच होता. कित्येक वर्षं डोक्यात घोळत असलेल्या प्रयोगाला त्यांना आजच सुरुवात करायची होती.

शेवटी कार एका बैठकी आणि प्रशस्त, तीन मजली पांढऱ्याशुभ्र इमारतीपुढे येऊन थांबली. ती इमारत शहरापासून साधारण १० कि.मी. लांब असेल. 'महाराष्ट्र लाईफ एक्स्टेंशन फाऊंडेशन' अशी अक्षरं इमारतीवर झळकत होती. इमारतीच्या आजूबाजूचं वातावरण कमालीचं भारलेलं आणि रहस्यमय भासत होतं. थंडी आणि धुकं असल्यानं वातावरणाच्या भयावहतेत अजूनच भर पडत होती. नीरव शांतता. कुठेही कसलाही आवाज नाही. अशा शांत वातावरणात डॉ. अविनाशच्या कारचा तेवढा आवाज निर्माण होऊन थांबला होता. डॉ. अविनाश खाली उतरले आणि इमारतीच्या पायऱ्या चढून मेन पोर्चमध्ये आले. तिथेच उजवीकडे अखेरच्या काउंटरवर एक व्यक्ती बसली होती. डॉ. अविनाशना पाहताच तिने आपले डोळे त्यांच्यावर रोखले. डॉ. अविनाशनी काही कागदपत्रं सादर केली. एक-एक कागदपत्र चाळत, दीर्घ श्वास सोडत त्या व्यक्तीने त्यांच्याकडे भेदक नजरेनं पाहिलं आणि हळूच उठून आपल्या मागे येण्याचा मूक इशारा केला. त्या व्यक्तीच्या भेदक डोळ्यांनी डॉ. अविनाशच्या मनात उगीचच चलबिचल झाली. इमारतीत अजून काही होतं की नाही, शंकाच होती. कारण डॉ.अविनाशना अजूनतरी त्या व्यक्तीव्यतिरिक्त कुणीच दिसलं नव्हतं. त्या इमारतीला साजेसं असंच वातावरण तिथे ठेवलं होतं. डॉ.अविनाश त्या व्यक्तीच्या पाठीमागे एका चिंचोळ्या पॅसेजमधनं जात होते. जसे ते पुढे जात होते, तसं वातावरणातलं तापमान अजून खाली-खाली जात होतं. आताशी मात्र डॉ. अविनाशनाही आपलंच शरीर गोठण्याची प्रक्रिया सुरू होत असल्याची जाणीव होऊ लागली.

'महाराष्ट्र लाईफ एक्स्टेंशन फाऊंडेशन' हे एक शवागारच होतं. चाळीस-पन्नास वर्षांचा इतिहास त्याला होता. प्रारंभी नुसतंच शव, मृतदेह ठेवण्याचं एक सरकारी शीतगृह म्हणून त्याची स्थापना झाली होती. सुरुवातीला मोठा हॉलच विशिष्ट तापमानाला गार करून तिथे मृतदेह एकत्रितपणे ठेवण्यात येत असत.

मृतदेह ठेवण्याची कुठलीही पद्धत त्या वेळी ज्ञात नव्हती. प्रामुख्याने हे मृतदेह डॉक्टरांच्या अभ्यासासाठी वापरण्यात येत असत. म्हणूनच सरकारी दवाखाने आणि वैद्यकीय महाविद्यालयं या शवागाराशी संलग्न होती; पण कालांतराने मूलभूत विज्ञानात संशोधन होऊन मोठी यंत्रणा उभी राहिली. त्यामुळे मृतदेह जपून ठेवण्याच्या कालावधीत वाढ झाली. काही वर्षांपूर्वी अति-अतिसूक्ष्म तंत्रज्ञानाचा शिरकाव केवळ मानवी जीवनातच न होता मानवी शरीरातही झाला. या अतिसूक्ष्म तंत्रज्ञानामुळे शवागारं नुसतीच शवागारं न राहता ती मानवी शरीरं गोठवून ठेवण्याच्या अतिप्रगत वास्तू व बँका झाल्या. आधी सरकारी अधिपत्याखाली असणाऱ्या या संस्था व्यावसायिक झाल्या. त्यामुळे काही खासगी बँकाही उदयास आल्या. त्यातलीच महाराष्ट्र सरकारचं नियंत्रण असणारी 'महाराष्ट्र लाइफ एक्स्टेंशन फाऊंडेशन' उदयाला आली.

महाराष्ट्रातली ही एकमेव अशी बँक होती की, ज्यात मानवी शरीरं गोठवून ठेवण्यात येत होती. साधारण ३०-३५ वर्षांपूर्वीची शरीरं त्यात होती. मृत शरीर गोठवून ठेवण्याची पद्धत क्लिष्ट आणि महागडी असल्याने उद्योगपती, पुढारी आणि श्रीमंत माणसांची शरीरंच गोठवली गेली होती. ज्यांचा अतिसूक्ष्म तंत्रज्ञानावर विश्वास होता, त्यांनी आपल्या आयुष्याची पुंजी देऊन स्वत:चा मृतदेह गोठवून ठेवला होता. जेव्हाकेव्हा अतिसूक्ष्म तंत्रज्ञान उपलब्ध होईल, तेव्हा आपल्याला पुन्हा संजीवनी मिळून आपण पुन्हा आयुष्य जगू, या एकाच इच्छेवर बऱ्याच उद्योगपतींनी प्रचंड पैसा ओतून आपला मृतदेह गोठवून ठेवण्याची योजना आखून ठेवली होता. म्हणनूच साधारण वीस-पंचवीस मृतदेह बऱ्याच वर्षांपासून 'महाराष्ट्र लाईफ एक्स्टेंशन फाऊंडेशन'मध्ये होते. प्रत्येकाची माहिती, इच्छा, वर्ष, वय, जीवन-आलेख, मृत्यूचं कारण इ. गोष्टी कॉम्प्युटरमध्ये साठवून ठेवल्या होत्या.

डॉ. अविनाश खोपर्डेंनी इथे येण्याआधी प्रत्येक मृतदेह आणि त्याच्या माहितीचा अभ्यास केला होता. प्रयोगाला पूरक ठरेल असा मृतदेह शेवटी त्यांनी निवडला होता. तशी कागदपत्रं सादर करताच काउंटरवरच्या त्या व्यक्तीने तत्काळ कॉम्प्युटरवर माहिती मिळवली आणि न बोलताच डॉ. अविनाशना मागे येण्याचा इशारा केला होता.

दोघंही एका लिफ्टने तळघरात आले. अंधूकसा आणि धुरकट प्रकाश. खोलीतलं वातावरण अतिशय गार होतं. डॉ. अविनाशना आपण कुठं आलो ते काहीच कळत नव्हतं. ते फक्त त्या व्यक्तीच्या पाठीमागे चालत जात होते. समोरचं भलं-मोठं लोखंडी दार उघडून त्यांनी आत प्रवेश केला. त्या खोलीत चारही बाजूला स्टेनलेस स्टील धातूनं बनवलेले कप्पे होते. प्रत्येक कप्प्यावर नावं होती. ती व्यक्ती एका कप्प्यासमोर थबकली. डॉ. अविनाशही त्याच्या कृतीकडे पाहत कप्प्यावरचं नावं

न्याहाळू लागले. नाव वाचताच त्यांचा उष्ण श्वास बाहेर पडला आणि गोठलाही गेला. त्या व्यक्तीने खिशातनं एक छोटसं उपकरण काढलं. तो रिमोट सेन्सर असावा. त्यावर आकडेमोड करून त्यानं एंटर दाबलं, तसा तो कप्पा पुढे सरकू लागला आणि त्यातला मृतदेह हवा तोच असल्याची खात्री त्यानं करून घेतली. डॉ. अविनाशनंही सर्व माहिती पुन्हा पडताळून पाहिली आणि खात्री करून घेतली. कुठल्याही संवादाची देवाण-घेवाण न करता डॉ.अविनाशनी होकारार्थी मान डोलावली. पुढे त्या व्यक्तीने वेगाने हालचाली केल्या. रिमोट सेन्सरवर त्यानं पुन्हा नुसतीच ओठांची हालचाल केली. तत्काळ चारी कोपऱ्यातनं पाच-सहा शुभ्र कपडे परिधान केलेले स्वयंसेवक आत आले. ते कसे आले, याचं आश्चर्य डॉ.अविनाशना वाटत राहिलं. स्वयंसेवकांचा पेहराव पाहून ते थोडेसे घाबरलेही, कारण त्यांचे चेहरे कुठंही दिसत नव्हते.

चपळतेने ते पाचही स्वयंसेवक कामाला लागले. ऑटो ट्रॉलीच्या साहाय्याने त्यांनी तो कप्पा पूर्ण बाहेर काढला आणि तसाच त्यावर ठेवला. कप्पा बाहेर काढताच एक प्रकारचा रासायनिक दर्प त्यातनं बाहेर आला. ट्रॉली आपोआप सरकत भिंतीत समाविष्ट होत होती आणि त्यापाठोपाठ ते पाचही जण शिरले होते. दुसऱ्याच क्षणी तिथं काहीही नव्हतं. डॉ.अविनाश इथली ही अजब आणि अद्‌भुत पद्धत पाहून शहारले होते. ट्रॉलीसकट सर्व जण भिंतीत नष्ट झालेले पाहून ते आश्चर्याने पाहत राहिले. काही काळ डॉ.अविनाश स्तब्ध झाले, पण त्या व्यक्तीच्या इशाऱ्याने पुन्हा भानावर येताच ते तिच्या पाठीमागे चालू लागले.

पुन्हा पोर्चमधल्या कउंटरवर ते स्वत: कसे आले याचं डॉ.अविनाशना आकलनच झालं नाही. ते आपल्या स्मृतीला ताण देऊन पाहत होते, पण त्यांना काहीच आठवत नव्हतं. हा सगळाच भूलभुलैय्या आहे की काय, असं त्यांच्या मनात येऊन गेलं. याविषयी ते जास्तच विचार करत असलेले पाहून त्यांनी स्वत:ला सावरलं. ते इथं फक्त त्यांच्या प्रयोगासाठी लागणारं मानवी शरीर घ्यायला आले होते. याच गोष्टीशी त्यांचं घेणं होतं. इथल्या रहस्यमय आणि भयंकर वातावरणानं क्षणभर त्यांचा पिच्छा पुरवला, पण तो त्यांनी तत्काळ झटकला. कारण पुढचा प्रयोग त्यांना लागलीच करायचा होता. एकूण इथल्या गूढतेचा विचार त्यांनी बाजूला ठेवला.

त्या व्यक्तीशी ठरलेला व्यवहार त्यांनी पूर्ण केला आणि हस्तांदोलन करत म्हणाले, "थँक्स! माझ्या प्रयोगासाठी मला हवं असलेलं मानवी शरीर देऊन तुम्ही माझ्यावर उपकार केलेले आहेत. थँक्स वन्स अगेन!" त्या व्यक्तीने नुसतंच स्मित केलं आणि डोळ्यांची उघडझाप केली. या वेळीही प्रत्युत्तरादाखल तो काहीच न बोललेला पाहून डॉ. अविनाशना आश्चर्य वाटलं. आताशा इथलं अति शांत वातावरण मात्र त्यांना जास्तच भयावह वाटू लागलं होतं. ते वेगाने पाठमोरे फिरून बाहेर पडले.

इमारतीच्या पायथ्याशी त्यांची कार उभी होती आणि त्यात ते पाचही जण स्टेनलेस स्टीलच्या कप्प्याच्या आजूबाजूला खाली मान घालून बसले होते. डॉ.अविनाश कारमध्ये बसले आणि त्यांनी इमारतीच्या व्हरांड्याकडे पाहिलं. ती व्यक्ती तिथं स्मित करत उभी होती. डॉ. अविनाशनी त्याला हात उंचावून अभिवादन केलं. त्यानंही तसाच प्रतिसाद दिला. हातातल्या सेन्सरवर त्यानं पुन्हा बटणं दाबली. ॲम्ब्युलन्समध्ये बसलेल्या ड्रायव्हरची हालचाल झाली. पुढच्याच क्षणी ॲम्ब्युलन्स वेगानं इमारतीच्या आवाराबाहेर पडली. डॉ. अविनाशनंही कार सुरू केली. त्या वेळी ती व्यक्ती पाठमोरी झाली होती. डॉ. अविनाशनं पुन्हा एक दीर्घ श्वास सोडला. या इमारतीत होत असलेल्या व्यवहाराबद्दल त्यांचं मन अधिकच गोंधळात पडलं होतं. ॲम्ब्युलन्स खूपच पुढे निघून गेली होती. फक्त तिचे दोन प्रखर लाईट तेवढे त्या अंधारात चमकत होते; एखाद्या श्वापदासारखे!

डॉ. अविनाशनी आपला मोबाईल काढला. त्यातल्या मेमरीमधनं एक नंबर काढला आणि हिरवं बटण दाबताच कानाला लावत म्हणाले, "हॅलो, परम"

"हं बोला सर! काम झालं?"

परम पडवळ – डॉ. अविनाशचा साहाय्यक. प्रथमपासूनच त्यांच्या प्रयोगात सामील असलेला.

डॉ. अविनाश उत्तरले, "होय. झालं. मला हवं असलेलं मानवी शरीर मी मिळवलंय. त्यांचे स्वयंसेवक दहा मिनिटांत येतीलच. तुझी सर्व तयारी झालीये ना? कारण पुढच्या एका तासातच आपल्याला हा प्रयोग करायचाय."

"होय सर! सर्व तयारी झालीये. उणे तापमानातनं खोलीच्या सर्वसाधारण शीत तापमानात मृत शरीरं आणण्याची रासायनिक प्रक्रिया, निर्जंतुक खोली सर्व यंत्रणा तयार आहे." परमने माहिती दिली.

"गुड! तेच फार महत्त्वाचं आहे. कारण हा मृतदेह तीस वर्षांपूर्वीचा आहे, त्यामुळे अशी शरीरं निर्वात पोकळी आणि हवा यांच्या संक्रमणातून जात असताना वेगाने त्यांच्या पेशी मृत पावतात; कुजतात. हा कालावधी मृत शरीराला खूपच कमी असल्याने आपल्याला त्यातली एकही पेशी मृत न होता प्रयोग करावा लागणार आहे. तरच प्रयोग यशस्वी होण्याची संभावना आहे. यू गॉट इट?" डॉ. अविनाशनी प्रयोगाचं महत्त्व सांगितलं होतं.

"येस सर! आय नो! मृतदेहाच्या संक्रमण कालावधीची जाणीव ठेवूनच मी सर्व तयारी केलीये. ॲब्सोल्युटली नो प्रॉब्लेम सर!" परम आत्मविश्वासाने उत्तरला होता.

"ठीक आहे! दहा मिनिटांत मी आलोच."

"ओ.के. सर."

डॉ.अविनाशनी मोबाईल बंद करून खिशात ठेवला. एव्हाना त्यांची कार

हमरस्त्यावर आली होती. ॲम्ब्युलन्सचा मागमूसही त्यांना दिसत नव्हता. डॉ. अविनाशनी ॲक्सलरेटर वाढवला होता. या वेळी रात्रीचा एक वाजून गेला होता. रस्त्यावर चिटपाखरूही नव्हतं. वातावरणातल्या गारठ्यानं उच्चांक गाठला होता.

डॉ. अविनाशनी जैवभौतिकी आणि तंत्रज्ञान संस्थेच्या मुख्य प्रवेशद्वारातनं कार आत घातली होती. ही संस्था शहराच्या मध्यवर्ती भागातच होती, पण आजूबाजूला गर्द झाडी असल्याने तिचं अस्तित्व बाहेरून जाणवत नव्हतं. ही एक आंतरराष्ट्रीय पातळीवरची संस्था होती. क्लोनिंगसारखे प्रयोग इथेच प्रथम करण्यात आले होते. आंतरराष्ट्रीय कीर्तीचे शास्त्रज्ञ इथे असल्याने या संस्थेचं नाव अग्रगण्य होतं; म्हणून अद्ययावत प्रयोग इथे नेहमीच होत असत. मुख्य इमारतीच्या उजवीकडच्या बाजूने जाऊन डॉ. अविनाशनी कार मागच्या एका बैठकी प्रयोगशाळेसमोर उभी केली. तिथे आधीच ॲम्ब्युलन्स उभी होती. फक्त ड्रायव्हर तिथे एकटाच मख्खपणे बसला होता. बाकी सर्व बहुधा प्रयोगशाळेत गेले असावेत. कारण ॲम्ब्युलन्सचं मागचं दार उघडं होतं.

डॉ.अविनाशनी कार पार्क केली आणि ते खाली उतरले. ड्रायव्हरकडे बघून त्यांनी स्मित केलं. त्यानंही प्रतिसादादाखल हास्य फेकलं, पण दुसऱ्याच क्षणी त्याचे थंड आणि निस्तेज डोळे पाहून अविनाश जागीच थबकले. त्यांचं अंग शहारून आलं. त्यांनी आपली नजर त्वरित बाजूला केली आणि ते प्रयोगशाळेत शिरले.

पॅसेजमधनं पाचही जण जलद गतीने खाली मान घालून येताना डॉ. अविनाशना दिसले. गोठवलेल्या शरीराची पेटी नुकतीच प्रयोगशाळेत ठेवून ते परतत होते. डॉ. अविनाशची दखल न घेताच ते सर्व झपाझप पावलं टाकत काचेच्या दारातनं बाहेर पडले. डॉ. अविनाश थांबून त्यांच्या कृतीकडे पाहतच राहिले. क्षणाचाही विलंब न करता ते पाचही जण बसताच ड्रायव्हरनं यू टर्न घेऊन ॲम्ब्युलन्स सुसाट पळवली होती. डॉ.अविनाश अजूनही शून्यातच पाहत होते. ज्या काचेच्या दारातनं ते गेले, ते दार अजूनही दोलायमान होतच होतं आणि अनुषंगाने डॉ.अविनाशचं मनही हेलकावे खात होतं. अचानक आलेल्या आवाजाने ते दचकले.

''ॲमेझिंग!''

परम त्या पाचही जणांच्या मागे धावत आला होता. शवपेटी ठेवताच, त्यानं त्यांच्याशी संवाद साधण्याचा प्रयत्न केला होता. त्यातनं त्याला वेगळ्या गोष्टी जाणवल्या होत्या. त्यामुळेच तो त्यांचा पाठलाग करत पॅसेजमध्ये आला होता. तिथे त्याला डॉ. अविनाश स्तब्ध उभे असलेले दिसले. समोर गेलेल्या त्या माणसांकडे पाहतच त्याने उद्‌गार काढले होते.

''का? काय झालं परम? एनिथिंग रॉंग?''

''रॉंग नाही सर! ही जी माणसं गेलीत, त्यांना पूर्वी कधी तुम्ही भेटला होतात

का?'' परम शंकेनं विचारत म्हणाला.

''नाही. तसा प्रसंगच आला नाही. आताही आपल्याला गोठलेल्या शरीराची आवश्यकता आहे म्हणूनच तिथे जाण्याचा योग आलाय. पण तोही अतिशय गूढ असा....'' डॉ.अविनाशनी अनुभव सांगितला.

''असेलच सर! कारण ही जी कोणी माणसं आली होती, ती मानवच नाहीत.''

''काय?'' डॉ.अविनाश परमच्या वक्तव्यावर आश्चर्यचकित झाले. क्षणभर ते त्याच्याकडे अविश्वासाने पाहत राहिले आणि पुढे म्हणाले, ''काय म्हणतोस परम तू हे? मानव नाहीत? मग कोण आहेत ते? भूत? पिशाच्च?''

''नाही सर! माझ्या अवलोकनानुसार हे सर्व यंत्रमानव होते.'' परमनं आपल्या निरीक्षणशक्तीचा उपयोग केला होता.

''ओऽऽ गॉड! अनबिलिव्हेबल! खरंच की!'' डॉ.अविनाश पुन्हा आश्चर्यचकित झाले. ते पुढे म्हणाले ''म्हणूनच शवागारात गूढ वातावरण का होतं, याची जाणीव आता मला होतेय आणि एकूण या मानवांची कार्यक्षमताही प्रचंड आहे. तंत्रज्ञानाचा हा उत्तम नुमना आहे बघ परम!''

डॉ. अविनाशनी शवागारातत ती व्यक्ती, तिचं हसणं, न बोलणं, चालणं, तिथलं वातावरण याविषयी इत्थंभूत माहिती दिली. डॉ. अविनाश घड्याळाकडे पाहत म्हणाले, ''चल परम! आपल्याला वेळ नाहीये! त्यांनी ती शवपेटी कुठे ठेवली?''

''आपल्या प्रयोगशाळेतच! सर्व तयारी झालेली आहे. वेळ तसा आता कमी राहिलाय सर! दि बॉडी विल गेट डिटोरियेटेड आफ्टर वन अवर. त्या आधी रासायनिक प्रक्रिया करणं आवश्यक आहे.'' परमनं आठवण करून दिली.

''चल मग लवकर!''

डॉ.अविनाश आणि परम दोघंही काचेची तावदानं असलेल्या प्रयोगशाळेत शिरले. तिथेच ती पेटी ठेवली होती. त्या दोघांनी आपापले कपडे बदलले. प्रयोगांसाठी लागणारे पांढरे कपडे त्यांनी परिधान केले. दोघांनीही पेटी ढकलत पुन्हा आतल्या एका छोट्या, पण अद्ययावत प्रयोगशाळेत आणली. ती पूर्ण निर्जंतुक आणि विविध आधुनिक यंत्रांनी सुसज्ज होती. काही उपकरणं आधीच सुरू करण्यात आली होती. मध्यभागी अतिशय स्वच्छ बेड होता आणि त्याच्याच आजूबाजूला सिलेंडर, काचेची चंचुपात्रं, उपकरणं, नळ्या, ऑक्सिजन मास्क, विविध रक्तगटाच्या बाटल्या इ. सज्ज होतं. परमने सर्व व्यवस्था करून ठेवली होती. खोलीतलं वातावरण अतिशय थंड ठेवण्यात आलं होतं. एका महत्त्वाच्या प्रयोगाला डॉ. अविनाश सुरुवात करणार होते.

दोघांनीही मृतदेह शवपेटीतून बाहेर काढून पलंगावर ठेवला. सावळेला देह आणि तिशीतला तरुण होता तो. दाढी वाढलेली होती. आजही त्या तरुणाचा चेहरा

टवटवीत वाटत होता; नुकताच झोपल्यासारखा. डॉ. अविनाश त्याच्या देहाकडे पाहत राहिले. त्यांचं मन गलबलून आलं. कुठले ऋणानुबंध होते का? कारण त्यांनी ठरवूनच हा मृतदेह निवडला होता. त्यांनी स्वत:ला सावरलं. त्यांनी मृतदेहाचं थोडा वेळ निरीक्षण केलं.

मृतदेह एका विशिष्ट प्रकारचं रसायन भरून गेली तीस वर्षं द्रव नायट्रोजनच्या उणे १९६ डि. सें. तापमानाला ठेवला होता. त्यातलं रक्त आणि पाणी काढून या रसायनाचा प्रामुख्याने समावेश केला होता. जेणेकरून या तापमानात शरीरातले उपयुक्त रेणू घनरूपात झालेल्या त्या पेशीतल्या रसायनात अडकून बसतील आणि त्यांची परस्परप्रक्रिया कुठेही न होऊन ते बाद होणार नाहीत, अशी व्यवस्था केली होती. शिवाय पेशीमधले गुणधर्मही अनंत काळासाठी जसेच्या तसे गोठून राहतील, अशी रसायनं यात वापरली होती.

आता मात्र गोठवलेल्या सर्व चांगल्या पेशींना ऊर्जितावस्था प्राप्त करून देण्यासाठी आधी त्यातल्या रसायनाचा निचरा करावा लागणार होता. नंतर रक्त, पाणी आणि इतर घटकांचा भरणा करून मृतदेहाच्या पेशी उत्तेजित कराव्या लागणार होत्या. तद्नंतर ज्यामुळे या तरुणाचा मृत्यू झाला त्या पेशींचं नव्यानं रोपण करून त्याला संजीवन देण्याचा प्रयत्न डॉ. अविनाश करणार होते. त्यांच्या संशोधनातला हा शेवटचा टप्पा होता.

डॉ.अविनाश आणि परम दोघंही वेगाने कामाला लागले. परमने अजून काही उपकरणं मृतदेहाजवळ आणली. डॉ.अविनाशनी मृतदेहाच्या तोंडावाटे असंख्य नळ्या विविध अवयवांना जोडल्या. डावीकडच्या पायाच्या धमनीमधनं सरळ एक मोठी सीरिंज घालून हृदयापर्यंत भिडवली होती. हाताच्या मुख्य नसांमधनं सीरिंज घालून डॉ. अविनाशनी शरीरातलं विशिष्ट रसायन बाहेर काढण्याची प्रक्रिया सुरू केली. त्याच वेळी परमनी हृदयाला जोडलेल्या नळीतून आणि इतर धमन्यांमधून रक्त, पाणी आणि इतर घटक द्यायला सुरुवात केली.

डॉ. अविनाशनी ऑक्सिजनचा गेज चालू करून शरीरातला ऑक्सिजन समप्रमाण राखण्याचा प्रयत्न केला. रक्तदाब, शरीराचं तापमान इ. गोष्टींवरही परम लक्ष ठेवून होता. शरीर गोठवण्यासाठी वापरलेल्या रसायनांचं प्रमाण शून्यावर आणून सर्वसाधारण मानवाचे गुणधर्म परत आणण्याचे प्रयत्न चालले होते. प्रत्येक पेशी अन् पेशी त्यांना उत्तेजित करायची होती आणि त्यात डॉ. अविनाशना यशही मिळत होतं. कारण सर्वसाधारण मानवाच्या शरीरातलं तापमान, दाब इत्यादी मूलभूत गुणधर्म त्यांना मिळायला लागले हाते. शरीर उष्ण वाटू लागलं होतं, कारण त्या तरुणाच्या शरीरात ठरावीक प्रवाहाने परम रक्त सोडत होता, त्यामुळे पेशीही उद्दीपित होण्यास मदत होत होती. बराच वेळ ती दोघं हा प्रयोग करत होते. त्या देहाच्या आजूबाजूला

आता उपकरणं आणि नळ्यांची जंजाळं दिसत होती. तरुणाचा चेहरा आताशी अजूनच तजेलदार दिसत होता.

डॉ. अविनाशनी शेवटचा, छोटासा पण अतिमहत्त्वाचा प्रयोग हाती घेतला. आतापर्यंत गोठवलेल्या चांगल्या पेशींना ऊर्जितावस्था प्राप्त करून देण्याचा प्रयत्न त्यांनी केला होता. पण खरा प्रयोग पुढेच होता. ज्या कारणानं त्या तरुणाचा मृत्यू झाला होता, त्या बाद झालेल्या पेशींचं पुनर्रोपण करायचं होतं. इथेच डॉ.अविनाशचा, त्यांनी केलेल्या संशोधनाचा कस लागणार होता. कित्येक वर्षांचा ध्यास आणि मेहनत ते आज आजमावून बघणार होते. हा प्रयोग त्यांचं एक स्वप्न होतं; शिवाय मनात खदखदणारं एक कटू सत्यही! तरुणाचा मृत्यू हृदयक्रिया बंद पडूनच झाला होता. त्याचं हृदय तसं ठणठणीत होतं, फक्त झडपांची काही प्रमाणात हानी झाली होती, त्यामुळेच त्याचा मृत्यू ओढवलेला दिसत होता. डॉ. अविनाशनी तिथल्या बाद झालेल्या पेशी काढून संशोधनातून निर्माण केलेल्या पेशींचं रोपण केलं होतं. त्यातून अब्जावधी पेशी कार्यरत झाल्या होत्या. हा प्रयोग आणि त्यातली शस्त्रक्रिया अतिशय क्लिष्ट होती. या वेळी परमचीही मदत मोलाची ठरली होती.

सकाळचे सहा वाजून गेले होते. अखंडपणे चार तास हा प्रयोग चालला होता. प्रयोग यशस्वी होणार की नाही, हे अजून सांगणं कठीण होतं. जोपर्यंत त्या तरुणाचं हृदय ट्रिगर होत नव्हतं, तोपर्यंत त्याची अवस्था मृतावस्थाच गृहीत धरावी लागणार होती. हृदय कार्यरत करण्यासाठी दोन-चार प्रयत्न डॉ.अविनाशनी करून पाहिले, पण त्यात यश आलं नव्हतं. थोडासा काळ जाऊ द्यावा लागणार होता. शेवटी तीही एक नैसर्गिक प्रक्रियाच होती. कृत्रिम पेशींना नैसर्गिक पेशींशी जुळवून घ्यायला वेळ लागणारच होता. डॉ. अविनाश आणि परमनी सध्या 'वेट अँड वॉच'ची भूमिका घेतली होती.

परमनं पुन्हा एकदा सर्व गुणधर्मांची चाचणी करून पाहिली. सर्व काही सुस्थितीत आणि नॉर्मल होतं. त्या तरुणाची सध्याची अवस्था ही अमर्याद बेशुद्धावस्थेची होती. डीप कोमा. कुठल्याही क्षणी तो जागृत होऊ शकणार होता. डॉ. अविनाश आणि परम दोघंही थकले होते. चेहरा ओढलेला दिसत होता. पण त्याच वेळी प्रयोग झाल्याचं समाधानही दिसत होतं. दोघंही आपापल्या आरामकक्षात गेले.

असे बरेच दिवस गेले. डॉ. अविनाशचं निरीक्षण चालूच होतं. अपेक्षित परिणाम मिळत नसलेले पाहून परम निराश झाला होता. पण डॉ. अविनाशनी आशा सोडली नव्हती. प्रत्येक दिवशी येऊन ते प्रयत्न करतच होते. या वेळीही त्यांनी हृदयाला सूक्ष्मशा लहरी पाठवून ट्रिगर करण्याचा प्रयत्न केला. प्रत्येक वेळेस ते ट्रिगर करण्याची वारंवारिता बदलत आणि आश्चर्य म्हणजे त्या तरुणाचं हृदय ट्रिगर झालं! झडपा वर-खाली व्हायला सुरुवात झाली.

डॉ. अविनाशना हर्ष झाला. ते परमकडे पाहत म्हणाले,

"परम! बघ, शेवटी हृदय धडधडलंच. ओ गॉड! आय ॲम व्हेरी हॅपी."

रक्तदाब आणि शरीरातल्या पाण्याच्या प्रमाणाची नोंद परम घेत होता. तोही डॉ. अविनाशकडे आनंदाने झेपावत कॉम्प्युटर स्क्रीनवरच्या वर-खाली होणाऱ्या आलेखाकडे पाहत म्हणाला, "खरंच की! कॉंग्रॅच्युलेशन्स सर! अंतिमतः तुम्ही हा प्रयोग तुमच्या मनाप्रमाणे घडवूनच आणलात सर!"

डॉ.अविनाशचा चेहरा कमालीचा खुलला होता. यापूर्वी त्यांना एवढा आनंद झालेला परमनं कधीही पाहिलं नव्हतं. त्यांच्या डोळ्यांत नकळत अश्रू जमा झाले. परमकडे पाहत ते म्हणाले, "माझं एक स्वप्न पूर्ण झालंय परम. त्यात तुझाही मोलाचा वाटा आहे, पण खरा परिणाम हा तरुण आपल्याशी सुसंवाद साधेल तेव्हाच असेल. आताशी हृदयाची क्रिया सुरू झाली आहे. खऱ्या अर्थाने तो मानवात आलाय, पण अजूनही कोमात आहे. तोच कालावधी आपल्याला ठाऊक नाही. लेट अस् होप ही वील रिकव्हर व्हेरी फास्ट! निसर्गाशीच त्याचा लढा चाललाय." डॉ. अविनाश उत्स्फूर्तपणे बोलत होते. परम ऐकत होता. अजून बरीच मजल गाठायची असल्याचं त्याच्याही लक्षात आलं होतं.

सहा महिन्यांचा कालावधी निघून गेला, पण तो तरुण बेशुद्धावस्थेतून परत येण्याची चिन्हं दिसत नव्हती.

एके दिवशी रात्री डॉ. अविनाशनी परमशी विचारविनिमय केला आणि अजून काही प्रयोग करण्याचा निर्णय घेतला. निसर्गाच्या काही परिसीमा आड येत असल्याने तेही काहीच करू शकत नव्हते. सकाळीच एक शेवटचा प्रयोग करण्याचं त्यांनी ठरवलं होतं.

दुसऱ्या दिवशीच्या सकाळीच डॉ.अविनाश आणि परम प्रयोगशाळेत हजर झाले. निर्जंतुक खोलीत येताच ते पाहतच राहिले. बेडवर कुणीही नव्हतं. डॉ. अविनाश आणि परम गोंधळले. तो तरुण खोलीत नव्हताच. सगळंच अस्ताव्यस्त पडलं होतं. डॉ.अविनाश आणि परमनी सर्व प्रयोगशाळा चाळून काढली, पण त्या तरुणाचं शरीर कुठंही नव्हतं. डॉ. अविनाश हादरले. शंका-कुशंका मनात येऊ पाहत होत्या. दोघांनी संस्थेचा परिसरही धुंडाळून पाहिला, पण तो तरुण कुठंही दिसत नव्हता. नेमकं त्याचं झालं काय, याचंच आकलन त्यांना होत नव्हतं. कुणी पळवलं तर नव्हतं? कारण या प्रयोगाची कुणकुण नाहीतरी बाहेरच्या जगात झाली होती. पोलिसांत जावं का म्हणून डॉ. अविनाश विचार करत होते, पण हा प्रयोग गुप्त असल्याने तिथेही जाण्याची सोय नव्हती. 'शवागारातल्या यंत्रमानवांनी तर काही केलं नसेल? कारण ते एकमेव या प्रयोगाचे साक्षीदार होते.' या विचारानं डॉ.अविनाश नखशिखान्त शहारले. परमलाही काहीच सुचत नव्हतं. दोघांनीही

कुठंही या प्रयोगाची जाहीर वाच्यता न करण्याचं आणि त्याच वेळी शहरात त्या तरुणाचा शोध घेण्याचा प्रयत्न करत राहायचं ठरवलं.

डॉ. अविनाश आणि परम हताश आणि कमालीचे निराश झाले होते. डॉ. अविनाश परमचा निरोप घेत आपल्या अभ्यासिकेकडे वळले. परम मात्र त्या खोलीतच होता. रिकाम्या बेडकडे एकटक पाहत असताना मध्येच तिथे कुणीतरी झोपल्याचा भास त्याला होऊ लागला होता.

रात्रीचे साडेअकरा वाजले होते. पोलीस आयुक्त श्री. अरुण गोळेंचा घरचा फोन घणघणला होता. नुकताच डोळा लागलेल्या त्यांच्या पत्नी नाराजीनेच कपाळावर दोन रेषा उमटवत उठल्या. एक दीर्घ जांभई देत त्या म्हणाल्या, ''हॅलो! मी मिसेस गोळे बोलतेय.''

''मॅडम! साहेब आहेत का?''

''साहेब झोपलेत! कोण आपण?'' एवढ्या रात्रीचा फोन केल्यामुळे त्या रुक्षपणे बोलत होत्या.

''मी इन्स्पेक्टर गरुड बोलतोय. एक तातडीचं काम होतं.'' पलीकडचा स्वर आश्वासक आणि अजीजीचा होता.

सौ. गोळे अजून एक जांभई देत म्हणाल्या, ''ठीक आहे! होल्ड ऑन करा. उठवतेय.''

आयुक्त गोळे कडक वृत्तीचे प्रशासक होते. घरातही त्यांचा बऱ्यापैकी दरारा होता. कार्यालयातून रात्री कितीही वाजता फोन आला तरी टाळायचा नाही, अशी विनंतीवजा तंबी त्यांनी प्रत्येकाला देऊन ठेवली होती. त्यामुळे सौ. गोळेंचा नाईलाज झाला. गाढ झोपलेल्या गोळेंना उठवायचं धाडस नसतानाही त्यांनी उठवलं. त्या म्हणाल्या,

''अहो! ऑफिसमधनं फोन आहे.''

गाढ झोपलेले गोळे डोळे चोळत उठले. फोन कानाला लावत म्हणाले,

''हं. कोण बोलतंय?''

''सर, मी साकीनाका पोलीस स्टेशनचा इन्स्पेक्टर गरुड बोलतोय. मी सध्या याच परिसरातल्या एम.जी. रोडवरचे प्रसिद्ध उद्योगपती बाबासाहेब देशमुख यांच्या 'फुलवंती' या बंगल्यावरनं बोलतोय.'' इन्स्पेक्टर गरुड हळू आवाजात बोलत होते.

''बरं मग! काही प्रॉब्लेम झालाय का?''

''होय सर! त्यांचा खून झालाय.''

''काय? बाबासाहेब देशमुखांचा खून? अरे कालच एका समारंभात आम्ही एकत्र होतो.'' आयुक्त गोळे जवळ-जवळ ओरडलेच. ते पुढे म्हणाले, ''खुन्याने काही मागमूस सोडला आहे का?''

"खुनी आमच्या ताब्यातच आहे सर! बाबासाहेबांचा खून करून तो कुठंही पळून न जाता तिथेच थांबला. त्यांचे कुटुंबीय आणि नोकरांनी त्याला पकडून ठेवलं होतं." इन्स्पेक्टर गरुडनी माहिती दिली. आयुक्त गोळे आश्चर्यचकित झाले. हा पहिला गुन्हेगार ते असा पाहत होते की, जो अपराध करूनदेखील तिथेच थांबला होता.

ते म्हणाले, "आश्चर्य आहे! बाबासाहेबांसारख्या अजातशत्रूच्या खुनामागे त्याचा काय हेतू असावा? सराईत गुन्हेगार वाटतो का?" आयुक्त गोळेंनी शंका विचारली.

"सराईत गुंड तर वाटत नाही. तिशीतला तरुणच आहे, पण त्याला पाहिल्यानंतर माझ्या मनात काही प्रश्न उमटलेत सर. प्रत्यक्षात तुमच्याशी भेटूनच मी ते सांगू शकेन. कदाचित तो माझा भ्रमही असू शकेल." इन्स्पेक्टर गरुडनी मनातलं सांगितलं होतं.

"ठीक आहे गरुड. मी आत्ताच तिथे येतोय. तोपर्यंत तुम्ही पंचनामा उरकून घ्या. आणि हो, सध्या ही बातमी बाहेर कुठेही येता कामा नये. कारण बाबासाहेब हे शहरातलं एक प्रतिष्ठित व्यक्तिमत्त्व होतं. मी आल्यानंतर काय ते बघू. ओ.के."

"ओ.के. सर! मी वाट पाहतोय." इन्स्पेक्टर गरुड नम्रतापूर्वक म्हणाले.

आयुक्त गोळेंनी फोन ठेवला.

ते लागलीच युनिफॉर्म घालून तयार झाले. त्यांची पत्नी पाहतच राहिली. हे असं नेहमीचंच असल्याने विचारण्याचं धाडस त्यांनी केलं नाही. कारण आयुक्त गोळेंना तसं विचारलेलं चालत नसे. आयुक्त गोळे त्यांच्याकडे पाहत म्हणाले.

"अस्मिता, तू झोपून घे. कदाचित मला उशीरही होईल." आणि ते तत्काळ बाहेर पडले. साठीला आलेले आयुक्त अजूनही शरीरानं दणकट होते. रात्री-बेरात्री काम करण्याची क्षमता अजूनही टिकून होती. तीस वर्षं साथ देणाऱ्या सौ. गोळे त्यांच्या या कृतीकडे पाहून हसत राहिल्या.

आयुक्त गोळे दहा मिनिटांतच 'फुलवंती' बंगल्यावर हजर झाले. रात्रीच्या वेळी ते स्वत:च ड्राईव्ह करत असत. इन्स्पेक्टर गरुड त्यांना सामोरं जात म्हणाले, "या सर! त्या तिथे बाबासाहेब देशमुखांचा मृतदेह ठेवलेला आहे." आतल्या दिवाणखान्यात निर्देश करत इन्स्पेक्टर गरुड चालू लागले. आयुक्त गोळे दिवाणखान्यात येताच बाबासाहेबांच्या मृतदेहाजवळ आले. त्यांच्या बाजूला पंचावन्न वर्षांची स्त्री बसली होती. बरेच नोकर उभे होते, तर काही बसले होते. आयुक्त गोळेंनी त्या स्त्रीचं सांत्वन करताच ती ढसाढसा रडू लागली. तिथल्या एका नोकराणीनं तिला सांभाळलं.

बाबासाहेबांचं कुटुंब छोटंसंचं होतं. दोन मुलं होती, तीही अमेरिकेत स्थायिक झाली होती. समाजात त्यांना मात्र मोठी प्रतिष्ठा होती.

आयुक्त गोळेंनी मृतदेह नुसताच उघडून पाहिला. अतिशय निर्घृणपणे त्यांची हत्या केलेली पाहून ते नखशिखान्य शहारले. अस्वस्थपणे इन्स्पेक्टर गरुडकडे

पाहत ते म्हणाले, ''अतिशय निर्दयी आणि पशुवृत्तीचा माणूस दिसतोय. कुठे आहे तो हरा....''

आयुक्त गोळेंच्या तोंडून शिवीच बाहेर पडत होती, पण वातावरणाचं गांभीर्य पाहून त्यांनी जीभ आवरती घेतली. त्यांना प्रचंड राग आला होता. मानव अशा पद्धतीने कुणाला मारू शकतो, यावर त्यांचा विश्वासच बसत नव्हता. बाबासाहेबांच्या मानेचं हाडच त्यानं मोडलं होतं.

''सर! त्या खोलीत त्याला डांबून ठेवलं आहे.'' कोपऱ्यातल्या एका बंद खोलीकडे निर्देश करत इन्स्पेक्टर गरुड म्हणाले.

आयुक्त गोळे धिम्या पावलानं खोलीकडे जाऊ लागले. त्यांच्या पाठोपाठ इन्स्पेक्टर गरुडही गेले. खोलीचं दार हळूच उघडं करत आयुक्त गोळेंनी आत पाहिलं. खुर्चीतच तो विषण्णपणे बसलेला दिसला. किडकिड्या देहाचा आणि निरागस चेहऱ्याचा तो आरोपी पाहून आयुक्त गोळे स्तंभित झाले. यानं असं काही कृत्य केलं असेल, यावर त्यांचा विश्वास बसत नव्हता. त्यांनी पूर्ववत दार ओढलं आणि इन्स्पेक्टर गरुडकडे पाहत हळू आवाजात म्हणाले,

''गरुड, तुम्ही मला काहीतरी सांगणार होतात.''

यावर इन्स्पेक्टर गरुड थोडे स्तब्ध झाले आणि अस्वस्थही. काय बोलावं याची कदाचित ते जुळणी करत असावेत. इन्स्पेक्टर गरुड हेही साधारण साठीकडे झुकलेलेच गृहस्थ होते. त्यांना दणकट शरीरयष्टी लाभलेली होती. शिवाय त्यांच्या झुपकेदार मिशांमुळे ते प्रसिद्ध होते. या सेवेत त्यांना तीस वर्षांचा अनुभव होता. आणि याच विभागात ते तरुणावस्थेपासून कार्यरत होते. म्हणून प्रत्येक केस अन् केस त्यांना ठाऊक होती. त्यामुळेच या आरोपीला पाहताच ते अस्वस्थ झाले होते. तीस वर्षांपूर्वीचा काळ त्यांना आठवून गेला होता. या गोंधळाबद्दल ते साशंक होते, पण मन मात्र कुठंतरी ग्वाही देत होतं, म्हणूनच त्यांनी आपली शंका आयुक्त गोळेंना बोलून दाखवली. त्यांच्याकडे पाहत इन्स्पेक्टर गरुड म्हणाले, ''सर! कसं सांगावं सुचत नाही. कदाचित हा माझ्या बुद्धीचा ऱ्हास आहे की काय असे वाटेल, पण ते सत्य आहे. जो आरोपी आपण पाहिलात, त्याला या आधीच खुनाच्या गुन्ह्यात शिक्षा झालेली आहे.''

आयुक्त गोळेंनी अविश्वासानं इन्स्पेक्टर गरुडकडे पाहिलं. वेडबीड लागलं की काय, असाच त्यांचा आविर्भाव होता. ते म्हणाले, ''काय? आधीच शिक्षा झालेला आरोपी? कसं शक्य आहे? मि. गरुड, तुमचा काहीतरी गैरसमज होतोय.''

''कदाचित असेलही गैरसमज. पण एवढा नाही. तीस वर्षं झाली मी नोकरी करतोय सर. मी नुकताच जॉईन झालो होतो. त्या वेळी मीच त्याची केस पाहत होतो. आय ॲम शुअर ही इज द सेम पर्सन.'' इन्स्पेक्टर गरुड ठामपणे म्हणाले.

''पण हा तुमचा भ्रमही असू शकतो गरुड.''

''नाही सर! तोच चेहरा, तीच देहयष्टी, तेच डोळे, तीच नजर! सर्व काही तेच. तुम्ही इथे येण्याआधी मी हजारदा पारायणं करून त्याची खात्री केलीये सर. हा योगायोग पाहून मीसुद्धा चकित झालो आहे.'' इन्स्पेक्टर गरुड आत्मविश्वासाने बोलत होते.

आयुक्तांनी त्यांच्याकडे गंभीरपणे पाहिलं आणि तोंडाचा चंबू करत म्हणाले,

''बरं. कुठली शिक्षा झाली होती त्याला?'' आयुक्त थोडं समजावून घेण्याच्या मूडमध्ये बोलले.

''देहान्ताची!'' इन्स्पेक्टर गरुड तत्काळ उत्तरले.

''काय बडबडताय इन्स्पेक्टर तुम्ही?'' रागाच्या भरात आयुक्तांच्या तोंडून जरा मोठ्यानं आवाज चढवला गेला. त्याचे प्रतिध्वनी त्या वातावरणात लागलीच उमटले. आयुक्त गोळेंच्या ते लक्षात येताच हळू आवाजात ते पुढे म्हणाले, ''गरुड, तुम्ही काय बोलताय कळतंय का तुम्हाला?''

''सर, मी जे योग्य आणि सत्य आहे तेच कथन करतोय.'' इन्स्पेक्टर गरुड नतमस्तक होत म्हणाले.

''या आरोपीला आधीच देहान्ताची शिक्षा झालेली आहे, तर मग हा इथं जिवंत कसा? आपल्यासमोर आहे ते त्याचं भूत आहे का?'' आयुक्त गोळेंचा वैताग बाहेर पडत होता.

''त्याबद्दल मला माहीत नाही सर! मी स्वत:च संभ्रमावस्थेत आहे, पण जे आहे ते सत्य आहे असं मला वाटतं.''

''कदाचित ज्या आरोपीला तुम्ही तीस वर्षांपूर्वी पाहिलं, त्याच्याशी याचा चेहरा मिळता-जुळता असण्याची शक्यता आहे. जगात सारख्या चेहऱ्याची माणसं असू शकतात गरुड.'' आयुक्त गोळेंनी शंका निरसन करण्याचा प्रयत्न केला.

''पण गुणधर्म सारखे नसतात सर! या आरोपीचे गुणधर्म जसेच्या तसे मी पडताळून पाहिलेत. तीस वर्षांपूर्वी या आरोपीच्या सहवासात मी सर्वांत जास्त काळ होतो.'' इन्स्पेक्टर गरुड अजूनही ठाम होते.

आयुक्त गोळे थोडा वेळ नि:शब्द झाले. विचार करू लागले. इन्स्पेक्टर गरुड हे पोलीस दलातले शूर आणि ज्येष्ठ सेवक असल्याची जाणीव गोळेंना होती. माणसाबाबत त्यांची एवढी मोठी चूक होईल, असंही त्यांना वाटत नव्हतं. त्यांनी हळूच इन्स्पेक्टर गरुडच्या खांद्यावर हात ठेवत म्हटलं, ''ठीक आहे गरुड. तुम्हाला हे सिद्ध करून दाखवावं लागेल.''

''चालेल सर! ही केस मी पुन्हा ओपन करतो. खात्री करूनच तुमच्यासमोर येतो.'' इन्स्पेक्टर गरुडना आयुक्तांनी थोडा विश्वास दिल्याने बरं वाटलं होतं.

"पण तूर्तास याबद्दल कुठेही बोलू नका."

"नाही सर. म्हणूनच मी प्रथम तुमच्याशी बोलण्याचा निर्णय घेतला."

आयुक्त गोळे घड्याळात पाहत म्हणाले, "आता वेळ बराच झालाय. आरोपीला घेऊन तुम्ही साकीनाका पोलीस स्टेशनला निघा. उद्यापर्यंत मला सर्व माहिती हवी आहे." आवाज थोडा अधिक हळू करत ते पुढे म्हणाले, "बाबासाहेबांचा खून झालाय, असं सध्यातरी जाहीर करू नका. या प्रकरणाचा छडा लागेपर्यंत गुप्त ठेवता आलं तर बरं. कारण बाबासाहेबांच्या खुनानं नाही म्हटलं तरी थोडी-फार खळबळ उडेलच."

"ठीक आहे सर. इतरांनाही मी सूचना देऊन ठेवतो."

आयुक्त गोळे पुन्हा एकदा बाबासाहेब देशमुखांच्या कुटुंबीयांचं सांत्वन करून बाहेर पडले होते. इन्स्पेक्टर गरुडनी आधीच पंचनामा करून ठेवला होता. उपस्थितांना अजून काही महत्त्वाच्या सूचना त्यांनी दिल्या आणि बाबासाहेबांचा मृतदेह पोस्टमार्टेमसाठी पाठवून दिला.

इन्स्पेक्टर गरुडनी आरोपीला ताब्यात घेतलं आणि आपल्या सहकाऱ्यांसोबत साकीनाका पोलीस स्टेशनकडे जीप वळवली. या वेळी पहाटेचे चार वाजले होते. वातावरणात बऱ्यापैकी गारठा होता. इन्स्पेक्टर गरुडनी आरोपीशी संवाद साधण्याचा प्रयत्न केला, पण तो अयशस्वी ठरला. कारण आरोपी मख्खपणे शून्यात पाहत बसला होता.

साकीनाका स्टेशनात येताच इन्स्पेक्टर गरुडनी आरोपीस गजाआड टाकलं आणि ते आपल्या टेबलावर येऊन बसले. सहकारी पोलिसांना त्यांनी आरामकक्षात जाण्यास सांगितलं होतं.

इन्स्पेक्टर गरुड थोडा वेळ शांतपणे बसून राहिले. डोक्यात विचारांचं काहूर होतंच. बराच वेळ झाला होता. घरी जायचं मनात असतानाही पाय निघत नव्हता. आयुक्त गोळेंचे शब्द कानी पडत होते. कुठल्याही परिस्थितीत त्यांना हा आरोपी तीस वर्षांपूर्वी शिक्षा झालेला इसमच होता म्हणून सिद्ध करून दाखवायचं होतं. अखेर इन्स्पेक्टर गरुडनी घरी जाण्याचा बेत रद्द केला.

आपल्या स्मरणशक्तीला ताण देत इन्स्पेक्टर गरुड निकराने उठले. अंदाजे तीस वर्षांपूर्वीच्या काळाची आकडेमोड त्यांनी केली आणि भिंतीत असलेल्या एका कपाटाजवळ येऊन थांबले. त्यातल्या बऱ्याच फायलींवर धूळ साचली होती. बऱ्याच पोलीस स्टेशन्समध्ये कॉम्प्युटरची अद्ययावत यंत्रणा बसवली होती. इथेही ती होतीच. गुन्हेगाराची इत्थंभूत माहिती आता कॉम्प्युटरवर साठवली जात असे. त्यामुळे क्षणात माहिती मिळत असे. मात्र दहा वर्षांपूर्वीचाच डेटा कॉम्प्युटरमध्ये असल्याने तीस वर्षांपूर्वीची माहिती इन्स्पेक्टर गरुडना फाईलींमधूनच मिळवावी लागणार होती.

असंख्य फाईलींमधनं त्यांनी एक फाईल काढली आणि चाळून त्यांनी ती पुन्हा त्याच ठिकाणी ठेवली. अशा बऱ्याच फाईली त्यांनी एकामागून एक काढल्या. शेवटी एक फाईल त्यांच्या हाती आली. ती चाळत असतानाच त्या आरोपीची माहिती त्यांना मिळाली. ते हर्षोल्हसित झाले. कपाट पूर्ववत लावून ते आपल्या खुर्चीत बसले आणि आरोपीची माहिती वाचू लागले. फोटो पाहून तर त्यांची खात्रीच झाली. तीस वर्षांपूर्वीचा काळ त्यांच्या डोळ्यांपुढे जसाच्या तसा उभा राहिला. 'मी निरपराध असल्याचं' त्या आरोपीचा आकान्त आजही त्यांच्या कानात प्रतिध्वनित होत होता. त्यांनी फाईल बंद केली आणि डोळे मिटले. ते प्रसंग अजून जास्तच ठळकपणे त्यांच्या मन:चक्षूवर अधोरेखित होत गेले. पोलीस आयुक्त गोळेंना दाखवायला पुरेसा पुरावा त्यांच्या हाती आला होता.

सकाळचे सहा वाजून गेले होते. घरी जाऊन फ्रेश होण्याचा निर्णय त्यांनी घेतला. कारण आठ वाजताच आयुक्त गोळेंना भेटायचं होतं. तत्पूर्वी सहकारी पोलिसांना त्यांनी पुरावा दिला आणि आरोपीच्या खोलीकडे गेले. तो झोपला होता. निवांत. तीस वर्षांपूर्वीचाच निरागस चेहरा. 'हा तोच होता का? आपल्यादेखतच याला देहान्ताची शिक्षा झाली होती. मग हा जिवंत कसा?' असे असंख्य प्रश्न डोक्यात घोळू लागले. त्यामुळे इन्स्पेक्टर गरुडांचं डोकं भणभणू लागलं. तडकपणे ते साकीनाका पोलीस स्टेशनबाहेर पडले.

फ्रेश होऊन आठ वाजता सकाळीच इन्स्पेक्टर गरुड पोलीस मुख्यालयात हजर झाले. आयुक्त गोळे हजरच होते. इन्स्पेक्टर गरुडना पाहताच ते म्हणाले, "या गरुड! काही माहिती मिळवलीत?"

"होय सर!" आणि गरुडांनी त्यांच्या पुढ्यात ती फाईल सादर केली.

आयुक्त गोळेंनी हळूहळू फाईल चाळण्यास सुरुवात केली आणि पानागणिक त्यांचा चेहरा गंभीर होत गेला. इन्स्पेक्टर गरुडकडे पाहत ते म्हणाले, "आश्चर्य आहे इन्स्पेक्टर गरु! आताचा आरोपी हाच आहे, याची मलाही खात्री वाटू लागली आहे. इट लुक्स अनबिलिव्हेबल! नेमका काय गुन्हा केला होता त्यानं?"

"खून केला होता सर! नव्हे. तसा आरोप त्याच्यावर ठेवण्यात आला होता."

"कुणाचा?"

"त्या काळची एक प्रतिष्ठित व्यक्ती श्री. सदानंद मांढरे असं काहीतरी नाव होतं. शेवटपर्यंत त्याने हा गुन्हा केलाच नाही, असंच तो म्हणत राहिला. शिवाय ज्याच्या खुनाचा आरोप त्याच्यावर होता, त्या इसमाचा खून झालाच नाही, असं तो शपथेवर म्हणत होता. मला पद्धतशीरपणे फसवलं गेलंय असंच तो सांगत राहिला. मलाही तो निरपराध आहे, असं शेवटपर्यंत वाटत होतं, पण दुर्दैवाने सर्व पुरावे त्याच्याविरुद्ध होते. तीस वर्षांपूर्वी ही केस खूपच गाजली होती सर!"

इन्स्पेक्टर गरुड आठवत म्हणाले.

''याचा अर्थ तुमच्याव्यतिरिक्त अजून बऱ्याच जणांना ही केस माहिती असेल, असं वाटतं तुम्हाला?'' आयुक्त गोळेंनी अंदाज घेत विचारलं होतं.

''असेलही कदाचित. बराच कालावधी उलटून गेल्याने सामान्य लोकांच्या स्मृतीतून ही घटना कधीच पुसली गेली असेल.'' थोडं आठवत इन्स्पेक्टर गरुड पुढे म्हणाले, ''सर, मला वाटतं या आरोपीला ओळखणारी अजून एक व्यक्ती आहे.''

''कोण ती?'' आयुक्त गोळेंनी उत्सुकतेने विचारलं.

''या शहराचे प्रमुख जिल्हा न्यायाधीश शिवराम आंबेकर. त्यांनीच हा महत्त्वपूर्ण निकाल दिला होता. कदाचित या आरोपीला आताही त्यांच्याच पुढे खटल्यासाठी उभं करावं लागणार आहे.'' इन्स्पेक्टर गरुडनी माहिती पुरवली.

''म्हणजे या आरोपीला ओळखणारी अजून एक व्यक्ती आहे तर! फाशीची शिक्षा दिली होती का?''

''होय सर! पण आरोपीच्या खास विनंतीनुसार न्यायालयाने त्याला साधं इंजेक्शन देऊन हृदयक्रिया बंद पाडून शिक्षा दिली होती.'' इन्स्पेक्टर गरुड.

''याचा अर्थ त्याला देहान्ताची शिक्षा झालीये, हे तुम्ही डोळ्यांदेखत पाहिलं होतं?''

''होय सर!''

''मग तो जिवंत कसा? आणि नुसताच जिवंत नाही, तर त्यानं पुन्हा एक खूनही केलेला आहे.'' आयुक्तांनी पुन्हा शंका व्यक्त केली.

''तेच तर शोधावं लागणार आहे सर. प्रथमत: त्याच्यावर रीतसर आरोपपत्र दाखल करून आंबेकरांच्या न्यायालयातच खटला चालवावा लागणार आहे. बघू या त्या वेळी काही प्रकाश पडतो का?'' इन्स्पेक्टर गरुड खोलात जाऊन विचार करत म्हणाले.

''आरोपींशी तुम्ही काही बोललात का गरुड?''

''प्रयत्न केलाय सर, पण त्यानं प्रतिसादही दिला नाही. फक्त थंड नजरेनं पाहत राहतो. तो बोलला, तर बऱ्याच गोष्टी उजेडात येऊ शकतील.''

''ठीक आहे गरुड. आय ॲम कनव्हिन्स्ड. आरोपपत्र दाखल करा आणि शक्य तेवढं गुप्त ठेवण्याचा प्रयत्न करा.'' आयुक्तांनी समजावत सांगितलं होतं.

''नो प्रॉब्लेम सर! मी शक्य तेवढं गुपित ठेवण्याचा प्रयत्न करणारच आहे.'' इन्स्पेक्टर गरुड आश्वासक भाषेत बोलले.

इन्स्पेक्टर गरुड निरोप घेऊन मुख्यालयातून बाहेर पडले. आयुक्तांशी बोलून त्यांना बरं वाटलं होतं. मन हलकं झालं होतं आणि मुख्य म्हणजे एक ठरावीक दिशा त्यांना मिळाली होती.

इन्स्पेक्टर गरुड वेगाने कामाला लागले होते.

मध्ये एक-दोन दिवस गेले. बाबासाहेबांचा खून झालाय, याची कुणकुण प्रसारमाध्यमांना शेवटी लागलीच होती. त्यामुळे त्यांचा खून झाल्याची बातमी शहरात वाऱ्यासारखी पसरली. या बातमीनं शहरातलं वातावरण पुन्हा ढवळून निघालं. बाबासाहेबांचा खून ही बाबच मोठी होती. प्रत्येक वर्तमानपत्राने ठळकपणे बातमी छापली होती. खुनी कोण, हे मात्र कुणालाही कळलं नव्हतं. इन्स्पेक्टर गरुडांनी ती काळजी मात्र घेतली होती.

एरव्ही आयुक्त गोळे आणि इन्स्पेक्टर गरुडना पत्रकार आणि प्रसारमाध्यमांनी भंडावून सोडलं होतं. खुनी कोण, म्हणून विचारणा केली होती. खुनी सापडला असून पोलीसच त्याला पाठीशी घालत असल्याचा आरोप होऊ लागला होता. पोलीस खात्याची अकार्यक्षमता दाखवली जात होती. आयुक्त गोळे आणि इन्स्पेक्टर गरुड प्रचंड दबावाखाली होते, पण काही काळ तरी त्यांना गप्पच बसावं लागणार होतं. आरोपपत्र दाखल होईपर्यंत त्यांनी प्रसारमाध्यमांना भेटण्याचंही टाळलं होतं.

आरोपी सापडत नसल्याने सामाजिक दबाव वाढतच होता. शहरातल्या प्रत्येक घटकाला बाबासाहेबांचा खून झालाय, हे कळलं.

शेवटी प्रसारमाध्यमांच्या एका प्रतिनिधीने पोलीस स्टेशनात घुसखोरी केलीच. गुपितं कशी फोडली जातात, त्याचा तो उत्तम नमुना होता. हिडन वेब कॅमेऱ्यांच्या साहाय्याने आरोपीची माहितीच नाही, तर त्याचं छायाचित्रही बाहेर आलं होतं. आता मात्र एकच खळबळ उडणार होती.

डॉ. अविनाश व परम यांनी एवढ्या मेहनतीने केलेला प्रयोग वाया गेला होता. मृतदेहच नाहीसा झाल्याने प्रयोगाच्या परिणामांची माहिती त्यांना मिळालीच नव्हती. या प्रयोगात डॉ. अविनाशनी प्रचंड पैसा ओतला होता. मृतदेहाचं नाहीसं होणं, हे त्यांच्या दृष्टीने गूढच झालं होतं आणि तेवढंच घातक असल्याची जाणीव नंतर झाली होती. दोघांनीही जंग-जंग पछाडलं, पण मृतदेहाचा मागमूसही लागला नव्हता. डॉ. अविनाशची काळजी वाढतच गेली होती.

मध्ये एका खुनाच्या बातमीनं त्यांचं लक्ष वेधून घेतलं होतं. बाबासाहेब देशमुखांच्या. बाबासाहेब देशमुख हे शहरातले एक प्रतिष्ठित नागरिक असल्याने डॉ. अविनाशना त्यांच्याविषयी ऐकीव माहिती होती. ज्या पद्धतीने त्यांचा खून झाला होता, ते पाहून डॉ. अविनाश चांगलेच शहारून गेले होते. तो त्यांना पशुत्वाचा नमुनाच वाटला. डॉ.अविनाश त्यामुळे कमालीचे अस्वस्थ झाले होते. त्यांच्या मनात आताशा शंका-कुशंकांचे मोहोळ उठू लागले होते.

आज त्यांना बरं नव्हतं. थोडंसं अस्वस्थ आणि निराश वाटत होतं. त्यांनी

स्वत:च चहा केला आणि लिव्हिंग रूममधल्या सोफ्यात येऊन बसले. सहजच टीपॉयवर पडलेल्या वर्तमानपत्राच्या हेडलाईन्सवर नजर जाताच ते हादरले. चहाचा कप बाजूला ठेवून त्यांनी ती बातमी आणि फोटोग्राफ पाहिला आणि ते सुन्न झाले. फोटोत आरोपी म्हणून त्यांनी प्रयोग केलेला मृतदेहच होता.

खात्री करून घेण्यासाठी त्यांनी टी.व्ही. सुरू केला. एका न्यूज चॅनेलवर बाबासाहेब देशमुखांचा खून आणि त्यातल्या आरोपीवर वृत्तान्तच सुरू होता. आरोपीचं तुरुंगातलं आणि पोलीस व्हॅनमध्ये बंदोबस्तात नेतानाचं चित्र पाहून डॉ.अविनाशची खात्रीच झाली होती. आरोपी त्यांचा मृतदेहच होता. हा प्रयोगाचा परिणामच होता की दुष्परिणाम? प्रयोग यशस्वी झाला होता, पण समाजासमोर तो अशा काही स्वरूपात आला की, त्यामुळे डॉ. अविनाशना काहीच सुचत नव्हतं. ते गोंधळले होते आणि अधिकच अस्वस्थ झाले. सकाळी-सकाळीसुद्धा त्यांचं अंग घामानं भिजलं होतं. प्रचंड दबावाखाली ते आले.

त्यांनी अधीरतेने मोबाईल घेतला आणि नंबर प्रेस केला.

कानाला लावतच म्हणाले, "हॅलो! परम, आजची न्यूज पाहिली?"

"येस सर! आत्ताच पाहिली. तुम्हाला फोन करणारच होतो. काय हॉरिबल खून झालाय. तुम्हाला वाटतं त्या आपल्या मृतदेहानेच तो केला असावा?" परमनं सरळच शंका विचारली होती.

"काहीच सांगता येत नाही. पोलिसांच्या जाळ्यात तो अडकलाय आणि पर्यायाने आपणही अडकलोय."

"काय म्हणताय सर!"

"होय. कारण त्याच्यावर आपणच प्रयोग केलाय हे जरी आज कुणाला ठाऊक नाही, तरी उद्या ही मृत व्यक्ती कोण होती हे पोलिसांना कळेलच. त्यांच्याकडे सर्व माहिती असण्याची शक्यता नाकारता येत नाही. आता फक्त एकच आशा आहे." डॉ. अविनाश धीर देत म्हणाले.

"कुठली सर?"

"मृतदेहाला आपण जिवंत कसे झालो हे आठवत नसेल आणि शिवाय त्याच्या स्मृतीत ताज्या घटनांची नोंद नसेल, तरच शक्य आहे. आता कोर्टात तो काय सांगतोय त्यावरच अवलंबून आहे." डॉ. अविनाशनं एक आशेचा धागा जिवंत ठेवला होता.

"माय गॉड!" परमही टेन्शनमध्ये उद्‌गारत पुढे म्हणाला, "सर, आता आपण काय करायचं?"

"तू तयार राहा. मी अर्ध्या तासात आलोच. आपल्याला काहीतरी हालचाल करावीच लागेल. यू बी रेडी."

"ओ. के. सर! मी तयार राहतो."

डॉ. अविनाशनी मोबाईल बंद केला आणि फोटोग्राफकड पाहिलं. या वेळी त्यांचं मन गलबलून आलं. त्यांना हवा तो परिणाम साधला होता. पण चुकीच्या वळणावर....

डॉ.अविनाश तयारीला लागले. मनात काहीतरी आराखडे त्यांनी बांधले.

एव्हाना शहरात एकच खळबळ उडाली होती. बाबासाहेब देशमुखांची हत्या आणि त्यांचा खून करणाऱ्या आरोपीबद्दल चौका-चौकात गप्पा मारल्या जात होत्या. वर्तमानपत्रात रकानेच्या रकाने भरले जात होते. बाबासाहेबांबद्दल हळहळ व्यक्त केली जात होती. सर्व टी.व्ही. चॅनेल्सवर तोच वृत्तान्त पुन्हा-पुन्हा दाखवला जात होता. आरोपीचा चेहरा क्षणाक्षणाला पडद्यावर दिसत होता. माणूस एवढा क्रूर कसा असू शकतो, अशीही चर्चा होत होती. जनमानसात संतापाची लाट उसळली होती. ज्या पद्धतीने खून झाला, त्याच पद्धतीने आरोपीलाही शिक्षा देण्यात यावी, अशी मागणी होऊ लागली होती. बाबासाहेब खून प्रकरणाने तीस वर्षांपूर्वी घडलेल्या घटनांची आठवण काही बुजुर्ग मंडळींच्या मनात ताजी झाली होती. मात्र आरोपीच्या चेहऱ्याची सांगड त्यांना घालता येत नव्हती. तीस वर्षांपूर्वी ज्याला शिक्षा झाली, त्या आरोपीचा चेहरा त्यांच्या स्मृतीत नव्हता. यामुळे हा आरोपी कोण, याविषयी तर्कसंगती कोणालाच करता येणं शक्य नव्हतं. पण काही जण असे निश्चित होते, ज्यांना याविषयी थोडी चाहूल लागली होती. त्यात इन्स्पेक्टर गरुड, आयुक्त गोळे आणि जिल्हा न्यायाधीश आंबेकर यांचा समावेश होता. न्यायाधीश आंबेकरांसमोर अजून तो आरोपी आला नव्हता, पण इन्स्पेक्टर गरुडना खात्री होती की, त्यांच्यासमोर आरोपीला हजर करताच त्यांच्याही तीस वर्षांपूर्वीच्या स्मृती जाग्या होतील.

आज त्या आरोपीला जिल्हा सत्र न्यायालयात न्यायाधीश आंबेकरांसमोर हजर करण्यात येणार होतं, त्यामुळे न्यायालयात आधीपासूनच गर्दी व्हायला सुरुवात झाली होती. विविध वर्तमानपत्रांचे पत्रकार, टी.व्ही. चॅनेल्सचे प्रतिनिधी आणि त्यांचे कॅमेरे सज्ज होते. पोलिसांचीही ज्यादा कुमक मागवून बंदोबस्त वाढवला होता, कारण शेवटी वावडी उठलीच होती. काही बुजुर्ग मंडळींनी आरोपीला ओळखल्याचं सांगून तो तीस वर्षांपूर्वी घडलेल्या खुनातलाच आरोपी असल्याचं ते सांगत होते. त्यामुळे हा आरोपी भूतपिशाच्च आहे की काय म्हणून शहरात भीतीचं वातावरण निर्माण व्हायला मदतच झाली होती. त्यामुळे सायंकाळची रहदारी कमी झाली होती. अंधार पडला की, रात्री रस्त्यावर कुणीही माणूस दिसत नव्हता.

न्यायालयात प्रचंड गर्दी झाली होती. आरोपीला कडेकोट बंदोबस्तात हजर करण्यात आलं होतं. न्यायाधीश आंबेकर स्थानापन्न होताच, आरोपीला कठड्यात उभं करण्यात आलं. न्यायाधीशांचं आरोपीकडे लक्ष जाताच, ते आश्चर्यचकित आणि

सुन्न झाले. त्यांच्या चेहऱ्यावरचे हावभाव क्षणात बदलत गेले. आरोपी त्यांच्याकडे एकटक पाहत होता. आंबेकर त्याच्या डोळ्याला डोळा भिडवू शकत नव्हते. इन्स्पेक्टर गरुड अलिप्तपणे न्यायाधीश आंबेकरांचे हावभाव टिपत होते. आरोपीला पाहिल्यानंतरची अपेक्षित भावनाच त्यांना जाणवली होती. आरोपीला पाहून न्यायाधीश गोंधळले होते, हे सिद्ध झालं होतं.

समोर तीस वर्षांपूर्वीचा आरोपी, ज्याला आपणच शिक्षा केलीये, त्याच आरोपीला आज समोर पाहून न्यायाधीश आंबेकर खरोखरच गोंधळले होते. भास असावा का? पण तोही नव्हता. न्यायाधीश अस्वस्थ झाले होते. आरोपी अजूनही त्यांच्याकडे एकटक पाहत होता. खुनशी नजरेने नाही, पण थंड नजरेने. ती नजरही न्यायाधीशांना बोचत होती.

न्यायाधीश आंबेकरांनी स्वत:ला सावरलं आणि त्यांनी पुढचं कामकाज सुरू करण्याचा आदेश देताच न्यायालयात शांतता पसरली. पोलीस आयुक्त गोळे आणि इन्स्पेक्टर गरुडही हजर होते. सरकारी पक्षातल्या वकिलानं इत्थंभूत माहिती देत काही साक्षीदारांच्या नोंदी घेतल्या. हा आरोपी कसा क्रूर आहे, त्याने बाबासाहेब देशमुखांसारख्या देवमाणसाचा निर्घृण खून कसा केलाय, हे सचित्र पुरावे सादर करत सिद्ध केलं.

ते म्हणाले, "हा माणूस नसून पशुत्वाचा नमुनाच आहे. बाबासाहेबांशी कुठलंही वैर नसताना त्यांची हत्या या इसमानं केलीये आणि तीही अतिशय विचारपूर्वक. तसा तो वेडा किंवा मानसिकदृष्ट्याही खचलेला दिसत नाही युअर ऑनर. तर या आरोपीला शंभर वेळा फाशी दिली तरी ती अपूर्णच पडेल. थँक्स युअर ऑनर!"

सरकारी वकील खाली बसले. न्यायाधीश आंबेकरांनी दीर्घ श्वास सोडत त्याच्याकडे अर्थपूर्ण पाहिलं. आरोपी डोळे मिटून स्वस्थ बसला होता.

न्यायाधीश त्याच्याकडे पाहत म्हणाले, "तुम्हाला काही सांगायचंय मिस्टर...." न्यायाधीशांनी तूर्तास त्याचं नाव घेण्याचं टाळलं होतं, तरीही आरोपी डोळे मिटून स्तब्धच होता. तो काहीही बोलत नव्हता. आंबेकरांनी त्याला पुन्हा-पुन्हा विनंती केली होती, तरीही त्यानं डोळे उघडले नाहीत.

न्यायाधीश आंबेकर असाहाय्य झाले. त्यांनी पेन हातात घेतलं. तेव्हाच इन्स्पेक्टर गरुड उठले आणि विनंती करत म्हणाले, "न्यायाधीश महाराज! या प्रकरणात काही अदृश्य असे धागेदोरे मला सापडलेत. ते मी तुम्हाला सांगू इच्छितो."

इन्स्पेक्टर गरुडना पाहून न्यायाधीश आंबेकरांना तीस वर्षांपूर्वीच्या खटल्याचा तपासही इन्स्पेक्टर गरुडांकडेच असल्याचं आठवलं. आंबेकर स्वत:ला सावरत उत्तरले, "शुअर मि. गरुड! यू मे प्रोसीड."

इन्स्पेक्टर गरुड साक्षीदाराच्या कठड्यात उभे राहिले. आरोपीकडे त्यांनी अभावितपणे

पाहिलं. तीस वर्षांपूर्वीचा काळ त्यांच्या डोळ्यांपुढे जसाच्या तसा तरळून गेला. ते म्हणाले, ''सर! समोर उभ्या असलेल्या आरोपीचा चेहरा आपण ओळखलात का?'' या अनपेक्षित प्रश्नानं न्यायाधीश गांगरले. साक्षीदार न्यायाधीशाला कसा प्रश्न विचारू शकतो, म्हणून त्यांचा चेहरा करडा झाला. इन्स्पेक्टर गरुडांच्या लक्षात येताच ते पुढे म्हणाले, ''माफ करा महोदय, थेट प्रश्न विचारण्याचा अधिकार मला नाही. पण ही केस गुंतागुंतीची असल्यानं आणि त्याच्याशी तुम्हीही निगडीत असल्याने मला प्रश्न विचारणं भाग पडतंय.''

न्यायाधीशांनी चष्म्यातून हळूच पाहिलं आणि ते म्हणाले, ''अं ऽऽ हं थोडं आठवतंय. खरंतर मी स्वत:ही याला इथं पाहून हैराण झालो आहे.''

''तेच मला म्हणायचंय सर! तीस वर्षांपूर्वी ज्या आरोपीला तुम्ही शिक्षा केली होती, तोच हा आरोपी आहे.'' इन्स्पेक्टर गरुड ठासून म्हणाले.

''काय बोलताय इन्स्पेक्टर गरुड तुम्ही? तुमचं डोकं ठिकाणावर आहे ना?''

न्यायालयातही सर्वच आश्चर्यचकित झाले. कुजबुज निर्माण झाली.

''मी डोकं ठिकाणावर ठेवूनच बोलतोय महाशय. तीस वर्षांपूर्वी ज्याला आपण एका खुनाच्या आरोपाखाली देहान्ताची शिक्षा ठोठावली होती, तोच हा इसम आहे. याचं नाव आहे प्रशांत काकर्दे आणि तुम्ही स्वत:ही त्या घटनेचे साक्षीदार आहात. कारण तुम्हीच त्याला त्या वेळी देहान्ताची शिक्षा ठोठावली होती.'' इन्स्पेक्टर गरुडनी तीस वर्षांपूर्वीची केस पुराव्यासकट सादर केली होती. न्यायाधीशही कमालीचे गोंधळले. समोरचा आरोपी हा तोच होता, याची खात्री त्यांना पाहताक्षणीच झाली होती.

ते उद्गारले, ''मलाही आठवतंय इन्स्पेक्टर गरुड, मीच याला देहान्ताची शिक्षा ठोठावली होती आणि याच्या इच्छेनुसार फाशीऐवजी इंजेक्शनच्या साहाय्याने शिक्षा देण्यात आली होती, पण मग हा पुन्हा जिवंत कसा झाला? निसर्गातलं हे आश्चर्य मानायला हवंय का? की हा अपघात मानायचा? आणि पुन्हा यानं खून तरी कशासाठी केलाय?''

न्यायाधीशही गोंधळलेले पाहून न्यायालयातले प्रेक्षकही अस्वस्थ झाले होते. हा काय प्रकार आहे, हे कुणालाच कळत नव्हतं. तीस वर्षांपूर्वी शिक्षेत मरण पावलेला आरोपी जिवंत कसा झाला, हा प्रत्येकापुढे प्रश्न उभा होता. प्रसारमाध्यमेही अवाक झाली होती.

सरकारी वकील त्वेषाने उठले, ते म्हणाले, ''ऑब्जेक्शन युअर ऑनर.''

''ऑब्जेक्शन सस्टेंड''

''महाशय, इन्स्पेक्टर गरुड हे तुमची दिशाभूल करण्याचा प्रयत्न करत आहेत. कपोलकल्पित गोष्टी सांगून आरोपीला ते पाठीशी घालत आहेत. या

विज्ञानयुगात गूढता निर्माण करून आणि एका मेलेल्या आरोपीला जिवंत करून ते समाजाची दिशाभूल करत आहेत. या आरोपीने गुन्हा केलेला आहे. त्याला शिक्षा झालीच पाहिजे.''

सरकारी वकील तावातावाने बोलत खाली बसले. त्यांच्या या कृतीवर इन्स्पेक्टर गरुडनी फक्त स्मित केलं आणि ते म्हणाले, ''महोदय, आरोपीला पाठीशी घालण्याचा प्रश्नच येत नाही. ही एक सत्य घटना आहे. ती फक्त स्वीकारण्याचा आग्रह मी करतोय. तीस वर्षांपूर्वीही या आरोपीचा मी सहानुभूतीने विचार करायला सांगत होतो, कारण तो इनोसंट होता याची मला खात्री होती, पण त्या वेळी शेवटी तुम्हीही कठोर निर्णयच दिला होता.'' इन्स्पेक्टर गरुड मनापासून बोलत होते.

न्यायाधीश स्वतःला सावरत म्हणाले, ''ठीक आहे इन्स्पेक्टर गरुड, पण हा पुन्हा जिवंत कसा? तो खरंच तोच आहे का? दृश्यरूपात आपल्याला सर्व सत्य तेच दिसत आहे, पण तो स्वतः बोलल्याशिवाय कसं कळेल? ही हॅज टू से समथिंग!''

''बोलेल सर! तो निश्चित बोलेल. त्याच्या गूढ आयुष्याचा गुंता तोच सोडवू शकेल. मी प्रयत्न करतो.''

इन्स्पेक्टर गरुड खाली उतरले आणि आरोपीच्या पिंजऱ्याकडे गेले. त्यांनी आरोपीच्या डोळ्याला डोळा भिडवला आणि हळूच त्याचा हात दाबला. मायेने क्षणातच त्याच्या थंड नजरेत चलबिचल झाली. ओल्या स्पर्शानं त्याच्या डोळ्यांत करुणा साठली; ओठ थरथरले.

इन्स्पेक्टर गरुड म्हणाले, ''प्रशांत, तू प्रशांत काकर्देच आहेस याची मला खात्री आहे. तुला बोलायला हवं. तुझ्या आजूबाजूला असलेल्या गूढ आणि रहस्यमय वातावरणाचा भेद फक्त तूच करू शकतोस.''

इन्स्पेक्टर गरुडनं पुन्हा त्याचा हात दाबला आणि ते आपल्या जागेवर येऊन बसले.

आरोपीनं हालचाल केली. इन्स्पेक्टर गरुड आणि आयुक्त गोळेंकडे त्यानं केविलवाण्या नजरेनं पाहिलं. त्याचे ओठ वेगळे होताच घोगरा आवाज बाहेर पडला.

न्यायालयात भयाण शांतता होती. सगळ्यांच्याच हृदयाचा ठोका चुकला.

''हो! मीच प्रशांत काकर्दे. मला माहीत नाही मी कुठल्या युगात आहे. गाढ झोपेतनं उठावं तसा मी जागा झालो होतो आणि माझ्या मनःचक्षूवर प्रथम तीच घटना आली. ज्याचा मी कधी खून केलाच नव्हता, त्याची शिक्षा मी भोगली होती. न्यायाधीश महाराज, त्या वेळी मी जीव तोडून सांगत होतो, टाहो फोडत होतो, आकान्ताने सांगत होतो की, मी खून केला नाही. मला फसवलं गेलं होतं. पण त्या वेळी तुमच्याही डोळ्यांवर खरोखरच काळी पट्टीच होती. मी न केलेल्या गुन्ह्यासाठी तुम्ही मला शिक्षा केली होती आणि तीही देहान्ताची! ज्याचा खून झाला तो माझा

मित्र सदानंद मांढरे जिवंतच होता. दगाफटका करून त्यानं मला स्वत:च्या खुनात अडकवलं आणि तो मात्र चेहरा बदलून उजळ माथ्यानं फिरत होता. जो मृतदेह तुम्हाला दाखवण्यात आला, तो त्याचा नव्हताच. असूयेपोटी त्यानं माझ्यावर सूड उगवला आणि मला अडकवलं. मी तुम्हालाही ओरडून सांगत होतो साहेब, पण तुम्हीही ऐकण्याच्या स्थितीत नव्हताच. शेवटी मला देहान्ताची शिक्षा झाली. शेवटची इच्छा म्हणून तुम्ही माझं मरण सुसह्य केलंत एवढंच!''

क्षणभर तो थांबला. इन्स्पेक्टर गरुडकडे त्यानं आशाळभूत नजरेनं पाहिलं. प्रत्येक जण तो पुढे काय बोलतो, ते ऐकायला आतूर झाला होता. न्यायाधीशांकडे पाहत तो पुढे म्हणाला, ''साहेब, त्या वेळी माझ्या पाठीमागे एकमेव व्यक्ती सहानुभूतीने उभी होती, ती म्हणजे इन्स्पेक्टर गरुड. पण ते काहीच करू शकत नव्हते. ज्या वेळी मी मरणाच्या दारात उभा होतो, त्या वेळी माझ्या डोक्यात फक्त सदानंद मांढरेचे विचार होते. त्याचा खून झाला होता आणि तो उजळ माथ्यानं फिरत होता. फार यातना होत होत्या साहेब! जिवंत माणसाची शिक्षा मी मरण पत्करून भोगणार होतो. माझं कुटुंब उघड्यावर आलं होतं. माझ्या छोट्या गोंडस मुलाचा निरागस चेहरा डोळ्यापुढून जात नव्हता आणि मी मृत्यूच्या दारात येऊन ठेपलो होतो. पुढे काहीच आठवलं नाही. जेव्हा उठलो, तेव्हा हेच विचार डोक्यात होते. बाहेरचं जग खूपच बदललं होतं. फक्त सदानंद मांढरेच डोक्यात होता. मला त्याला शोधायचं होतं. रात्रंदिवस मी त्याचा शोध घेतला आणि अखेर तो मला सापडला. समाजात प्रतिष्ठित म्हणून वावरणारा सदानंद मांढरे हा तुमचा आजचा बाबासाहेब देशमुख म्हणून फिरत होता. अतिशय लुच्चा माणूस! क्षणाचाही विचार न करता मी त्याला संपवला, ज्याच्या हत्येमुळे मला देहान्ताची शिक्षा झाली. त्याला जगण्याचा अधिकारच नव्हता.''

आरोपी प्रशांत भडाभडा बोलत होता. त्याला धाप लागली होती. न्यायाधीश आंबेकरांसोबत सर्वच आश्चर्याने पाहतच राहिले होते. बाबासाहेब देशमुख हा सदानंद मांढरे होता, यावर कुणाचा विश्वास बसत नव्हता.

न्यायालयात शांतता होती. सगळेच दिङ्मूढ झाले होते. आरोपीची व्यथा समोर आली होती. सरकारी वकीलही निरुत्तर झाले होते. न्यायाधीश पुढे म्हणाले, ''ठीक आहे प्रशांत. न्यायालयाची चूक लक्षात आलीये. पण तुला देहान्ताची शिक्षा झालेली असताना तू जिवंत कसा?''

''सर, मलाही माहीत नाही. गाढ झोपेतनं उठलो, तेव्हा एका थंडगार खोलीत होतो. पुढे सदानंदच्या शोधानं मला झपाटलं. मला कुणी जिवंत केलं, याविषयी मला काहीच ठाऊक नाही.''

मोठाच प्रश्न निर्माण झाला होता. न्यायालयात कुजबुज सुरू झाली. आरोपीविषयी

प्रत्येकालाच सहानुभूती वाटायला लागली होती. इन्स्पेक्टर गरुड आणि आयुक्त गोळेंचे चेहरे खुलले होते. त्यांचा अंदाज बरोबर निघाला होता. न्यायाधीश आंबेकर काहीतरी निवेदन करणार, तेवढ्यात आवाज आला, "न्यायाधीश महाराज, तुम्हाला अपेक्षित असलेल्या गोष्टीबद्दल मी आपणांस सांगू इच्छितो."

आवाजाच्या दिशेने सर्वांनी पाहिलं. दोन तरुण उभे होते. त्यातला एक पुढे होऊन साक्षीदाराच्या पिंजऱ्यात उभा राहिला. दुसरा मात्र तिथे खालीच बसला.

न्यायाधीशांकडे पाहत तो तरुण म्हणाला, "न्यायाधीश महाराज, मी डॉ. अविनाश खोपर्डे. जैव-भौतिकी तंत्रज्ञ. शहराच्या मध्यवर्ती भागात असलेल्या जैव-भौतिकी तंत्रज्ञान संशोधन संस्थेत मी शास्त्रज्ञ आहे. समोर उभ्या असलेल्या इसमाला मी आता आरोपी म्हणणार नाही. त्याच्यावर प्रयोग करून मीच त्याला संजीवनी दिलीये. खरंतर माझ्यासाठी ही आनंदाची बाब आहे. पण त्याच्यातनं असे प्रश्न निर्माण होतील, याची कल्पनाच नव्हती."

डॉ.अविनाश थोडा वेळ थांबले.

न्यायालयात पुन्हा शांतता होती. प्रत्येक जण डॉ.अविनाश काय सांगतात, त्याकडे कान देऊन ऐकत होता. उत्सुकता शिगेला पोचत होती. डॉ. अविनाशनी आरोपीकडे अर्थपूर्ण पाहिलं आणि बोलू लागले, "तत्पूर्वी मला काहीतरी सांगायचंय. समोर ज्याला तुम्ही आरोपी म्हणून उभं केलेलं आहे, ते माझे वडील आहेत."

न्यायालयात आश्चर्याचे उसासे बाहेर पडले. परमही पाहतच राहिला. इन्स्पेक्टर गरुडना तीस वर्षांपूर्वी न्यायालयात आलेला एक लहान मुलगा आठवून गेला. पोलीस आयुक्त गोळे आणि न्यायाधीश आंबेकर पुन्हा सावरून बसले. या प्रकरणाला वेगळंच वळण लागलं होतं.

डॉ. अविनाश बोलू लागले, "अविनाश खोपर्डे हे नाव मला माझ्या मामांकडून मिळालं. वडीलांना देहान्ताची शिक्षा झाल्यानंतर आईही एका वर्षातच सोडून गेली. वडलांवर झालेला अन्याय ती सहन करू शकली नव्हती, त्यामुळे माझा सांभाळ मामांनीच केला. मला पुढे त्रास होऊ नये, म्हणून त्यांनी माझं नावच बदलून टाकलं आणि ते योग्यही होतं, कारण गुन्हेगाराचा मुलगा म्हणून माझी ओळख त्यांना होऊ द्यायची नव्हती. जसा मोठा होत गेलो, तसं वडलांविषयी कळू लागलं. ते अतिशय साधे आणि पापभीरू होते. त्यांना फसवलं गेलं होतं आणि त्याची जबर शिक्षा त्यांना मिळाली होती. समाजात बदनामीही झाली होती, पण वडिलांविषयी मला नितांत आदर होता आणि आहे. कारण आपला मृतदेह इतरांच्या किंवा संशोधनाच्या कामी यावा, अशी त्यांची इच्छा असल्याने मृत्यूनंतर त्यांचा देह शवागारात ठेवण्यात आला होता. किती प्रगल्भ विचार होते! पुढे मी सर्वच क्षेत्रात यश मिळवत गेलो. जैव-भौतिकी शास्त्र आणि तंत्रज्ञान हा माझा आवडता विषय होता. त्यातच मी

संशोधन केलं. पी.एच.डी. मिळवली. परदेशात गेलो आणि जैव-भौतिकी संस्थेत शास्त्रज्ञ म्हणून रुजू झालो, तेव्हा मी अतिसूक्ष्म पेशी व पदार्थांवर काम सुरू केलं होतं. त्या विषयाने मी झपाटला गेलो. नॅनो आकाराचे घटक बनवण्यावर माझा भर होता. किडनी, मेंदू, हृदय, फुफ्फुस या अवयवांच्या पेशींचा सखोल अभ्यास करून कार्बन, सिलिकॉन आणि त्यांच्या संयोगाने कृत्रिम पेशी तयार करण्याचा प्रयत्न करू लागलो. त्यात मला यशही आलं. बाद झालेल्या पेशींची जागा घेऊ शकतील, अशा कृत्रिम पेशीच मी निर्माण केल्या. त्यांची चाचणीही झाली होती. अतिशय कार्यक्षम पेशी मी निर्माण करू शकलो होतो.''

डॉ.अविनाश थोडा वेळ थांबले. संपूर्ण न्यायालयात त्यांची नजर भिरभिरली. परमकडे त्यांनी पाहिलं. तो आश्चर्यचकित झाला होता. डॉ.अविनाश पुढे सांगू लागला. ''आता मला प्रयोगच करून बघायचा होता. त्यासाठी मला गोठवलेला मृतदेह हवा होता. त्यासाठी मी 'महाराष्ट्र लाईफ एक्स्टेन्शन फाऊंडेशन'कडे विनंती केली. त्यांनी मला यादीच पाठवली. त्यात प्रशांत काकर्दे हे नाव वाचताच मला आनंद झाला.

''प्रत्यक्ष वडलांच्या मृतदेहावर प्रयोग करण्याची संधी मला प्राप्त झाली होती. प्रयोगासाठी मी त्यांच्याच मृतदेहाची निवड केली. त्यांचा मृत्यू हृदयक्रिया बंद पडून झाल्याने मी तशा पेशी बनवून घेतल्या. माझं काम खूपच सोपं झालं होतं. कारण देहातल्या इतर पेशी सक्षम आणि कार्यक्षम होत्या. मी माझा सहायक परमसोबत यशस्वी प्रयोग केला. यशस्वी म्हणण्याचं धाडस करतोय, कारण परिणाम तुमच्यासमोर आहे.''

आरोपीकडे डॉ.अविनाशनी निर्देश केला होता. न्यायालयातला प्रेक्षक 'न भूतो न भविष्यति' असं ऐकत होते. विज्ञानाचा आणि अतिसूक्ष्म तंत्रज्ञानाचा मोठाच आविष्कार ते पाहत होते. डॉ. अविनाश न्यायाधीशांकडे पाहत म्हणाले, ''एक विनंती आहे महोदय.''

''बोला.'' न्यायाधीश कौतुकाने डॉ. अविनाशकडे पाहत उत्तरले होते.

''प्रशांत काकर्देकडून खून झाला, तो नैसर्गिक अपघात म्हणायला हवा. कारण ज्या वेळी ते जागृतावस्थेत आले, त्या वेळी त्यांच्या स्मृतीत तीच घटना होती. ती अधोरेखित करायला मीही तेवढाच कारणीभूत आहे, म्हणून त्यांना शिक्षा देण्याऐवजी देशमुखांच्या खुनाला मला जबाबदार धरून शिक्षा देण्यात यावी, कारण मीच त्यांच्यावर प्रयोग केलेला आहे. नाहीतरी न केलेल्या खुनाबद्दल त्यांनी आधीच शिक्षा भोगलेली आहे, शिवाय निसर्गानेही त्यांना माझ्या प्रयोगाद्वारे संजीवनी देऊन त्यांच्यावरच्या अन्यायाचं निरसन केलेलं आहे. तरी महोदय न्यायालयाला शिक्षा द्यायचीच असेल तर ती मला द्यावी.''

डॉ.अविनाश बोलून थांबले. न्यायालयात एकच गडबड सुरू झाली. कोणालाच

शिक्षा होऊ नये, असं वाटत होतं. इन्स्पेक्टर गरुड आणि आयुक्त गोळे भारावून गेले होते. डॉ. अविनाशनी त्यांचं काम अधिक सोपं केलं होतं. विज्ञानाची उत्क्रांती ते सर्वच पाहत होते.

डॉ. अविनाशनी प्रशांतकडे पाहिलं. त्यांच्या डोळ्यांत पाणी होतं. डॉ. अविनाशचाही कंठ दाटून आला. धीम्या पावलानं ते प्रशांतकडे जाऊ लागले. डॉ. अविनाशनी प्रशांतला अलिंगन दिलं. विज्ञानाचा आविष्कार मोठाच विचित्र होता. बाप-लेकाचं वय साधारण सारखंच होतं.

न्यायालयात गोंधळ माजला.

न्यायाधीश आंबेकरांपुढेही मोठाच पेच निर्माण झाला होता. विज्ञानाने त्यांच्यापुढे पुरावाच सादर केला होता. तो नाकारणं शक्यच नव्हतं. शिवाय न केलेल्या गुन्ह्यासाठी आरोपीने आधीच मरणप्राय शिक्षा भोगली होती, मग आता न्यायालय त्याला कुठली शिक्षा देणार होतं? निसर्गानं आणि विज्ञानानंच त्याला न्याय देऊन टाकला होता. या वेळी मात्र तीस वर्षांपूर्वीच्या निर्णयाची पुनरावृत्ती करायची नाही, असं न्यायाधीश आंबेकरांनी मनोमन ठरवलं आणि टेबलावर हातोडा मारून सर्वांचं लक्ष वेधून घेतलं. न्यायालयात पुन्हा शांतता पसरली.

न्या. आंबेकर म्हणाले, "उद्याच या केसचा निकाल मी जाहीर करीन."

आणि ते तडकपणे उठून आपल्या दालनात परतले.

प्रेक्षकही बाहेर पडत होते. काही जण डॉ. अविनाश आणि प्रशांत काकर्देकडे झेपावले. प्रसार माध्यमांनीही त्यांना गराडा घातला होता. लोकांचा कल मात्र या पिता-पुत्रांच्या बाजूनेच होता.

आयुक्त गोळे आणि इन्स्पेक्टर गरुडही डॉ. अविनाश आणि प्रशांतजवळ आले. दोघांनीही त्यांचं अभिनंदन केलं. प्रशांतनं इन्स्पेक्टर गरुडांचे हात हातात घेऊन आपल्या डोळ्यांना भक्तिभावाने लावले. त्यात इन्स्पेक्टर गरुडांना ओलावा जाणवला. सद्‍गदित होत ते म्हणाले, "प्रशांत, त्या वेळी तुझ्यासाठी मी फार काही करू शकलो नव्हतो. या वेळी मात्र तुझ्या या मुलानं मला साथ दिली. केवळ त्यामुळे हे शक्य झालं."

डॉ.अविनाशनं नुसतंच स्मित केलं.

आयुक्त गोळे इन्स्पेक्टर गरुडांच्या खांद्यावर हात ठेवत म्हणाले, "वेल डन इन्स्पेक्टर गरुड! मला तुमचा अभिमान वाटतो. अतिशय क्लिष्ट केस तुम्ही जिद्दीनं सोडवलीत. पोलीसखातं नेहमीच तुमचं स्मरण ठेवेल."

"नाही सर! हे फक्त तुमच्यामुळे शक्य झालं. तुम्ही मला विश्वास दिला आणि पोलीस खात्यात तोच महत्त्वाचा असतो. त्यामुळेच मी या व्यक्तीला न्याय देऊ शकलो."

आयुक्त गोळेंनी इन्स्पेक्टर गरुडना प्रेमानं आलिंगन दिलं आणि सरकारकडे त्यांच्या पारितोषिकासाठी खास शिफारस करण्याचं त्यांनी या वेळी मनोमन ठरवलं.

चौघंही न्यायालयातनं बाहेर पडले होते.

डॉ. अविनाश आणि प्रशांत – बाप-लेक... विज्ञान आणि निसर्गाचा हा अनोखा संगम हातात हात घालून चालताना दिसत होता.

■

शापित

गणेश ताम्हणे पी.एच.डी. हॉस्टेलच्या टी.व्ही. रूममध्ये बसला होता. इतर तुरळक विद्यार्थीही तिथे चहा पीत बसले होते. त्याच्या शेजारचे दोघं कुठल्यातरी संशोधनावर चर्चा करत होते. तो मात्र 'झी' चॅनेलवरच्या बातम्या पाहत होता. सायंकाळी प्रत्येक चॅनेलवरच्या बातम्या वा रिपोर्ट्स तो आवर्जून पाहायचा. भारतात कुठे काय चाललंय, याची माहिती घ्यायला गणेश नेहमीच उत्सुक असायचा. या वेळीही रिमोटच्या साहाय्यानं त्यानं वेगवेगळी चॅनेल्स चाळून काढली. प्रत्येक चॅनेलवर सर्वसाधारण एकच बातमी होती. त्यानं तो अस्वस्थ झाला होता.

एका कोवळ्या मुलीवर बलात्कार करून तिची हत्या करणाऱ्याची ती माहिती होती. सलग पाच-दहा मिनिटं त्याच्यावर रिपोर्ट्स दिले जात होते. सर्वोच्च न्यायालयानं त्याला फाशीची शिक्षा सुनावली होती. त्यानं आणि त्याच्या कुटुंबीयांनी राष्ट्रपतींकडे दयेचा अर्ज पाठवला होता आणि तो त्यांनी फेटाळून लावला होता. त्याची फाशी अटळ होती. त्याच्या कुटुंबीयांच्या मुलाखती, त्यांची अगतिकता, राग, आक्रोश, त्याच्या बायकोची भलावण हे सर्व तो किती चांगला आहे, हे दर्शवत होतं! 'फाशीची शिक्षा म्हणजे त्याची क्रूर थट्टा आहे' हा मुद्दा प्रत्येक चॅनेलने उचलून धरला होता. संपूर्ण भारतात त्याच्याविषयी सहानुभूतीची लाट होती.

ही बातमी आणि प्रत्येक न्यूज चॅनेलची भलावण पाहून गणेश ताम्हणे अस्वस्थ झाला होता. या चॅनेल्सची त्याला चीड येत होती. भारतात अनेक महत्त्वाचे प्रश्न असताना ही चॅनेल्स एका नराधमाला मोठं करत होती. भारतातला तो फार मोठा प्रश्न म्हणून चर्चा करत होती. त्याच्यावर वीस मिनिटांचे नुसते रिपोर्ट्स दाखवले जात होते. भारतातली नीतिमत्ताच ढासळल्याचं हे उदाहरण होतं.

गणेशला कमालीचा संताप येत होता, म्हणून त्यानं वेगळा चॅनेल लावला. त्यावरही त्याच घाणेरड्या बातम्या चालल्या होत्या. शेवटी त्यानं दूरदर्शनवरच्या मराठी बातम्या लावल्या होत्या.

निवेदिकेनं महाराष्ट्रातल्या काही महत्त्वाच्या घडामोडी सांगितल्या. त्यांची चलत्‌चित्रंही दाखवली जात होती. निवेदिकेचे पुढचे शब्द ऐकून गणेश ताम्हणे सावरून बसला. त्याचं हृदयही धडधडलं. निवेदिका म्हणाली की, आताच आलेल्या माहितीनुसार विदर्भात अजून पाच शेतकऱ्यांनी आत्महत्या केली आहे. चिखली या गावातल्या पाच शेतकऱ्यांनी एकाच वेळी आत्महत्या केल्याचं तिनं नमूद केलं. ही बातमी ऐकताच गणेशचं मन कमालीचं अस्वस्थ झालं. क्षणभर त्याला काहीच सुचलं नाही. त्याच्या मनात काही शंका येऊन गेल्या. त्यानं तो चांगलाच शहारला. कारण चिखली हे गाव त्याचंच होतं. त्या निवेदिकेच्या तीस सेकंदाच्या वाक्यांनी तो व्यथित झाला. डोक्यात काहूर उठलं होतं. पुढच्या बातम्या ऐकण्याचीही त्याची मन:स्थिती राहिली नाही.

तेवढ्यात कोपऱ्यात असलेल्या टेलिफोनची घंटा घणघणली. त्या वातावरणात तो आवाज खूप कर्कश वाटला. त्यामुळे तिथं बसलेल्या सगळ्यांचंच लक्ष फोनच्या घंटेकडे केंद्रित झालं. गणेशही थोडा विचलित झाला.

तिथंच बसलेल्या एका विद्यार्थ्यानं फोन उचलला, ''हॅलोऽऽ''

पलीकडचा आवाज त्या विद्यार्थ्याला न समजल्यानं तो थोडा चिडल्यागत बोलला, ''मराठी नही समझता! हिंदी में बोलो.''

तो विद्यार्थी दाक्षिणात्य होता. त्याच्या या वक्तव्यावर गणेश आशाळभूतपणे पाहत होता.

''हां! है. यही है. हाँ. पीएच.डी. हॉस्टेल. कौन? गणेश. गणेश ताम्हणे. फिजिक्स में हैं? मालूम नही.''

दाक्षिणात्य विद्यार्थ्याच्या तोंडून 'गणेश' शब्द ऐकताच, गणेश ताम्हणे नकळत त्याकडे झेपावला.

तो विद्यार्थी खांदे उडवत फोन ठेवणार, तेवढ्यात गणेशने त्याच्या हातातून फोन हिसकावला आणि कानाला लावत अधीरतेनं उत्तरला, ''हॅलो! हं बोला. मी...मी... गणेश ताम्हणे. आपण कोण?''

''आरं गण्या, मी सखाराम काका. तुझा चुलता. लई इपरीत झालं बघ. आपल्या जिभाऊनं, तुझ्या बानं ईष खाऊन आत्महत्या करून घेतली. दुपारच्याला गेला तो. तुला खूप प्रयत्न केला; पण फोनच लागत नव्हता.'' पलीकडून आवाज येतच होता.

गणेश त्या बातमीनं स्तब्ध आणि सुन्न झाला. त्याच्या मनातली शंका खरीच ठरली होती. हृदयावरचं दडपण वाढलं होतं.

फोन ठेवून त्यानं शेजारच्याच स्टुलाचा आधार घेतला. त्याच्या डोळ्यांपुढे अंधारी येऊन गेली. क्षणभर त्यानं डोळे गच्च मिटून घेतले. त्याची छाती वर-खाली होत होती. वडलांनी आत्महत्या केली, हा त्याच्यावरचा आघातच होता.

दुसऱ्या क्षणाला त्यानं स्वत:ला सावरलं. खिशातलं रुपयाचं नाणं टाकून त्यानं एक नंबर डायल केला.

पलीकडून आवाज येताच तो म्हणाला, "सर! मी गणेश."

"हं बोल गणेश."

"सर, आता सात वाजताची बातमी ऐकलीत?" गणेशचा कंठ रुद्ध झाला.

"हो. का रे?"

"सर, त्यात माझे दुर्दैवी वडीलही आहेत. त्यांनी आत्महत्या केलीये सर! जीवनाशी लढा देणारा एक गरीब शेतकरी हरला सर!"

"काय!" पलीकडून आश्चर्योद्‌गार आणि स्तब्धता. दोन क्षण शांततेत गेले. अशा ऐन क्षणी काय बोलावं, याची कदाचित ते जुळवाजुळव करत असावेत.

ते म्हणाले, "गणेश, काय म्हणतोस हे! तू शांत राहा. धीरानं घे. मी तुझ्या पाठीशी आहे. इट इज रिअली व्हेरी अनफॉर्च्युनेट अँड टफ टाइम फॉर यू."

पलीकडचा स्वर गणेश ताम्हणेचे पीएच.डी.चे मार्गदर्शक डॉ. विवेक बुद्धिसागर यांचा होता. त्यांचे धीर देणारे शब्द ऐकताच गणेशचा बांध फुटला. त्याचे हुंदके स्पष्टपणे ऐकू येत होते.

डॉ. बुद्धिसागरही अस्वस्थ झाले. त्याला जवळ घेऊन सांत्वन करायला ते तिथं नव्हते. गणेशवरचं संकट त्यांना कळत होतं. त्यांनी क्षणभर त्याला तसंच रडू दिलं आनि थोड्या वेळानं ते म्हणाले, "गणेश? ऐकतोयस ना?"

"होय सर!" अजूनही त्याचा कंठ रुंधलेलाच होता. डोळ्यांत अश्रू होते.

"तू आता शांत आणि स्थिर मनानं घरी जा. तिथं तुझी खरी गरज आहे. मी इथलं काय ते सांभाळतो." डॉ. बुद्धिसागर आश्वासक बोलत होते. अशा प्रसंगी समोरच्याचं सांत्वन कसं करावं, हे एक मोठं आव्हान असतं. इथं तर त्यांचा स्वत:चाच विद्यार्थी होता.

"येस सर! मी आत्ताच निघतोय. मला परतायला दोन-तीन आठवडे तरी लागतील."

"परत येण्याची घाई करू नकोस. सगळं स्थिरस्थावर झाल्यानंतरच ये आणि दरम्यान मला कळव. ओके?" डॉ. बुद्धिसागरनी त्याला समजावलं.

"ठीक आहे सर! थँक यू."

त्यानं फोन ठेवला. डोळ्यांत अजूनही अश्रू होते. त्यानं पुन्हा सहज टी.व्ही.कडे पाहिलं. 'झी' चॅनेलवर त्या बलात्कारी इसमाचीच भलावण चालली होती; एखाद्या

हिरोसारखी. तशाही परिस्थितीत गणेशला चीड आली. प्रथमच भारतातल्या या मीडियावर त्याचा रोष झाला होता. कारण 'शेतकरी' या समाजातल्या महत्त्वाच्या घटकावर ही मंडळी कुठंही बोलत नव्हती आणि ज्यानं एका कोवळ्या मुलीची लक्तरं तोडली, त्याच्या प्रचाराची मोहीमच त्यांनी उघडली होती.

गणेश ताम्हणे वेगानं टी.व्ही. रूममधनं बाहेर आला.

रात्रीच्या गाडीनं तो चिखलीला निघाला. अठरा तासांच्या प्रवासानंतर तो तिथं पोचणार होता. तोपर्यंत त्याच्या वडलांचं प्रेत त्याची वाट पाहणार होतं.

बस वेगानं पळत होती. अंधारातही त्यानं आपले डोळे बंद करून घेतले होते. तरीही त्याच्या वडलांचा निरागस चेहरा त्याच्या डोळ्यांपुढून सरकून जात होता. केविलवाणा चेहरा पाहून त्याला अजूनच भडभडून येत होतं. मनात लहानपणापासूनच्या आठवणी दाटून येत होत्या. एव्हाना विचारात गणेशचे डोळे तारवटून गेले. तरीही मनात आठवणींचं मोहोळ उठतच होतं.

गणेश ताम्हणेचे वडील तसे गरीब शेतकरी. अठरा विश्वं दारिद्र्य! वडिलोपार्जित तीन एकर शेती, तीही कोरडवाहू. पाऊस पडला नाही, तर दुसऱ्याच शेतात मोलमजुरी करून पोट भरणं हा दुसरा व्यवसाय होऊन बसायचा. जमीन सुपीक करण्याच्या नादात सावकाराकडनं कर्ज घेतलेलं. त्याचंच चक्रवाढव्याज होऊन कर्जाचा डोंगर उभा राहिला. पोटापुरतं पिकवायचीही भ्रांत. काखोटीला पाच अपत्य. घराची दुर्दशा झालेली. गणेश सर्वांत मोठा. त्याच्या पाठी दोन भाऊ, दोन बहिणी. कळायला लागल्यापासून तोही आई-वडलांना मजुरीसाठी मदत करत असे. पण त्याची शाळेत जाण्याची इच्छा आणि गती पाहून वडलांनी पोटाला चिमटा घेऊन त्याला शाळेत घातलं आणि गणेशनं त्याचं चीजही केलं. पैशांचा इतर कुठलाही ओघ नसल्यामुळे गणेश शाळा सुटल्यानंतरचा वेळ मजुरीसाठी देत असे आणि रात्री अभ्यास करत असे. गणेश हा एक तल्लख बुद्धीचा मुलगा आहे, हे एव्हाना चिखलीतल्या शिक्षकांच्या लक्षात आलं होतं. त्याला ते पूर्ण साहाय्य करत असत. गणेशची शिक्षणातली गती आणि तळमळ पाहून शिक्षकांच्या मनात त्याच्याबद्दल आपुलकी निर्माण झाली होती. गणेशनंही शिक्षकांना निराश केलं नव्हतं.

गणेशच्या वडलांनी दुसऱ्याची शेती करायला घेऊनही फायदा झाला नव्हता. उलटपक्षी तोटाच झाला होता आणि ते जास्तच सावकारी पाशात अडकत गेले होते. काहीही न करता कर्ज फुगतच चाललं होतं. सावकाराचा तगादा मागेच लागला होता. तरीही नेटानं ते आपल्या शेतात राबत होते.

गणेशनं दहावी-बारावीत जिल्ह्यात प्रथम येऊन चिखलीचं नाव काढलं. त्याच्या वडलांना त्याच्याविषयी फार आशा निर्माण झाल्या होत्या. म्हणून जिवाचं रान करून त्यांनी त्याला उच्च शिक्षणाला पाठवलं. पारंपरिक क्षेत्राकडे न जाता

गणेशनं मूलभूत शास्त्राकडे जाऊन पुढे संशोधन करण्याची मनीषा बाळगली होती. त्यानुसार तो पुण्यात येऊन दाखल झाला. त्यासाठी शिक्षकांनी मदत केली; काही शिष्यवृत्त्या मिळवून दिल्या.

पुणे विद्यापीठाच्या भौतिकशास्त्र विभागातून जैवभौतिकशास्त्र हा स्पेशल विषय घेऊन तो प्रथम क्रमांकानं पदव्युत्तर झाला. त्याच वर्षी संशोधनासाठी लागणारी पात्रता-परीक्षा पास होऊन जैवभौतिकीशास्त्रात काम करणाऱ्या डॉ. विवेक बुद्धिसागरांकडे तो रुजू झाला. दोन वर्षांच्या कालावधीतच डॉ.बुद्धिसागरांना गणेशमधली बौद्धिक चमक दिसली. त्यामुळे त्यांनी त्याला संशोधक विद्यार्थी म्हणून तत्काळ घेतलं. त्यासाठी त्याला पुरेसा पैसाही मिळणार होता. त्याला मिळणाऱ्या शिष्यवृत्तीत तो भावाबहिणींच्या शिक्षणासोबतच वडलांवर असणाऱ्या कर्जाचा बोजाही कमी करण्याचा प्रयत्न करणार होता. आताशी ही चांगली सुरुवात होती.

पण आजच्या बातमीनं गणेशचं सारं भावविश्वच नाहीसं झालं. वडलांच्या आत्महत्येनं त्याच्या जीवनात पोकळी निर्माण झाली. आई आणि भावंडांची जबाबदारी येऊन पडली होती. एकीकडे कौटुंबिक जबाबदारी आणि दुसरीकडे संशोधन करण्याची इच्छा या दोन टोकांच्या मध्यावर तो उभा होता. समतोल राखत ही कसरत त्याला करावी लागणार होती.

गाडीनं ब्रेक दाबताच गणेशची विचारशृंखला तुटली. चिखली आगारात गाडी येऊन थांबली. हायवेवरच गाव असल्यानं तिथं बहुतांशी गाड्या थांबत असत. गणेशचे डोळे जड झाले होते. रात्रभर झोप नव्हतीच. बसमधनं उतरला, तेव्हा त्याचे पाय जडावले होते. त्या वेळी दूरवर डफाचे आवाज ऐकू येत होते.

गल्लीत शिरताच भावंडं आकान्तानं त्याच्याकडे धाव घेत त्याला बिलगली. गणेशचाही बांध फुटला. इतर दोघा-तिघांनी त्यांना सांभाळलं. त्याच्या घराबाहेर बरीच गर्दी होती. आईजवळ जाताच त्यानं तिच्या कुशीत भावनांना वाट मोकळी करून दिली. ती माऊली मात्र स्तब्धपणे त्याच्या पाठीवर हात फिरवत होती. गणेशनं स्वत:ला सावरलं. उठून तो वडिलांच्या देहाजवळ आला. आजूबाजूला अजून चार मृतदेह होते. तेही त्याचे शेजारीच होते. या सर्वांनीच सामूहिक आत्महत्या केली होती. दृश्य हृदय पिळवटून टाकणारं होतं. गणेशनं उपस्थित जनसमुदायावर एक दृष्टिक्षेप टाकला. सर्वांच्या नजरा त्याच्यावरच खिळल्या होत्या; काही अपेक्षेनं तर काही अगतिकतेनं! उशीर झाल्यानं पाचही मृतदेह उचलण्यात आले. या वेळी मात्र खूपच आक्रोश झाला. आसमंतात त्याचं परावर्तन भयावह वाटत होतं.

अंतिम संस्कार उरकून गणेश आणि इतर गावकरी चावडीत बसले होते. कुणीही कुणाशी फारसं बोलत नव्हतं. सगळ्यांच्याच नजरा गणेशवर खिळल्या होत्या. त्याच्याविषयी गावात प्रत्येकाच्या मनात आदर होता. कारण त्याच्यामुळे

काही अंशी गावाचं नाव जिल्हा पातळीवर गेलं होतं. त्याचे स्वत:चे शेतकरी-वर्गमित्रही होते. इतर ज्या शेतकऱ्यांनी आत्महत्या केली, त्यांची मुलंही गणेशचे मित्र होते. त्या सर्वांनाच गणेशचा अभिमान होता.

गणेशनं चौफेर नजर फिरवली आणि समोर बसलेल्या बारक्या या त्याच्या वर्गमित्राला तो म्हणाला, "बारक्या! हे सर्व असं झालं कसं?"

"काय सांगू गणा! असं काही घडेल असा स्वप्नातही विचार केला नव्हता. आपला विदर्भच शापित बघ! तुझा बा, माझा बा, या परशा, भिका, बन्सी यांचे बा सगळेच खूप कष्ट घेत होते. तुलाही माहीतच आहे. जिवाचं रान करून ते शेतात घाम गाळत होते. आम्हीपण मदत करत होतो, पण हा अचानक असा फास. पाची जणांनी काय मनात घेतलं कोण जाणे... आणि हा असा घात झाला."

बारक्याचा कंठ दाटून आला. त्याच्या डोळ्यांतून अश्रू वाहू लागले.

त्याच्या खांद्यावर हात ठेवत परशा म्हणाला, "सकाळपासून माझा बापण गप्पच होता. त्याच्या मनात काय होतं कोण जाणे! पण तो सारखा अश्रू ढाळत होता. साठ हजार रुपयांचं कर्ज काढून बोअरिंग केलंय, पण तिला पाणीच लागलं नाही. त्यामुळे त्यानं खूपच हाय खाल्ली होती." परशानं स्वत:च्या वडिलांची घालमेल सांगितली.

गणेशनं दीर्घ श्वास सोडला आणि पुढे म्हणाला, "याचा अर्थ सगळेच कर्जाच्या ओझ्याखाली होते."

"व्हय! हल्ली सावकार लोकबी धमकवायला लागलं व्हतं. शेतीवर हक्क सांगाया लागलं व्हतं." भिकानं आठवत सांगितलं.

"मग कुठं तक्रार केली नाही? सरकारी दरबारात?" गणेशनं विचारलं.

"कसं करणार गणाभाऊ? च्यामारी सरकारच इथं ठिकाणावर नाही." बन्सी एक इरसाल शिवी हासडत पुढे म्हणाला, "काय सांगू गण्या, परवा एम.एस.इ.बी.नं माझ्या बाच्या नावावर एक लाखाचं बिल काढलं. आरं, आमची दोनच एकर शेती. एवढं बिल कसं येईल? बानं हायच खाल्ली. एम.एस.इ.बी.वाल्यांकडं गेला. त्यांनी त्याला हाकलून दिलं आणि पैसे भरले नाहीत, तर पोलिसात देऊ म्हणाले. त्याची तगमग मी हेरली होती." बन्सीनंही आपल्या भावनांना वाट करून दिली.

यावर बारक्या थोडं त्वेषानं म्हणाला, "गण्या, तुला माहीत नाही. इथले सावकार आणि बागायतदार लई हरामखोर हाईत. फुकटची वीज वापरून गरीब शेतकऱ्यांना छळतात. शंभर एकर बागायतीचं वीज-बिल फक्त पाच हजार रुपये येतंय. काय सांगू?" बारक्याचा त्रागा बाहेर पडत होता.

गणेशला एकंदरीत कल्पना आली होती. ज्या पाच जणांनी आत्महत्या केली; त्याला त्यांच्यावरच्या कर्जाला सावकार आणि सरकारी यंत्रणा जबाबदार असल्याचं

त्याच्याही लक्षात आलं. गणेश सर्वांकडे पाहत आश्वासकतेने म्हणाला, "ठीक आहे, बारक्या, परशा, भिका, बन्सी जे झालं ते झालं. तुमच्या डोक्यात असलं खूळ येऊ देऊ नका."

"नाही येऊ देणार गण्या! पण यातनं तूच आम्हास्नी मार्ग दाखव. काय करावं, काहीच कळत नाही. सावकार तर नुसते पाठीशी लागलेत." परशा म्हणाला.

एक ऐंशी वर्षांचा म्हातारा आपली पगडी नीटनेटकी करत उत्तरला, "गण्या! आरं बेटा, तू चांगला शिकलेला हाईस. या पामरास्नी तूच मार्ग दाखीव. सरकारकडनं दाद माग. आत्महत्या करणाऱ्याला भरपाई देतात म्हने. तेवढी तरी मिळवून दे माझ्या बापा."

म्हाताऱ्याचे ते बोल काळीज पिळवटून गेले. तो अस्वस्थ होत म्हणाला, "काका, सरकारचं नाव काढू नका. इतक्या शेतकऱ्यांनी आत्महत्या केल्या. मदत जाहीर केलीये. पण कुठं आहे ती मदत? त्यांच्यापर्यंत ती पोहोचलीच नाही. साधा एक मंत्रीसुद्धा भेटायला आला नाही. शेतकऱ्यांचा प्रश्न त्यांना मोठा वाटतच नाही. एखाद्यानं बलात्कार केला, तर तो प्रश्न सर्वांना जिव्हाळ्याचा वाटतो. जाऊ द्या. जे काही करायचंय ते आपणच करू. माझ्यावर विश्वास ठेवा." गणेश सद्‌गदित झाला होता. त्याच्या शेवटच्या वाक्यानं सारेच गहिवरले होते आणि त्यांनी नकळत माना डोलावल्या होत्या.

एक एक करत सर्व जण परतले. परशा, बारक्या, भिका आणि बन्सी यांना गणेशनं काही महत्त्वाच्या गोष्टी सांगितल्या. त्यांनी त्या अमलात आणायचं ठरवलं.

सर्व गेल्यावर गणेशनं काही वेळ आपली आई आणि भावंडांशी हितगूज केलं. प्रत्येकाच्या भविष्याची आखणी त्याला करायची होती. मार्गाला लावायचं होतं. गणेश नुसताच संशोधक नव्हता, तर दूरदृष्टी असलेला एक कुटुंबप्रमुखही होता. त्याला मिळणाऱ्या शिष्यवृत्तीमध्ये भावंडांच्या शिक्षणासोबतच शेतीसाठीही महत्त्वाचं योगदान त्याला द्यायचं होतं. त्याच्या मित्रांना मदत करायची होती. या सावकारी आणि सरकारी डोहातून त्यांना बाहेर काढायचं होतं. त्यानं मनाशी निश्चयच केला होता. गणेशच्या डोक्यात विचारांची चक्रं फिरू लागली.

तिसऱ्या दिवशी परशा, बारक्या, भिका आणि बन्सीला घेऊन तो प्रत्येकाच्या शेताचं अवलोकन करून आला. मातीचं अवलोकन केलं. प्रत्येकाच्या शेतीवरचे मातीचे नमुनेही बाटलीत घेतले. संशोधनाची दिशा त्याला कळली होती. डॉ. बुद्धिसागरांसारखा मार्गदर्शक त्याच्याजवळ होता. काहीतरी करून दाखवण्याची जिद्द त्याच्यात निर्माण झाली होती.

सहजच त्यानं शेतात चौफेर नजर फिरविली. रणरणत्या उन्हात क्षितिजावर मृगजळाची मोहळं उठली होती आणि त्यात त्याचे वडील शेत नांगरताना दिसत

होते. मध्येच ते घाम टिपत होते. तो भानावर आला आणि भेगा पडलेल्या शेतीत काहीतरी नवचैतन्य निर्माण करायच्या ईर्षेनं तो परतला. त्याच्यामागे ते सर्व परतले होते.

दोन आठवड्यांनी मनात काही आराखडे घेऊन गणेश पुण्याला परतला होता. विभागात एव्हाना त्याच्या शोकांतिकेविषयी बऱ्याच जणांना कळलं होतं. त्यामुळे विभागात येताच त्याच्या सहकारी आणि प्राध्यापकांनी आवर्जून चौकशी केली आणि सांत्वन केलं.

डॉ. बुद्धिसागरांच्या केबिनचं दार हळूच ढकलत गणेशनं विचारलं, "सर, आत येऊ?"

कुठल्यातरी गहन विचारात असलेल्या डॉ. बुद्धिसागरांनी दाराकडे पाहिलं आणि उत्स्फूर्तपणे उत्तरले, "अरे, ये गणेश. बैस."

डॉ. बुद्धिसागर थोडेसे स्थूल, बुटकेले आणि हनुवटीवर फ्रेंच कट ठेवलेले गृहस्थ होते. ते शास्त्राची जाण आणि समाजाचं भान असणारे थोर शास्त्रज्ञ होते.

गणेश समोरच्या खुर्चीत बसला. डॉ. बुद्धिसागरांनी हातातला रिपोर्ट बाजूला ठेवत विचारलं, "हे सर्व झालं कसं? वडलांच्यावर काही दबाव होता का?"

गणेश वडलांच्या विचारानं पुन्हा अस्वस्थ झाला. त्याची घालमेल होऊ लागली. स्वत:ला सावरत तो म्हणाला, "सगळंच अनपेक्षित झालं सर! काही कळण्याच्या आतच सारं संपलं होतं. अगदी मनाचा निश्चय करूनच त्यांनी आत्महत्या केलीये."

गणेशनं पुढे डॉ.बुद्धिसागरांना सगळं इत्थंभूत सांगितलं. डॉ. बुद्धिसागरही धीरगंभीर झाले. भारतात अगदी टोकाची परिस्थिती असणारेही आहेत, यावर त्यांचा विश्वास बसला होता.

शेवटी दीर्घ श्वास सोडत गणेश म्हणाला, "हे सर्व असं आहे सर! भयावह! शेतकरी कसा जगतोय याची मला जाणीव आहे. शेतकरी आणि सरकार यांमध्ये दलाल नावाचा प्राणी सावकार झालाय सर! आणि तोच आज शिरजोर झालाय. शेतकऱ्याचं खाऊन शेतकऱ्यांच्याच जीवावर उठलाय. सरकारच अशा दलालांना पाठीशी घालतंय, हेच खरं दुर्दैव आहे."

गणेशचा नैसर्गिक उद्वेग बाहेर पडत होता. तो एक अभ्यासू संशोधक आहे, याची जाण डॉ. बुद्धिसागरांना होती. शेतकरी खरोखरच आत्महत्या करतात का की त्यांना आत्महत्येचं स्वरूप देतात, याबद्दल त्यांच्या मनात शंका होती. पण आता त्यांच्या विद्यार्थ्याच्या वडलांचाच बळी गेला होता. एक जिवंत उदाहरण त्यांच्या डोळ्यांसमोर होतं. ते म्हणाले, "गणेश, मागे सरकारनं पॅकेज जाहीर केलं होतं. त्याचा काहीच उपयोग झाला नाही का?" डॉ. बुद्धिसागरांचा भाबडा प्रश्न.

"नाही सर. किंबहुना कुठल्याही गरीब शेतकऱ्यापर्यंत ते पोचलेलं नाही. मी या सर्वांचा अभ्यास करून आलो आहे. जे धनाढ्य शेतकरी आहेत, त्यांच्याकडे हे पॅकेज गेलंय याची माहिती माझ्याकडे आहे." गणेश आत्मविश्वासानं आणि तेवढ्याच उद्वेगानं बोलत होता.

"पण टी.व्ही. चॅनेल्सवर तर त्याचा भरपूर उदोउदो झालेला आहे. इट्स रिअली स्ट्रेंज!" डॉ.बुद्धिसागरांना आश्चर्य वाटलं.

"टी.व्ही. चॅनेल्सचं काय घेऊन बसलात सर!" गणेश उपहासाने बोलत, हसत पुढे म्हणाला, "या टी.व्ही. चॅनेल्सवाल्यांना मूलभूत सामाजिक प्रश्नच माहीत नाहीत सर! शेतकऱ्यांच्या आत्महत्येपेक्षा त्यांना कोवळ्या मुलीवर बलात्कार करणारा महत्त्वाचा वाटतो. अतिशय थर्ड ग्रेड सिस्टिम! स्वत:चा टीआरपी राखण्यासाठी कुठल्याही थराला जातात. पूर्णपणे नीतिमत्ता ढासळलीये! व्हेरी शेम! बलात्कार करणाऱ्या नराधमावर अर्धा तास रिपोर्ट दाखवतात; पण हजारो शेतकरी आत्महत्या करतात, त्यांच्यावर साधा दहा सेकंदांचाही रिपोर्ट नसतो. तर त्यांनी आत्महत्या का केली हे दूरच. पेज थ्री संस्कृतीत मानवाची नीतिमत्ता हरवलीये, एवढं मात्र निश्चित." गणेश त्वेषानं बोलत होता.

डॉ. बुद्धिसागर त्याचं हे बोलणं प्रथमच ऐकत होते. त्याच्या बोलण्यात सत्यता आणि विचारांची बैठक होती.

डॉ. बुद्धिसागर म्हणाले, "खरंच गणेश, याला सर्वच जबाबदार आहेत. खोलवर जाऊन मूलभूत प्रश्न कोणीच समजून घ्यायला तयार नाही आणि इच्छाही नाही. त्यामुळे त्यावर उपाय शोधणं तर दूरच!" डॉ.बुद्धिसागरही हताशपणे बोलत होते.

गणेश थोडं विचार करत म्हणाला, "सर,"

"हं बोल!"

"आता मला कोणावरच अवलंबून राहता येणार नाही. मला या माझ्या लोकांसाठी काहीतरी करायचंय. त्यासाठी मला तुमची मदत हवी आहे." गणेश काकुळतीला येऊन पुढे म्हणाला, "मी खूप शिकलो आणि हुशार आहे, असा गैरसमज माझ्या गावात आहे. माझ्याकडे ते आशेनं पाहतायेत म्हणून मला त्यांच्यासाठी काहीतरी करायचंय; नव्हे करायलाच पाहिजे."

"अरे निश्चित! मी तुझ्या पाठीशी आहे. हवी ती मदत मी तुला करीन. तुझ्या मनात काही योजना आहेत का?" डॉ. बुद्धिसागर त्याला प्रोत्साहित करत उत्तरले.

"होय सर!" आणि गणेशनं काही संशोधनाच्या योजना सांगितल्या. ती एक संशोधनाची मोठीच दिशा होती. गणेशच्या तल्लख बुद्धीबद्दल बुद्धिसागरांना माहीत होतं. पण त्याच्या कल्पनाशक्तीची भरारी एवढी मोठी असेल, याची त्यांना आताच

कल्पना येत होती. ते स्वत:च उत्तेजित झाले होते. ते आनंदाने म्हणाले, "गणेश, आय ॲम प्राउड ऑफ यू. यू कॅन गो अहेड विथ धिस प्रॉजेक्ट. मी तुला मदत करीन. पैशांचा विचार करू नकोस. मी तो मिळवतोय. एनी वे, तसा तू प्रकाशसंश्लेषणावर काम करतच आहेस. आता त्याच्या विरुद्ध दिशेला जाऊन संशोधन कर. तुझी कल्पना उत्कृष्ट आहे. त्याचा शोध जर लागला, तर शेतकऱ्यांचं जीवन निश्चितच समृद्ध होईल. बेस्ट ऑफ लक!" डॉ. बुद्धिसागरांनी त्याला अंगठा दाखवून प्रोत्साहन दिलं.

"थँक्स सर! माझ्यावर विश्वास ठेवल्याबद्दल आणि माझ्या विचारांना शास्त्रीय चौकटीचा आधार दिल्याबद्दल थँक्स!" गणेश सद्‌गदित झाला.

गणेश खुर्चीतनं उठला आणि निरोप घेऊन बाहेर पडला. डॉ. बुद्धिसागर या विलक्षण विद्यार्थ्याकडे पाहतच राहिले. त्याच्या डोक्यात आलेली कल्पना अफलातून होती. त्याचा पाठपुरावा करायला गणेशला रात्रीचे दिवस करावे लागणार होते. असंख्य प्रयोग करावे लागणार होते. टिपणं काढावी लागणार होती. एखादं स्वप्न सत्यात उतरवायला गणेशला झगडावं लागणार होतं आणि तो झगडा देईल, यावर डॉ.बुद्धिसागरांचा विश्वास होता.

दुसऱ्या दिवसापासूनच गणेशने संशोधनाला सुरुवात केली. मूळ प्रश्नाला हात घालण्याअगोदर त्यानं जगातले सर्व संदर्भग्रंथ, नुकतेच प्रकाशित झालेले संशोधनावरचे पेपर चाळून काढले होते. तसा विचारच कुणी केला नव्हता. त्या दृष्टीनं विचार होऊ शकतो, असं प्रतिपादन काहींनी केलं होतं.

पुढचा महिना त्यानं विचारमंथन, अवलोकन आणि डॉ. बुद्धिसागरांशी चर्चा करण्यात घालवला. प्रयोगशाळेत त्याच्या टेबलावर संदर्भग्रंथांचा खच पडला होता. रात्रंदिवस पाठपुरवठा करून त्यानं काही ठोकताळे केले. त्याच्या मनात संशोधनाचा एक आकृतिबंध तयार झाला होता.

मानवी शरीरात रक्त हे नसधमन्यांमधनं प्रसारित होत असतं आणि ऑक्सिजन आणि ग्लुकोज मानवी पेशींपर्यंत पोहचवण्याचं कार्य या रक्तवाहिन्याच करत असतात आणि नको असलेल्या गोष्टी बाहेर टाकत असतात. गणेशला या सर्वाचं ज्ञान होतं. मानवी शरीरात ७०-८० टक्के पाण्याचं प्रमाण असतं आणि त्याचा समतोल हा नैसर्गिकरीत्याच ठेवला जातो. तो समतोल ठेवायला मानवाच्या शरीरातली विशिष्ट यंत्रणा कार्यरत असते. माणूस जगण्यासाठी आनि स्वत:च्या वाढीसाठी हवं तेवढ्याच पाण्याचं प्राशन करत असतो. पाण्याचं प्रमाण वाढलं, तर शरीरातली यंत्रणा निकामी होते किंवा जास्त देऊ केलेलं पाणी शरीर स्वीकारत नाही. हीच बाब प्रामुख्यानं अभ्यासांतर्गत गणेशच्या डोक्यात होती आणि या गोष्टींची सांगड तो वनस्पतींशी घालू पाहत होता.

वनस्पतींमध्ये अशी यंत्रणा कार्यरत असून तिथं हे द्रवपदार्थ नियंत्रित केले जातात. एखाद्या वनस्पतीला वाढण्यासाठी किती पाण्याची आवश्यकता असते, त्याचं नियंत्रण कसं आणि कुठे होतं, याचाच पाठपुरवठा गेले दोन महिने गणेश करत होता. एखाद्या वनस्पतीला तिची पूर्ण वाढ होण्यास किती पाण्याची आवश्यकता असते, जास्त पाणी दिलं तर काय होतं, त्याचं नियंत्रण कसं करायचं, त्यांच्यातला प्रवाह कसा मोजायचा या सर्व पातळ्यांवर तो विचार करत होता. वनस्पतींना हवा तेवढाच पुरवठा केल्यास पाण्याची बचत तर होणारच होती; पण त्याच वेळी सुदृढ वनस्पती होऊन पिकंही भरघोस घेता येणार होती. कमी पाणीपुरवठ्यातही भरपूर उत्पन्न घेता येणार होतं. सध्या गणेशचं या वैचारिक पातळीवर मंथन चाललेलं होतं. या सर्वांसाठी त्याला संदर्भ, आधार हवा होता. हा विचार खरोखरच क्रांतिकारक होता.

हे सर्व वनस्पतींमध्ये कसं होतं, त्याची यंत्रणा काय आहे, हे समजून घेण्याचा प्रयत्न गणेश करत होता. खोलात जाऊन त्यानं या शोधाचा वेध घेतला; अगदी पेशी पातळीवर! वनस्पती जेव्हा एकपेशीय असतात, तेव्हा त्या आवरणाच्या माध्यमातून पाणी आणि आवश्यक खनिजद्रव्यं शोषून घेतात. म्हणून त्यानं वनस्पतिपेशींमधल्या संरक्षक-पेशीभित्तिका (Cell Wall), पेशीपटल (Plasma Membrane), पेशीद्रव्य (Cytoplasm), पेशींची विविध अंगके (Organelles), आंतर्द्रव्य जातिका, (Endoplasmic reticulum), रायबोझोम्स (Ribosomes), जनुकं (Genes), हरित लवके (Chloroplast), तंतूकणिका (Mitochondria), तसंच गुणसूत्र पेशी घटकांचा (Chromosomes) आणि त्यांच्या कार्याचा सखोल अभ्यास केला. शेवटी गणेशच्या असं लक्षात आलं की, पेशीच्या आवरणात असलेली काही अतिसूक्ष्म छिद्रे या पाणीशोषण प्रक्रियेत महत्त्वाची भूमिका घेतात. त्यानं तिथंच लक्ष केंद्रित केलं आणि त्यात काय बदल घडवून आणता येतील, याचा तो विचार करू लागला. अभ्यासांतर्गत त्याला वनस्पतींची सर्व यंत्रणा ज्ञात झाली होती. त्यासाठी लागणाऱ्या उपकरण आणि प्रयोगांचीही त्यानं माहिती घेतली होती. पेशीतल्या प्रत्येक घटकाची प्रणाली त्यानं सूक्ष्मदर्शिकेखाली अभ्यास करून समजून घेतली होती. आता या मूळ पेशींमध्येच त्याला बदल घडवून आणायचे होते.

विविध वनस्पती, त्यांचे आराखडे, प्रयोग इत्यादींची इत्थंभूत माहिती घेऊन त्यानं एक प्रकल्प तयार केला होता. त्याचा हेतू, त्याची प्रायोगिक आणि सामाजिक भूमिकाही त्यानं विशद केली होती.

विशिष्ट नमुन्यातल्या त्या प्रकल्पाची प्रत गणेशनं डॉ. बुद्धिसागरांच्या हाती दिली.

तीन महिन्यांतच गणेशनं हा प्रकल्प अभ्यासपूर्ण पद्धतीनं डॉ. बुद्धिसागरांना

सादर केला होता. डॉ. बुद्धिसागर त्याच्या या स्वच्छ आणि सुबक प्रकल्पाच्या प्रतीकडे पाहतच राहिले. समोर उभ्या असलेल्या गणेशला बसण्याचा इशारा करत ते उल्हासानं म्हणाले, ''गणेश! वंडरफुल!''

डॉ. बुद्धिसागरांनी तो प्रकल्प झटक्यात चाळून काढला. त्याचा हेतू, पद्धत, देशासाठीचा उपयोग आणि एका नवीन प्रयोगाची पद्धत या सर्वांचा उल्लेख पाहून डॉ. बुद्धिसागर कमालीचे प्रभावित झाले. त्यातलं संशोधनच मुळात उत्साहवर्धक होतं. काही प्रश्नही त्यांच्या मनात उमटून गेले. समोर बसलेल्या गणेशला आपादमस्तक न्याहाळत ते उत्तरले, ''गणेश, एक विचारू?''

''विचारा ना सर!''

''मला पेशीपातळीवरचं वनस्पतीचं कार्य ठाऊक आहे. त्यामुळे त्यांना जगण्यासाठी आणि वाढण्यासाठी पाणी किती लागतं, हा खरोखरच सखोल संशोधनाचा विषय आहे. असं संशोधन अजूनतरी कुणीही केलेलं नाहीये. अतिशय सूक्ष्म-सूक्ष्म पातळीवर याची उलथापालथ घडतेय. तिथली निरीक्षणं फार महत्त्वाची आहेत. त्यासाठी प्रयोग करावे लागतील. तू अशी काही योजना आखली आहेस का? आखली असेल तर ती कोणती?''

डॉ. बुद्धिसागरांनी प्रकल्प चाळल्यानंतर मनात आलेला महत्त्वाचा प्रश्न विचारला होता.

गणेशला त्याची जाणीव होतीच. तो त्याचा खुलासा करत म्हणाला, ''होय सर! तुम्हाला माहीतच आहे की, पेशींची आवरणं ही पाण्याची देवाणघेवाण करण्यासाठी फार महत्त्वाची असतात. याच पातळीवर वनस्पतींमध्ये पाण्याचं प्रसारण होत असतं. पण जेव्हा अशा अनेक पेशी एकत्र येतात, तेव्हा मात्र हा स्रोत त्या जीवामध्ये (organism) खंडित होतो. त्यामुळे काही साचलेले पदार्थही बाहेर पडण्यास मार्ग नसतो. ते मात्र नैसर्गिकरीत्या पेशीच्या आवर्तनामार्फतच ढकलले जातात. म्हणून पेशी ही आर्द्रता आणि मिनरल्स हळूहळू आवरणांमार्फत शोषण करून घेतात.

'' या एकत्रित पेशी व्हॅस्क्युलर स्ट्रक्चर विकसित करतात. त्यानं मुळांची वाढ होऊन ते पाणी, आर्द्रता, मिनरल्स जमिनीतून मिळवतात. या मुळांतूनच जमिनीवर वाढत असलेल्या वनस्पतींच्या पानांपर्यंत पाणी नेलं जातं, ते मात्र विशिष्ट पेशींद्वारे. त्यांना 'झायलेम' असं म्हणतात. पेशींच्या आवरणामध्ये जी छिद्रं असतात, ती जुळवून त्यांची नलिका तयार होते आणि याच नलिकांद्वारे संपूर्ण वनस्पतींमध्ये पाणी नेण्याचं कार्य केलं जातं. अतिशय उंच झाडांच्या पानांपर्यंतही या नलिकेद्वारे पाणी पोहोचतं. पुढे याच पानांद्वारे प्रकाशविश्लेषणाची क्रिया होऊन अन्नाची निर्मिती होते. उन्हाळ्यात मात्र पानं मुबलक प्रमाणात आर्द्रता बाहेर टाकत असल्यानं त्यांना

जिवंत ठेवण्यासाठी मुबलक पाण्याची आवश्यकता असते आणि हेच मला नियंत्रित करायचंय. वनस्पतीला लागेल तेवढंच पाणी पुरवायचं.''

डॉ.बुद्धिसागर गणेशच्या खुलाशानं भारावले होते. त्याचा सखोल अभ्यास आणि विश्लेषण त्यातून लक्षात येत होतं. त्यानं घेतलेली मेहनत त्यांनी पाहिली होती. ते पुढे म्हणाले, ''हे तंतोतंत बरोबर आहे गणेश. पण हे मिळवण्यासाठी प्रयोग फार महत्त्वाचा आहे.''

गणेश मध्येच उत्तरला, ''होय सर, तोही विचार मी केलाय. वनस्पतीमध्ये पाण्याचं अभिसरण कसं होतं, याचा प्रयोग मी सुचवलाय. तो असा – काचेचा पेला पाण्याने अर्धा भरून त्यात अन्नाचे काही रंगीत थेंब टाकून ते ढवळून काढायचे. नंतर त्यात एखादी वनस्पती, जिला काही पानं आहेत, तिची मुळं टाकून रात्रभर ती तशीच ठेवून दिली, तर वरच्या टोकावर असलेल्या पानांवरती रंगीत रेषा आढळून येतील किंवा रंगीत बिंदू दिसतील. याचाच अर्थ हे पाणी आणि त्यातले घटक त्यांच्या पेशींतल्या यंत्रणेमार्फत वनस्पती शोषून घेतात. त्यांचा हा प्रवास वनस्पतींच्या पानांच्या अंतिम टोकापर्यंत होतो. हा प्रयोग मी स्वत: करून पाहिलाय सर! हा फारच साधा आणि उत्साहवर्धक आहे आणि शिवाय विविध वनस्पतींसाठी आवश्यक तेवढ्या पाण्याचे प्रमाण मोजण्यासाठी मी यंत्रणा विकसित करण्याचा प्रयत्न करत आहे. त्यानं मला वनस्पतीची पूर्ण वाढ व्हायला कमीतकमी किती पाणी लागेल, याचा निष्कर्ष कळू शकेल.''

गणेशनं साध्या, सरळ आणि तेवढ्याच महत्त्वपूर्ण प्रयोगाची मीमांसा केली.

डॉ. बुद्धिसागर आश्चर्यचकित झाले. त्यांनी स्वत:ही असा विचार याआधी केला नव्हता. ते उल्हसित होत म्हणाले, ''गणेश, आय ॲम प्राउड ऑफ यू! तू प्रत्येक गोष्टीचा बारीक विचार केलेला आहेस आणि तो परिपूर्ण आहे यात शंका नाही. यू गो अहेड.''

''सर, पण तुमच्याशिवाय नाही.''

''अरे, मी तुझ्या सोबतच आहे. डोन्ट वरी. मला विश्वास आहे, तू यात यशस्वी होशील.''

''थँक यू सर, पण मला वाटतं हा प्रकल्प तुम्ही एखाद्या वित्तीय संस्थेला सादर करावा.''

यावर डॉ. बुद्धिसागर थोडा वेळ विचार करत उत्तरले, ''नाही गणेश, याचं क्रेडिट तुला आहे. आपण प्रकल्प जरूर पाठवू. कारण पैशांचीही गरज आहे. पण तो तुझ्या नावावर!''

''नाही सर! प्लीज असं करू नका. मी विद्यार्थी आहे. या देशात एका विद्यार्थ्यानं लिहिलेला प्रकल्प कधीच स्वीकारला जात नाही. तथाकथित शास्त्रज्ञ या कल्पनेला

लहान मुलांचं स्वप्न म्हणून कचऱ्याच्या डब्यात टाकतील. सर, तुमचं नाव जैवभौतिक शास्त्रज्ञ म्हणून देशातच नव्हे, तर परदेशातही अग्रगण्य आहे. तुम्ही जर ही कल्पना मांडलीत, तर ती सहजच स्वीकारली जाईल. माझ्या दृष्टीनं तुम्ही विश्वास दाखवला, तोच महत्त्वाचा आहे. शेवटी सामाजिक हित महत्त्वाचं आहे सर.'' गणेश अगतिकतेनं उत्तरला होता. डॉ.बुद्धिसागर क्षणभर विचारात पडले. गणेशचं म्हणणं त्यांना पटलं होतं. तोंडाचा चंबू करत ते म्हणाले, ''ठीक आहे गणेश. आय वुईल डू दॅट. हा प्रकल्प मंजूर करून घेण्याची जबाबदारी माझी. सामाजिक हेतू यात फार महत्त्वाचा आहे. तुझ्या वडिलांचं बलिदान वाया जाऊ द्यायचं नाहीये आपल्याला. तू कुठलाही विचार न करता तुझ्या प्रयोगांना सुरुवात कर. बेस्ट लक.''

''थँक्यू सर! थँक्स अ लॉट.'' गणेश डॉ. बुद्धिसागरांचे हात हातात घेत सद्‌गदित होऊन म्हणाला.

निरोप घेऊन तो लागलीच प्रयोगशाळेत दाखल झाला. त्याचे विचार आता त्याला स्वस्थ बसू देणार नव्हते.

डॉ. बुद्धिसागर गणेशच्या पाठमोऱ्या आकृतीकडे क्षणभर पाहत राहिले. गणेशनं लिहिलेलं प्रपोजल त्यांनी हाताशी धरून सहजपणे चाळायला सुरुवात केली आणि त्याच वेळी त्यांनी काही गोष्टींचा निश्चयही केला.

गणेशनं मूलभूत प्रयोगांना सुरुवात केली होती. शेतकरी नेहमीचं उत्पन्न घेतात त्या वनस्पतींची बियाणं त्यानं अभ्यासासाठी घेतली होती. त्यांत ज्वारी, बाजरी, कांदे, टोमॅटो, ऊस, भुईमूग, मूग, तूर यांचा समावेश होता. प्रत्येक बियाणांच्या अंतरंगांत डोकवायला त्यानं सुरुवात केली. पाण्यात टाकून त्यांच्या सूक्ष्म हालचाली पाहण्यास प्रारंभ केला. त्यांत अद्‌भुत अशी काही रहस्यं त्याला दिसली. बियाणाच्या अंतरंगात एक वेगळंच विश्व वसलेलं होतं. त्याच विश्वाचा वेध त्याला घ्यायचा होता. प्रत्येक बियाणाच्या पेशीन्‌पेशी त्यानं शोधून काढल्या होत्या. जनुकीय आणि गुणसूत्रांपर्यंतचे गुणधर्मही पाहायला त्यानं सुरुवात केली होती.

चिखलीहून आणलेल्या काही शेतातल्या मातीच्या नमुन्यांचं परीक्षणही त्याने केलं होतं. त्याच्या आणि इतरांच्या शेतातल्या मातीची आर्द्रता, पाण्याचं प्रमाण, न्युट्रिशन असे महत्त्वाचे घटक त्याने सप्रमाण शोधले होते. कुठलं पीक कुठं घेणं योग्य होईल, याचा शोध त्यानं घेतला होता.

मध्यंतरी तो चिखलीला जाऊन आला. त्याचे कुटुंबीय आता सावरले होते. त्याची भावंडंही हुशार होती. शिष्यवृत्तीवरच तो कुटुंब चालवत होता. परशा, भिका, बन्सी आणि बारक्याची भेट घेऊन त्यांच्याशी त्यानं चर्चा केली. त्याची योजना समजावून सांगितली. येत्या काही दिवसांत महत्त्वाचे प्रयोग करायचे असल्यानं त्यांच्या मदतीची अपेक्षा गणेशनं व्यक्त केली होती. सर्वांनीच आनंदानं

त्याला मदत करण्याचं आश्वासन दिलं. कारण गणेश काहीतरी मार्ग दाखवेल, या आशेवरच ते जगत होते. सरकारनं अशा वेळीही पाठ फिरवली होती. मदत त्यांच्यापर्यंत पोचलीच नव्हती.

गणेश काहीतरी प्रयोग करणार आहे, हे एव्हाना चिखली गावातले सरपंच, पाटील आणि सावकारांच्या लक्षात आलं होतं. याची कुणकुण घराघरांत पोचली होती. गणेशचा आदर करणारे जसे होते, तसे त्याचा दुस्वास करणारेही गावात होते. त्यात श्रीमंत बागायतदार आणि सावकार प्रामुख्याने होते. पण तो एकटा काय करू शकेल, या भ्रमात ते सर्व होते. शेवटी वेठबिगाराची धाव कुठपर्यंत असणार होती! पण गणेशच्या बुद्धीची कल्पना त्यांना नव्हती किंवा ती जाणून घेण्याइतपत या सवर्णांची ऐपत नव्हती. म्हणूनच ते भ्रामक कल्पनेत रममाण होते.

गणेश पुण्याला परतला तोच मुळी उत्साहात. कारण परशा, बारक्या, भिका आणि बन्सीने त्याला बळ दिलं होतं; विश्वास दिला होता. तेवढाच त्याला पुरेसा होता. त्यांचे निरागस चेहरे हाच त्याचा प्रेरणास्त्रोत होता.

पुन्हा एकदा त्यानं स्वत:ला प्रयोगशाळेत गुंतवून घेतलं, अगदी रात्रंदिवस.

चार महिन्यांच्या अथक परिश्रमानं गणेशनं वनस्पतींमधल्या पाण्याचं प्रमाण शोधून काढलं होतं. पण आता त्यांच्यावरती प्रवाह मोजण्यास त्याला काही उपकरणांची गरज होती.

गणेशच्या अथक परिश्रमानं डॉ. बुद्धिसागर हेलावून गेले होते. स्वत:ची काळजी न करता रात्र-रात्र तो जागून काढत होता. कारण ते प्रयोग तसेच होते; सूक्ष्म असे. तासन्तासच्या निरीक्षणांतून परिणाम मिळत होते, याची डॉ.बुद्धिसागरांना कल्पना होती. पण त्याच वेळी त्याच्या प्रकृतीचीही त्यांना काळजी वाटत होती.

अशाच एका रात्री डॉ.बुद्धिसागर केबिनमध्ये कामानिमित्त आले असता ते प्रयोगशाळेत शिरले. गणेश प्रयोगातच व्यग्र होता; एका वळवळणाऱ्या वनस्पतीशी हितगूज करत असलेला. ते दृश्य पाहून डॉ. बुद्धिसागर थोडेसे अस्वस्थ झाले आणि वळवळणारी ती वनस्पती पाहून शहारले. पण दुसऱ्याच क्षणी त्यांनी स्वत:ला सावरलं.

त्यांनी हळूच हाक मारली, "गणेश!"

गणेशनं भानावर येत मागे वळून पाहिलं. घाईघाईनं त्यानं शेजारचं उपकरण बंद केलं. तशी वळवळणारी आणि चकाकणारी ती वनस्पती स्थिर झाली. जणूकाही तिचा सुसंवाद थांबला होता.

गणेश उठून उभा राहत म्हणाला, "सर! आपण! एवढ्या रात्री!"

डॉ. बुद्धिसागरांचा चेहरा तसा काळजी आणि भीतियुक्त होता. तरी तो न दर्शवता ते म्हणाले, "होय. तुला एक आनंदाची बातमी द्यायची होती."

“कुठली सर?” गणेशनं अगतिकतेनं विचारलं.

“आपला प्रकल्प मंजूर झालाय.”

“काय म्हणताय सर! ही खरोखरच मोठी गोष्ट झाली. कारण आता मला काही उपकरणांची गरज लागणार आहे.” गणेश हर्षानं उत्तरला.

“त्याचसाठी मी आलोय गणेश. तुला हवी ती उपकरणं तू घेऊ शकतोस.” डॉ. बुद्धिसागर थोडंसं काळजीयुक्त होत पुढे म्हणाले, “गणेश, एक सांगशील?”

“निश्चित सर!”

“तू मघाशी कुणाशी बोलत होतास?”

गणेश यावर क्षणभर स्वत:शी विचारात गुंतला. डॉ. बुद्धिसागरांकडे पाहत म्हणाला, “सर, या वनस्पतीशी!”

“काय?” अविश्वासानं ते पुढे म्हणाले, “मी मघाशी ते पाहिलंय, पण ती वनस्पती एखाद्या अळीसारखी वळवळत होती; त्यामुळे मी थोडा घाबरलोही.” डॉ. बुद्धिसागरांनी सरळ सांगितलं.

“तसं ते दृश्य प्रथम पाहणाऱ्याला घाबरल्यासारखंच होतं. मलाही हा शोध अनपेक्षित लागला; वनस्पतींशी हितगूज करायचा.”

गणेशनंही कबूल केलं.

“कसा काय?”

“कारण खूप वनस्पतींचा अभ्यास आणि प्रयोग मी केले. त्यांच्या अंतरंगांत शिरण्याचा प्रयत्न केला; पण हवं ते मिळत नव्हतं. पेशी आणि गुणसूत्रांमध्ये डोकावून पाहिलं, पण कुठंही पाणी नियंत्रित करणारी यंत्रणा सापडत नव्हती. फक्त ढोबळ प्रयोगानं कळत होतं.” गणेशनं खुलासा केला.

“काय कळत होतं?” डॉ.बुद्धिसागरांची उत्सुकता चाळवली गेली.

“वनस्पती फक्त एक टक्काच पाणी वापरत होत्या. किंबहुना तेवढीच त्यांची गरज होती. ९९ टक्के पाणी वाया जात होतं. हीच गोष्ट नियंत्रित करणारी यंत्रणा अथवा जनुकं मी शोधत होतो, पण सापडत नव्हतं.” गणेश उत्तरादाखल म्हणाला.

“मग शेवटी तू काय केलंस? काही सापडलं?”

“होय सर! शेवटी मी जनुकातच बदल घडवून आणण्याचं ठरवलं. त्यासाठी आपल्या विभागातले इलेक्ट्रॉन प्रवेगक, न्युट्रॉन जनरेटर आणि गॅमा स्रोत वापरण्याचं मी ठरवलं. त्यानुसार किरणांची ऊर्जा, मात्रा मी ठरवल्या. कारण बियाणं किरणांनी प्रज्वलित केली, तर त्यात जनुकीय बदल होतात, हे मला संदर्भातून माहीत होतं. त्यानुसार इलेक्ट्रॉन, न्युट्रॉन, गॅमा किरणांचा मारा करून मी बियाणातल्या क्रोमोझोन्समध्ये बदल घडवून आणण्याचा प्रयत्न केला आणि आनुवंशिक फेरफार केले. त्यात मला न्युट्रॉन कणांनी प्रज्वलित केलेल्या बियाणांचे परिणाम उत्साहवर्धक वाटले. त्यांच्यातले

जनुकीय बदल कमालीचे होते. त्यांतच मला पाणी नियंत्रित करणारे जनुक सापडले.'' गणेशनं स्पष्टीकरण दिलं.

डॉ. बुद्धिसागर त्याच्या सखोल ज्ञानाकडे पाहतच राहिले. त्यानं अद्‌भुत असा प्रयोग केला होता. निसर्गाशीच खेळ करणारा!

ते उत्तरले, ''जनुक सापडले, म्हणजे नेमके काय परिणाम मिळाले?''

''सर, या जनुकात किरण-प्रक्रियेनं बदल झाल्यामुळे ते एखाद्या स्विचसारखं पाणी नियंत्रित करतंय. हवं तेवढं घेतं आणि दुसऱ्या वनस्पतीला गरज असेल तर त्यालाही देतं. हे सर्व ते जनुकच ठरवतं.'' गणेशनं माहिती दिली.

''कमालच आहे तुझी! म्हणजे मघासची वनस्पती तीच होती तर!''

गणेश थोडा ओशाळत म्हणाला, ''होय सर! तीच होती. प्रथम ती वळवळताना पाहून मी घाबरलो होतो. पण नंतर ती सुसंवाद साधतेय, म्हटल्यावर मीही गुंतत गेलो. अगदी अफलातून आहे सर! तिच्यात कुठल्या पातळीवर जनुकीय बदल झालेत, मला ठाऊक नाही; पण झालेत एवढं मात्र निश्चित आणि तेही मला हवे तसे. हा शोध अगदी ओघानं लागला म्हणा हवं तर!'' गणेशनं प्रांजळपणे सांगितलं.

त्यावर डॉ.बुद्धिसागर थोडं रिलॅक्स होत उत्तरले,

''अरे पण, मघाशी तुझी वागणूक पाहून मला असं वाटलं,''

गणेश मध्येच वाक्य खंडित करत उत्तरला, ''होय सर! मी वेडाच्या भरात बोलतोय असं तुम्हाला वाटलंय. तुमच्या डोळ्यांतले भाव मी ओळखले होते. पण तसा मी वेडा नाहीये. तुमची माझ्याविषयीची काळजी मला समजते. मघाशी केलेला प्रयोगच मुळी आनंदाचा क्षण होता. तिच्याशी झालेला सुसंवाद हा प्रयोगाच्या अंतिम टप्प्यातला परिणाम होता आणि तो यशस्वी झालाय. वनस्पतीचं अंतरंग मी समजू शकतो. त्यांची वाढही मी अनुभवलीये. अतिशय कमी गरजांत मी त्यांचं संगोपन करू शकतो. फक्त काही गुणधर्म मला आता पडताळून पाहायचेत. त्यासाठीच काही उपकरणांची आवश्यकता आहे.''

गणेशच्या बोलण्यानं आणि त्याच्या यशस्वी प्रयोगानं डॉ.बुद्धिसागरांना हायसं वाटलं. ते म्हणाले, ''गुड गणेश! मघाशी मी थोडा घाबरलो होतो, वळवळणारी ती वनस्पती पाहून! तुला हवी ती उपकरणं आणून देतो. आणि हांऽऽ'' त्याच्या खांद्यावर हात ठेवत ते पुढे म्हणाले, ''तुझ्या प्रकृतीची काळजी घे. मला तू हवा आहेस. ओ.के.''

आणि ते बाहेर पडले.

गणेश त्यांच्या शेवटच्या शाब्दिक ओलाव्याने गहिवरला. त्यानं फक्त होकारार्थी मान डोलावली. रिकाम्या दाराकडे तो बराच वेळ पाहत राहिला. पुन्हा त्यानं आपला मोर्चा वनस्पतीकडे वळवला.

अंतिम स्वरूपच आता त्याला द्यायचं होतं. कारण शेवटचा प्रयोग आता त्याला शेतातच करायचा होता. डॉ. बुद्धिसागरांशी गणेशनं पुन्हा चर्चा केली. इलेक्ट्रॉन, गॅमा, न्युट्रॉन या मूलकणांच्या साहाय्याने प्रज्वलित केलेलं बियाणं त्यानं दाखवलं होतं. त्यांच्याच जनुकात बदल नव्याने घडवून आणले होते आणि त्यावरचा प्रयोगही यशस्वी केला होता. पाण्याची आवश्यकता नियंत्रित करणारी वनस्पतीतली जनुकं त्यानं शोधून काढली होती आणि रेडिएशन्सच्या साहाय्याने त्यांच्यात बदल घडवून आणला होता. एखाद्या बटणाप्रमाणे ही जनुकं वनस्पतींमधलं पाणी नियंत्रित करत होती आणि स्वत:जवळ असलेला अतिरिक्त साठा गरजू वनस्पतीला आपणहून पुरवण्याची सोयही करत होती. गणेशला असंख्य प्रयोगातनं या जनुकांचा शोध लागला होता.

डॉ.बुद्धिसागरांनी गणेशला चिखलीला प्रयोग करण्यासाठी परवानगी दिली. काही योग्य सूचना देऊन, मध्ये कधीतरी चिखलीला भेटण्याचं आश्वासनही डॉ.बुद्धिसागरांनी दिलं होतं.

कमीतकमी सहा महिन्यांची योजना आखून गणेश अद्ययावत उपकरणांसमवेत चिखलीला दाखल झाला होता. तो घरी बराच काळ राहणार आहे म्हटल्यानंतर गणेशच्या आईला आणि भावंडांना आनंद झाला. त्याचा सुखद सहवास सर्वांनाच हवाहवासा वाटत होता.

दुसऱ्या दिवशी लागलीच गणेशनं एक छोटीशी मीटिंग घेतली. परशा, बारक्या, बन्सी आणि भिक्याला योजना समजावून सांगितली. काही पोक्त मंडळीही येऊन बसली होती. त्या साऱ्यांना गणेशचं खूपच कौतुक वाटत होतं. विज्ञानाच्या आधारानं तो काहीतरी करतोय, एवढंच त्यांना कळत होतं.

गणेशनं परशा, भिका, बारक्या, बन्सीला मूलभूत प्रयोगाची कल्पना दिली. ती त्यांना फारशी कळली नाही; पण शेतात काहीतरी नवं घडवायचंय, एवढं मात्र त्यांना समजलं होतं. म्हणून सर्वच उत्साहानं तयार होते. परशा त्या अनुषंगानं म्हणाला, ''गण्या! प्रयोग काय ते आम्हाला नाही कळत भोऽऽ. पण सध्या हा प्रयोग एकाच्याच शेतात करायचा का सगळ्यांच्याच?''

गणेश त्याच्याकडे पाहत स्मित करत म्हणाला, ''एकाच वेळी सगळ्यांच्याच शेतात मी प्रयोग करणार आहे.'' शेजारीच असलेल्या पाच बॉक्सकडे निर्देश करत गणेश पुढे म्हणाला, ''ते पाच बॉक्स बघताय ना? त्यात आनुवांशिक बदल केलेले गहू, तांदूळ, ज्वारी, बाजरी, ऊस यांची बियाणं आहेत. परश्याच्या शेतात गहू, तर भिकाच्या शेतात तांदूळ, पेरू आणि बाकीच्यांच्या शेतात ऊस, ज्वारी, बाजरी पेरू. मला हा प्रयोग एकाच वेळी करायचाय. कारण आपल्या वडलांनी एकाच वेळी दिलेल्या बलिदानावर तोच एकमेव उतारा असेल. त्यांच्या रूपानं मला ही शेतं

फुलवायचीत. म्हणून तुमची मदत मला लागणार आहे.''

भिका अगतिक होत म्हणाला, ''गण्याभाऊ! आम्ही तुझ्याच सोबत आहोत. जीवाचं रान करून तुझं स्वप्न साकारू.''

बारक्याही अनुमोदन देत उत्तरला, ''होय गण्या! तुझं ते स्वप्न आता आमचंपण झालं आहे. रात्रंदिवस मेहनत करू. पण मला एक विचारावं वाटतंय.''

सगळ्यांनीच त्याच्याकडे प्रश्नार्थक पाहिलं.

गणेश मान डोलवत म्हणाला, ''बोल काय ते!''

''आपली सगळ्यांची शेती कोरडवाहू. पाण्याचा थेंब नाही. शेती कशी उगवायची? शेवटी पाण्यासाठी आपल्याला सावकाराचं तोंड बघावंच लागणार. नाहीतर बागायतदाराच्या पाया पडावं लागणार.''

बारक्यानं वस्तुस्थिती विशद केली. यावर बन्सी त्वेषानं उत्तरला, ''नाव नको काढू त्या हराऽऽ सावकाराचं. आपल्या पिढ्यान्‌पिढ्या बरबाद केल्यात त्यांनी. मी स्वत: घाण्याला जुंपीन आन पाणी आणून देईन. पण त्या सावकाराचं नाव नका काढू.''

बन्सीच्या बालिशपणावर हसत परशा तत्काळ उत्तरला, ''आरं बन्सी, आसं येड्यावानी बोलू नको उगा. बादली बादली ओतून शेती कधी व्हतीय व्हय रं? सारं आयुष्य जाईल तुझं एक शेत पिकवायला.''

गणेश साऱ्यांचं ऐकून घेत परश्याचं वाक्य खंडित करत म्हणाला, ''बन्सी म्हणतोय ते खरंय! सगळ्यांची कोरडवाहू शेती असली, तरी आपण ती फुलवणार आहोत. पाणी नसलं तरी. तोच खरा माझा प्रयोग आहे. ही बियाणं तुम्ही पाहिलीत, ती साधीसुधी नाहीत. त्यांच्या जनुकात बदल केलेला आहे. अतिशय थोड्या पाण्यातच ती फुलणार आहेत. म्हणून सावकाराची किंवा बागायतदाराची आपल्याला गरजच नाही. बन्सी म्हणाला, त्याप्रमाणे फक्त कावडीनं पाणी आणण्याची गरज आहे. बस.''

सर्वच आश्चर्याने पाहत राहिले. थेंब थेंब पाणी टाकून शेती फुलवायची होती.

बन्सी आनंदित होत म्हणाला, ''गण्याभाऊ! मी ती जबाबदारी घेतो. या खांद्यात पाणी वाहून आणण्याची आजही हिंमत आहे.''

बन्सी सशक्त व सुदृढ होता. तो जे बोलला, ते त्याच्याकडे पाहिल्यानंतर पटत होतं.

गणेश त्याच्या दंडावर हात ठेवत म्हणाला, ''मला तुम्हा सर्वांकडून हीच अपेक्षा आहे. यापुढे सहा महिने आपण शेतातनं हलणार नाही आहोत. कबूल?''

''हो!'' सगळ्यांनी एकाच सुरात निश्चयानं होकार भरला. झपाटल्यागत सगळेच बाहेर पडले. बुजुर्ग मंडळींच्या डोक्यात या तरुणांविषयी कमालीचं कौतुक होतं, तर

गणेशबद्दल आदर दिसत होता. या तरुणांमधली जिद्द त्यांनी यापूर्वी कधीही पाहिली नव्हती.

गणेश, परशा, भिका, बारक्या, बन्सी या सर्वांनीच शेतात ठाण मांडलं होतं. प्रत्येकाचं कुटुंबही मदतीला होतंच. झोपडीवजा घरं बांधून त्या सर्वांनी शेतातच मुक्काम ठोकला होता.

अतिशय रणरणत्या उन्हात त्यांनी नांगरणीला सुरुवात केली. ही कामं परशा, भिका, बन्सी आणि बारक्या स्वतःच करत होते. त्यांच्या कामात या वेळी वेगळाच उत्साह होता.

पेरणी करण्याअगोदर गणेशनं पुन्हा एकदा बियाणांच्या अंतरंगात डोकावून पाहिलं. सुसंवाद साधला. मूलकणांनी प्रज्वलित केलेले जनुक उत्तमरित्या प्रतिसाद देत होते. पुन्हा एकदा गणेशनं चंचुपात्रात वळवळणाऱ्या वनस्पतीची निर्मिती करून अद्ययावत उपकरणं आणि यंत्रणेच्या साहाय्यानं गुणधर्म तपासले. वनस्पतींचा प्रतिसाद पाहून गणेशही आश्चर्यचकित झाला. अतिशय काटेकोरपणे पाण्याचं नियंत्रण करून दुसऱ्या वनस्पतींशीही त्या देवाणघेवाण करत होत्या.

शेवटी पाचही शेतांत पिकांची पेरणी झाली आणि वेळेनुरूप सिंचनालाही सुरुवात झाली. यासाठी विशिष्ट झारींचा उपयोग करण्यात आला. बन्सी आणि इतर सर्व कुटुंबीय कोसाकोसावरनं पाणी आणण्याचं काम करत होते. गणेश सांगेल तसं झारींच्या साहाय्यानं परशा, बारक्या आणि भिका पिकांना पाणी देत होते, अतिशय काटेकोर पद्धतीनं.

पाचही शेतं एकाच शिवारात असल्यानं एका टप्प्यातच ही कामं होत होती. गणेशनं सिंचनासाठी दिवस, आठवडा आणि महिन्याचं वेळापत्रक ठरवून दिलं होतं. त्यानुसार परशा आणि बारक्या कामं करत होते. एव्हाना चिखली गावात तथाकथित बागायतदार, श्रीमंत शेतकरी, सावकार आणि स्वतःला प्रगतीशील शेतकरी म्हणवून घेणाऱ्या सवर्णांमध्येही कुजबुज निर्माण झाली होती. गणेश त्याच्या शेतात विज्ञानाच्या साहाय्यानं काहीतरी घडवून आणतोय, असा विषय होता. गणेश बादली-बादली पाणी ओतून शेती करतोय अशी बातमी गावातल्याच काही टग्यांनी आणताच सावकारांमध्ये छद्मीपणाचं हास्य फुललं. गणेशनं थेंबा-थेंबानं हरितक्रांती घडवून आणायला बोरलॉग, स्वामिनाथन वाया चाललाय की काय, म्हणूनही काहींनी हिणवायला सुरुवात केली. अजूनही गणेशच्या प्रयोगाची कुणी गांभीर्यानं दखल घेतली नव्हती. याउलट तो शेती पिकवतोच कसा तेच आपण बघू, असं प्रतिआव्हान ते द्यायचे. आमच्यापुढे जाण्याची तो कशी हिम्मत करू शकतो, असाही काहींचा आविर्भाव होता.

गणेशच्या प्रयोगावर अविश्वास दाखवणारं मोहोळ त्याच्यापर्यंतही येऊन पोहचलं

होतं. सावकार आणि श्रीमंत शेतकरी त्याची अवहेलना करत आहेत, याचीही त्याला जाणीव होती. पण तो अशा वक्तव्यांकडे जाणीवपूर्वक दुर्लक्ष करत होता. त्याचाच दृष्टिकोन परशा, बारक्या आणि भिकाही पाळत होते. प्राणपणानं आपल्या शेतीची मशागत आणि देखभाल करण्यात ते व्यग्र होते. टवाळांच्या नादी लागायला त्यांना वेळच नव्हता.

एक महिन्यानंतर बियाणांना कोंब फुटून हिरवीगार पालवी दिसायला लागताच, गणेश आणि त्याच्या सहकाऱ्यांचं मन हर्षानं भरून आलं. रणरणत्या उन्हातही ती शेतं हिरवीगार साडी पसरवून ठेवल्यागत दिसत होती. गार हवेच्या झुळकांना सुरुवात झाली होती. आतातर पाण्याचा पुरवठा अतिशय सप्रमाण करण्यात येत होता. गणेशनं उपकरणांच्या साहाय्यानं निरीक्षणं केली होती. वनस्पती आश्चर्यकारकरीत्या पाण्याची देवाणघेवाण करत होत्या. सगळ्या शेतांमध्ये ती एक साखळीच निर्माण झाली होती. गरजू वनस्पतीला दुसरी वनस्पती पाण्याचा पुरवठा करू लागली होती. त्यामुळेच शेतं फुलारून आली होती.

गणेशनं कुठल्याही पाण्याच्या स्रोताविना हिरवंगार शेत फुलवलेलं पाहून सावकारांची धावपळ सुरू झाली. आताशी त्यांच्यासमोर येऊ घातलेल्या संकटाची जाणीव आणि गांभीर्य त्यांच्या लक्षात आलं होतं. त्या दृष्टीनं त्यांनी हालचालींना सुरुवात केली होती.

तीन महिन्यानंतर प्रत्येक शेतातली पिकं ठरावीक उंचीपर्यंत वाढली होती. परशा, बारक्या, भिका, बन्सी आणि कुटुंबीय डोळ्यांत तेल घालून जातीनं पहारा देत होते.

याच दरम्यान गणेशच्या निमंत्रणावरून डॉ. बुद्धिसागरांनी चिखली गावाला भेट दिली. गणेशनं फुलवलेली शेती पाहून त्यांनी अत्यानंदानं गणेशला अलिंगन दिलं. अतिशय कमी पाण्यात त्याने ही शेती फुलवलेली होती. गणेशच्या सहकाऱ्यांनी डॉ. बुद्धिसागरांना सारं शिवार फिरवून आणलं. परत झोपडीवजा घराजवळ आले, तेव्हा ते गणेशला म्हणाले, "गणेश, वंडरफुल! सिंप्ली वंडरफुल! तुझा प्रयोग यशस्वी झालाय."

गणेश तत्काळ उत्तरला, "माझा नाही सर! आपला आणि या सर्वांचा. तुम्ही मला संशोधनाला प्रवृत्त केलं नसतं, तर मी हा प्रयोग केला नसता आणि या माझ्या सहकाऱ्यांनी माझ्यावर विश्वास ठेवला नसता, तर ही शेती फुलली नसती. त्यामुळे हे यश आपणा सर्वांचंच आहे." गणेश आपल्या सहकाऱ्यांकडे अभिमानानं पाहत उत्तरला.

"निश्चितच गणेश, यात सर्वांचाच हातभार आहे. कुठलंही युद्ध एकहाती जिंकता येत नाही, हेही तितकंच खरं. पण त्यामागची प्रेरणा एकच असते आणि

बहुधा ती तुझ्या वडिलांची आहे.'' डॉ. बुद्धिसागरांनी मुद्द्याला धरून सांगितलं.

वडलांच्या आठवणीनं गणेश क्षणभर स्तब्ध झाला.

परशा त्यावर म्हणाला, ''हे खरं आहे सायेब! गणेशनंही आमच्यात जिद्द निर्माण केली. त्याच्याचकडे आम्ही आस लावून बसलो होतो. त्याच्यावर आमचा पूर्ण विश्वास होता. त्यानंच खऱ्या अर्थानं नव्यानं उभं राहायला आणि जगायला उभारी दिली. बळ दिलंय.'' परशा सद्‌गदित झाला. इतरांनीही सहजपणे आदरयुक्त माना डोलावल्या.

डॉ.बुद्धिसागरही हेलावले होते. ते स्वत: खेड्यात जन्मले होते, पण शिक्षणानिमित्त शहराशीच नातं जुळलं होतं. पुढं संशोधनानिमित्त अनेक वेळा परदेशात जाता आलं होतं, पण खेड्याशी पुन्हा नाळ जोडता आली नव्हती. खेड्यात भरपूर करण्याची इच्छा होती, पण वेळ मिळाला नव्हता. या वेळी किमान त्यांच्या विद्यार्थ्यानं काही करून दाखवलं होतं. संशोधनाचा उपयोग सामान्यांसाठी केला होता, याचंच समाधान डॉ.बुद्धिसागरांना होतं.

दोन दिवस राहून आणि मनसोक्त पाहुणचार घेऊन डॉ.बुद्धिसागर अतिशय तृप्त मनाने पुण्याला परतले. या वेळी त्यांच्या डोळ्यांपुढे गणेशची छबी विश्वरूपी झाली होती.

पुढच्या तीन महिन्यांच्या कालावधीत सर्वच पिकं परिपक्व झाली होती. कुटुंबातला प्रत्येक जण पुन्हा एकदा कामाला लागला होता.

ज्वारी, बाजरी, गहू, ऊस सर्वच अतिशय दर्जेदार होतं. असं पीक अजूनपर्यंत कुणीही घेतलं नव्हतं. बाजारपेठेत तिपटी-चौपटीच्या भावानं माल विकला गेला. इथेही गणेश स्वत: जातीनं उपस्थित होता. धान्याची क्वालिटी पाहून व्यापारी वर्ग थक्क झाला. गणेशनं हा माल शिवारात न विकता मुंबई, पुण्याला नेण्याची व्यवस्था केली होती. दरडोई उत्पन्नात प्रचंड वाढ झाली.

उत्पन्न आणि पैसा आल्यानं परशा, बारक्या, बन्सी आणि भिक्यानं आपल्यावरची सर्व कर्जं फेडली. गहाण टाकलेली शेतं सावकारांकडून परत मिळवली. गणेशनंही आतापर्यंतचं सर्व कर्ज शून्य केलं होतं. एका प्रयोगानं पाच कुटुंबाची घडी बसवली होती आणि यापुढेही हा प्रयोग विस्तारत जाऊन इतर गरीब शेतकऱ्यांनाही त्याचा फायदा होणार होता आणि हाच गणेशचा हेतू होता. तो साध्य करायला आता तो स्वत: सज्ज झाला होता. जोडीला त्याचे सहकारी होतेच.

गणेशला मिळालेल्या यशानं आणि सर्व कर्जं फेडून गहाण पडलेली शेती परत मिळवल्यानंतर मात्र सावकार आणि श्रीमंत शेतकऱ्यांमध्ये अस्वस्थता पसरली होती. सावकाराचं जीवनच गरीब शेतकऱ्यांवर होतं आणि नेमकं या सावकारी वर्गावरच गणेशनं नियंत्रण मिळवलं होतं. त्यामुळे सर्वच सावकार घाबरले होते.

त्यांच्या अस्तित्वाचाच प्रश्न निर्माण झाला होता. यापुढे त्यांना कुणीही विचारणार नव्हतं. कारण यापुढची गणेशची योजना चिखली शिवारातल्या सर्वच गरीब शेतकऱ्यांच्या शेतीत राबवायची होती. त्यासाठी परशा, भिका, बारक्या आणि बन्सी यांना गणेशनं योग्य प्रशिक्षण दिलं होतं.

चिखली शिवारानंतर मात्र गणेशला संपूर्ण महाराष्ट्र काबूत घ्यायचा होता आणि अतिशय कमी पाण्यात हरितक्रांती घडवून आणायची होती.

गणेशची घोडदौड थांबवणं आता केवळ अशक्य होतं. सावकार आणि दलालांची मोठीच पंचाईत झाली होती. आपलं वजन वापरून, मंत्र्यांना हाताशी धरून गणेशवर दबाव आणण्याचे प्रयत्न सुरू झाले होते. सनदी अधिकाऱ्यांमार्फत धमकावण्यास सुरुवात झाली होती. पण गणेश कुणालाही जुमानत नव्हता. कारण त्यानं नुसताच संशोधनाचा अभ्यास केला नव्हता, तर शासकीय यंत्रणेचाही अभ्यास केला होता. त्याचाच प्रत्येक वेळी त्यानं आधार घेतला होता आणि तो पुढेच जात राहिला.

अशातही काही चांगले आणि प्रामाणिक अधिकारी गणेशच्या पाठीशी होते. त्याच्या प्रामाणिक प्रयत्नांना आणि संशोधनाला दाद देत होते. म्हणूनच विधान परिषदेतही गणेशवर चर्चा होऊ लागली. त्याच्या कार्याची आणि तळमळीची दखल घेतली जात होती.

सावकारांमधल्या अस्वस्थतेनं मात्र आता वेगळंच वळण घेतलं होतं. गणेशला या कामांपासून कसं रोखायचं, हाच विचार त्यांच्या मनात घोळत होता. इतरत्र त्याच्या संशोधनाचा प्रसार होण्याअगोदर त्यांना काहीतरी करण्याची गरज वाटत होती. त्यामुळे तेही संघटित होऊ लागले होते.

डॉ.बुद्धिसागर गणेशची प्रगती पाहून हरखून गेले होते. त्यांचा तो विद्यार्थी आता 'विद्यार्थी' राहिला नव्हता. समाजातल्या घटकांसाठी आता तो एक 'रोल मॉडेल' झाला होता. यशस्वी शास्त्रज्ञ म्हणून त्याचं नाव घेतलं जात होतं. प्रथमच आश्चर्यकारक म्हणजे एका टी.व्ही. चॅनेलनं त्याची दखल घेतली होती.

आज सकाळी-सकाळीच डॉ.बुद्धिसागर प्रयोगशाळेत आले होते. त्यांना आज बरं नव्हतं, म्हणण्यापेक्षा उदासवाणं वाटत होतं. प्रयोगशाळेत मन रमेल, म्हणून ते आले होते. त्यांच्या प्रकाशसंश्लेषणाच्या सेटअपपुढे बसून ते विचार करत होते. मध्येच त्यांना गणेशची आठवण येऊन गेली. त्याची प्रगती आणि घोडदौड बघून ते सुखावले होते. विद्यार्थ्यानं सरस कामगिरी केली, तर तीही शिक्षकाला हवीच असते. एका वनस्पतीचा अभ्यास करण्यासाठी त्यांनी सन स्टिम्युलेटर सुरू केला आणि त्याच्यालगतच असलेल्या उपकरणांवर ते निरीक्षण करू लागले. तेवढ्यात त्यांचा मोबाईल वाजला. उपकरणाकडे बघतच त्यांनी मोबाईल कानाला लावला,

''हं! डॉ.बुद्धिसागर बोलतोय.''

पलीकडून काहीसा कापरा आवाज आला.

''सर! मी... मी परशा.''

परशा नाव ऐकताच डॉ.बुद्धिसागर उपकरणाच्या विचारातून बाहेर आले. भानावर येत म्हणाले, ''अरे! परशा, हं बोल. काय म्हणतोयस?''

पलीकडून काही क्षण शांतता. फक्त काही उसासे. शेवटी अडखळत शब्द आले, ''सर! एक वाईट बातमी आहे.''

डॉ.बुद्धिसागरांचं हृदय उगीचच धडधडलं. ते तडकपणे म्हणाले, ''वाईट बातमी? कुठली?''

''सर! आपल्या गणेशची हत्या झाली.'' डॉ.बुद्धिसागर अविश्वासानं स्तब्ध आणि सुन्न झाले. डोळ्यांपुढे क्षणभर अंधारून आलं. कानांवर विश्वास बसत नव्हता. ते अविश्वासाने ओरडले, ''काय? हे काय बोलतोय परशा तू! गणेशची हत्या? अरे रात्रीच माझं त्याच्याशी बोलणं झालं.''

डॉ.बुद्धिसागरांना धक्का बसला होता. पुढं काय बोलावं त्यांना सुचत नव्हतं.

परशा त्यांची परिस्थिती जाणून बोलला, ''रात्री आम्हीही त्याच्या सोबतच होतो सर. पहाटे नेहमीप्रमाणे फिरायला गेला आणि तिथंच त्यांनी डाव साधला.''

''कुणी?'' डॉ.बुद्धिसागरांचा उत्कट प्रश्न.

''त्यांनीच ज्यांना तो नको होता. इथल्या सावकारांनी. कोण ते अजून सापडले नाहीत; पण सापडतील. बऱ्याच दिवसांपासूनची त्यांची मळमळ होती.'' परशानं सरळंच सांगितलं होतं.

''पण त्यांनी असं का करावं? तो बिचारा तर अजातशत्रू होता. समाजातल्या गरीब घटकांसाठी त्यानं किती मोठं योगदान दिलं!'' डॉ.बुद्धिसागर हैराण होऊन बोलत होते.

''तेच तर त्यांना नको होतं! कारण गणेशनं त्यांचं अस्तित्वच धोक्यात आणलं होतं. गरीब शेतकऱ्यांना स्वावलंबी करून बळ दिलं होतं. हीच त्यांच्या दृष्टीनं गणेशनं चूक केली होती. पूर्वीसारखं शेतकऱ्यांना आता लुबाडता येणार नव्हतं, म्हणूनच त्यांनी हा डाव रचला. सर, आम्हा सगळ्यांनाच हा फार मोठा धक्का आहे. खऱ्या अर्थानं त्यानं आम्हाला मार्गाला लावलं होतं. अजून त्याच्या खूप योजना होत्या.''

परशा पुढे बोलूच शकत नव्हता. त्याचे हुंदके डॉ.बुद्धिसागरांना स्पष्ट ऐकू येत होते. डॉ.बुद्धिसागरांनाही अनावर झालं होतं. त्यांच्याही डोळ्यांतनं अश्रू वाहू लागले होते. कारण गणेश आता त्यांचा विद्यार्थी राहिला नव्हता. ते त्याच्यावर पुत्रवत प्रेम करू लागले होते.

परशा स्वत:ला सावरत पुढे म्हणाला, ''माफ करा सर! भावना अनावर झाल्या. सर, आम्ही तुमची वाट पाहत आहोत. तुमच्या हस्तेच त्याचे अंत्यसंस्कार व्हावेत, ही आम्हा सगळ्यांची इच्छा आहे. कारण गणेशच्या मनात तुमच्याविषयी आतोनात श्रद्धा होती. तो आम्हाला तुमच्याविषयी नेहमीच सांगायचा. सर, आम्ही वाट पाहतोय.''

पलीकडून फोन बंद झाला, तसे डॉ.बुद्धिसागरांच्या डोळ्यांतून अश्रू वाहू लागले. त्या वेळी प्रयोगशाळेत कुणीच नव्हतं. ते एकटेच सुन्नपणे काही काळ बसून राहिले, विचार करत. विदर्भ शापित, तिथला शेतकरी शापित, गणेशचे वडील शापित आणि शेवटी गणेशही शापितच ठरला होता. नराधमांनी त्याची हत्या करून समाजाचं मोठं नुकसान केलं होतं. ज्या कारणांसाठी सावकारांनी त्याची हत्या केली होती, ते तर आता थांबणार नव्हतं, हे त्या मूर्खांना कळलं नव्हतं. कारण गणेशचं हे संशोधन प्रकाशित रूपानं जगाच्या कानाकोपऱ्यात गेलं होतं. त्याच्यावर यशस्वी प्रयोग होऊ लागले होते. परदेशातून प्रतिसाद येऊ लागले होते. आताशी सरकारही जागं झालं होतं आणि अशा वेळी त्याची हत्या करून सावकारांनी काय मिळवलं?

डॉ.बुद्धिसागरांच्या मनात रुदन चाललं होतं, तर डोक्यात विचारांचं मोहोळ उठलं होतं. गणेशची हत्या झाली, यावर त्यांचा अजूनही विश्वास बसत नव्हता.

शेवटी जड अंत:करणानं ते उठले आणि चालू लागले. त्यांची पावलं जड झाली. त्यांचा तोल जाऊ लागला. धक्क्यातून सावरायला त्यांना अजूनही अवकाश होता. तरीही ते नेटानं चालतच राहिले. कारण त्यांना आजच चिखलीला जायचं होतं, गणेशच्या अंतिम संस्कारांसाठी. एका शापितानं स्वत:चं बलिदान देऊन समाजाला शापित होण्यापासून परावृत्त केलं होतं.

■

हुतात्मा

हिवाळ्यातली कडक थंडीची रात्र! वेळ अकराची. पौर्णिमेचा दिवस, आसमंतात चंद्राचा शांत परावर्तित प्रकाश. इस्लामाबादेच्या पूर्वेकडच्या पाकिस्तान-भारत सीमेलगतच्या निसर्गरम्य डोंगराळ भागात एका व्हाईट हाऊसमध्ये पाकिस्तानचे अध्यक्ष, संरक्षणमंत्री, सचिव, तिन्ही दलांचे प्रमुख आणि इतर अधिकारी वर्ग यांच्या उपस्थितीत गुप्त मीटिंग सुरू होती. कडेकोट बंदोबस्त. एक्स झोनमधल्या पाक-कमांडोजची तुकडी तैनात होती. अतिशय बिकट वाट असलेल्या या डोंगराळ भागातल्या त्या व्हाईट हाऊसमधल्या कुठच्या कॉन्फरन्स रूममध्ये मीटिंग चाललीये, याचा अंदाज बाहेरच्या सैनिकांनाही नव्हता. तातडीची आणि अति महत्त्वाची मीटिंग असल्याने अध्यक्षांसहित सर्वच उपस्थित होते. एका प्रशस्त राऊंड टेबलाभोवती सर्व अधिकारी बसले होते. त्यांच्यासमोर पाकिस्तानचे अध्यक्ष, बाजूला संरक्षण मंत्री. सगळ्यांच्या चेहऱ्यांवर तणाव, पण तेवढाच आत्मविश्वास.

त्या वातावरणात अध्यक्षांचा निर्वाणीचा आणि तेवढाच चिंतेचा स्वर बाहेर पडला, "मित्रहो, आपण आज जी काही चर्चा केली, त्यासाठी काही दिवस तरी आपल्याला गुप्तता पाळावीच लागेल. ती आपण पाळूच. पण दुर्दैवाने जर का ही माहिती बाहेर पडली, तर आपला सगळाच प्लॅन विस्कळीत होईल." संरक्षण मंत्र्यांचा चिंतित स्वर.

त्यावर नौदलाचे प्रमुख यायाखान आग्रही स्वरात उत्तरले, "सर! मला असं वाटतंय की, आपण जास्त विलंब न करता निर्णयाची अमंलबजावणी त्वरित करावी. कारण आजच्या प्राप्त परिस्थितीत गुप्तता फार काळ टिकवणं शक्य नाही."

"जरूर! त्याच दिशेनं आपण पावलं टाकणार आहोत." अध्यक्ष निश्चयानं म्हटले.

तेवढ्यात मीटिंग रूममधल्या स्ट्रेंज डिटेक्टरमधनं बिप बिप आवाज येऊ लागताच विस्फारलेल्या डोळ्यांनी सर्व जण त्या उपकरणाकडे पाहू लागले. अतिशय संवेदनक्षम असलेला हा स्ट्रेंज डिटेक्टर कुठल्याही अनोळखी माणसाने मीटिंगमधली गुप्त माहिती ऐकू नये म्हणून बसवण्यात आला होता. त्याचाच आवाज कॉन्फरन्स रूममध्ये प्रतिध्वनी निर्माण करून गेला. सगळ्यांच्या चेहऱ्यावर काळजी दिसत होती.

"ओहऽऽ नो! कुणीतरी आपली ही गुप्त चर्चा ऐकलेली आहे." टेबलावर पडलेल्या स्ट्रेंज डिटेक्टरकडे पाहत हवाईदल प्रमुख गफूरखान अविश्वासाने उद्गरले.

"हाऊ इज इट पॉसिबल? इतक्या बंदोबस्तात कसं शक्य आहे? कोण असेल तो?" अध्यक्षांनी सर्व अधिकाऱ्यांवर आपली नजर फिरवत विचारलं.

त्याच क्षणी खिडकीच्या काच-तावदानात कानोसा घेत असलेल्या एका काळ्या छायेने उपस्थित संरक्षक कमांडोजचं लक्ष वेधून घेतलं. उत्स्फूर्तपणे खिडकीकडे निर्देश करत तो ओरडला, "तो बघाऽऽ"

स्ट्रेंज डिटेक्टरकडे पाहत असलेल्या सर्व उपस्थित अधिकाऱ्यांचं लक्ष क्षणात त्या दिशेला गेलं. कमांडोज त्या काळ्या छायेच्या दिशेनं धावले. आतापर्यंत कुठलीही चाहूल न लागू देणारी ती काळी छाया आतला गोंधळ ऐकताच पुढे सरकली, कमांडोजच्या रायफलमधून गोळ्यांचा वर्षाव होऊन काचेचं तावदान निखळून पडलं.

आत गोळीबाराचा आवाज ऐकताच बाहेरचे सैनिक चपळाईने गोळा झाले. नौदलप्रमुख यायाखान कॉन्फरन्स रूममधून तत्काळ बाहेर येताच कट्ट्यावरून खाली उडी घेणाऱ्या काळ्या छायेकडे निर्देश करून ओरडले.

"आय से शूट हिम! ब्लडी, बास्टर्डऽऽ "

चहूबाजूंनी त्या काळ्या छायेवर गोळ्यांचा वर्षाव होऊ लागला. क्षणात शांत वातावरणात गोळ्यांचा थाड-थाड प्रतिध्वनी निर्माण झाला. ती काळी छाया विजेच्या गतीने गोळ्यांचा वर्षाव चुकवत, चपळतेने पुढे निघून गेली. पाक सैनिक या काळ्या छायेचा पाठलाग करू लागले. टप्प्यात येताच गोळ्यांनी त्याचा वेध घेण्याचा प्रयत्न केला. ती छाया हुलकावणी देऊन पुढे पळू लागली. पुन्हा पाठलाग सुरू झाला.

काळी छाया जीवाच्या आकान्ताने पळत होती. काळा बुरखा पांघरल्यानं त्याचं खरं अस्तित्व अजूनही कुणालाच माहीत नव्हतं. पाक सैनिक त्याचा पाठलाग करून त्याला जायबंदी करण्याच्या प्रयत्नात होते. शक्य तेवढ्या लवकर त्यांना त्याला टिपायचं होतं. ती काळी छाया त्याच वेगाने अजूनही दऱ्याखोऱ्यातून पळत होती. कुठलंतरी लक्ष्य तिला गाठायचं होतं. विशिष्ट ध्येयाने प्रेरित होऊन ती भान हरपून

पळत होती आणि तेही भारताच्या सीमेकडे. तीच तिला लवकरात लवकर गाठायची होती.

रात्रीची वेळ, चंद्रप्रकाश... एक अवघड डोंगराचा कडा चढण्याच्या प्रयत्नात ती काळी छाया होती. मागे वळून पाहता पाठलाग बंद झाल्याची तिची खात्री झाली. हा कडा क्षणात पार करणं तिला गरजेचं होतं. कारण त्यापलीकडची भारताची सीमाच तिला गाठायची होती. ती एकदाची ओलांडली की, तिची मोहीम फत्ते होणार होती. आजूबाजूची चाहूल पुन्हा एकदा घेऊन ती काळी छाया सहजपणे कडा चढून भूपृष्ठावर आली. समोर भारताचं कुंपण पाहताच तिच्या चेहऱ्यावर आनंद झळकला. पण तेवढ्यात थाड थाड आवाज येऊन गोळ्यांनी त्या छायेचा वेध घेतला. काळी छाया खाली पडली. चंद्रप्रकाशातही काळ्या बुरख्यात लपेटलेली ती अनामिक व्यक्ती काळी छायाच राहिली.

पाक सैनिक खाडखाड आवाज करत त्या देहाजवळ आले. सावज टिपल्याचा आनंद चंद्रप्रकाशातही त्यांच्या चेहऱ्यावर दिसत होता. एका सैनिकाने पायाने देहाला हलवले.

त्यांच्या तोंडून उद्‌गार निघाला, ''ओह! भारतीय हेर!''

''भारतीय म्हणजे एक नंबरचे बदमाश आणि चेंगट! कुत्र्याची मौत मेला!'' दुसरा सैनिक जळफळीत नजर टाकत उद्‌गारला.

''बेमौत मेला साला! गुप्त माहिती घ्यायला आला होता.'' तिसऱ्या सैनिकाने वॉकीटॉकीवरून हेड ऑफिसला कळवलं. ''सर! ठार मारलंय त्याला. भारतीय सैनिक. माहिती घ्यायला आला होता. येस सर! इथेच त्याची विल्हेवाट लावतो. काळजी नाही. खुदा हाफीज.''

पाक सैनिकांनी तो देह उचलून भारतीय हद्दीत फेकून दिला. तिसरा प्रमुख सैनिक छद्‌मीपणे देहाकडे पाहत उत्तरला, ''सांग म्हणावं आता तुमच्या बॉसला माहिती; सीक्रेट इन्फॉर्मेशन.''

भारतीय हद्दीत पडलेल्या देहाकडे तुच्छतेने पाहत पाकसैनिक आपल्या छावणीकडे परत गेले.

एक भारतीय सैनिक आणि कॅप्टन धुरंधर साळुंके सीमेलगतच्या कुंपणाकडे गस्त घालत असताना त्यांच्या नजरेस तो देह पडला. दोघंही त्या निपचित पडलेल्या देहाकडे झेपावले. कॅ. धुरंधरानी काळ्या बुरख्याखाली दडलेला तो देह उलगडला. चंद्रप्रकाशात त्याचा चेहरा ते पाहून अवाक झाले!

''अरे! हे तर आपल्या इंटेलिजंट ब्युरोचे कॅप्टन सतीश सावंत.''

कॅ. धुरंधरांनी देह चाचपडला. तो देह अजूनही जिवंत असल्याची आशा त्यांना वाटली.

"सर! हे एका खास, गुप्त कामगिरीवर गेले होते म्हणे!" शिपाई हरमानसिंगने माहिती दिली.

"होय. अतिशय महत्त्वाच्या मोहिमेवर गेले होते. म्हणूनच ते जिवंत येणं अपेक्षित होतं.

कॅ. धुरंधर निश्चयाने पुढे म्हणाले, "हरमान,"

"जी साहब."

"हेडक्वार्टर्सच्या चीफना कळवून कॅ. सावंतांना ताबडतोब हॉस्पिटलमध्ये हलवा." कॅ. धुरंधर प्रसंगावधान राखून पावलं उचलत होते.

"येस सर!"

आदेश होताच हरमानने कॅ.सावंतांचा देह खांद्यावर उचलला. काही मीटरवर उभ्या असलेल्या लष्करी व्हॅनमध्ये त्यांचा देह ठेवला. तातडीने व्हॅन हॉस्पिटलकडे सुसाट वेगाने जाताना दिसली. कॅ.धुरंधर मात्र काही क्षण तिथेच विचार करत घुटमळत राहिले. कॅ.सावंत त्यांचा चांगला मित्र होता. त्याच्या आठवणी येऊन कॅ.धुरंधरांच्या डोळ्यांच्या कडा ओल्या झाल्या. ओलसर डोळ्यांनीच त्यांनी पाकसीमेच्या क्षितिजापलीकडे दृष्टीक्षेप टाकला. डोळे पुसून ते निश्चयाने उभे राहिले आणि पाकच्या सीमेकडे जळजळीत कटाक्ष टाकत परत फिरले.

जम्मूलगतच्या एका कमांडंट हॉस्पिटलमध्ये कॅप्टन सावंतांना हरमानसिंगने आणलं. रात्रपाळीच्या डॉक्टरांनी सावंतांना एका वातानुकूलित आणि प्रशस्त खोलीत हलवलं. साहायक डॉक्टरांसोबतच नर्सेस, वॉर्डबॉय यांची एकच धावपळ उडाली.

पहाटेचे पाच वाजून गेले. साहाय्यक डॉक्टरांनी हॉस्पिटलचे प्रमुख सर्जन कर्नल डॉ.कामतांना तातडीने फोन केला.

"हॅलो, डॉ. कामत स्पीकिंग!"

"हॅलो, मी डॉ. दीप सेठी बोलतोय सर!"

"हं. बोला सेठी. काही इमर्जन्सी?" सवयीप्रमाणे डॉ.कामत बोलले.

"येस सर. कॅप्टन सावंतांना हॉस्पिटलमध्ये ॲडमिट केलंय."

"काय?" आश्चर्याने डॉ.कामत बोलते झाले.

"होय सर! मला वाटतं तातडीने त्यांची तपासणी होणं गरजेचं आहे. त्यांचा पाठीमागचा भाग पूर्णपणे गोळ्यांनी चाळण झालेला आहे. सर, आय ॲम अफ्रेड. ही माईट हॅव डेड!"

"नो ऽऽ सेठी. आय ॲम कमिंग! ही इज व्हेरी इम्पॉर्टंट पर्सन. ही हॅज टू बी अलाईव्ह."

डॉ. कामतांनी फोन ठेवला. त्याच वेळी त्यांनी भराभर इतरांना फोन करायला सुरुवात केली. प्रथम काश्मीर झोनचे प्रमुख कर्नल शर्मांना फोन केला. कॅ. सावंतांविषयीचा फोन असल्याने तेही तत्काळ हॉस्पिटलकडे यायला निघाले.

चीफ कर्नल शर्मा आपले सहकारी कॅ. सिंग आणि मेजर अशोकांसमवेत अगोदरच हॉस्पिटलमध्ये येऊन दाखल झाले होते. काही वेळातच डॉ. कामत हजर झाले. कर्नल शर्मा आपल्या अगोदर आलेले पाहून डॉ.कामत आश्चर्याने पाहत राहिले. सीमारेषेवर सावंतांचा देह ताब्यात घेणारे कॅ. धुरंधर कामतांच्या मागून लगेच आले.

शिपाई हरमानसिंग सावंतांजवळ थांबला होता. डॉ.कामत येताच त्यांचे सहकारी डॉक्टर्स, नर्सेसची धावपळ सुरू झाली. सर्व जण सावंतांजवळ आले. कर्नल शर्मा डॉ.कामतांशी काहीतरी बोलत चालत होते. त्यांच्या चेहऱ्यावर काहीसे चिंतेचे भाव निर्माण झाले होते.

कॅप्टन सावंतांचा चेहराच तेवढा उघडा होता. उर्वरित देह कपड्यांत लपेटलेला होता. त्यांचा शांत चेहरा पाहून ते गाढ झोपलेले असावेत, असंच सर्वांना वाटत होतं. डॉ.कामतांनी सावंतांना तपासायला सुरुवात केली. सारं शरीर रक्तानं माखलं होतं. चोहोबाजूंनी गोळ्या झाडल्याचं स्पष्ट दिसत होतं. आवश्यक तपासण्या करून कर्नल शर्मांकडे वळत ते म्हणाले,

"सॉरी, कर्नल! इट इज टू लेट. ही इज नो मोअर."

"ओह शीट! डॉ.कामत, प्लीज चेक हिम वन्स अगेन. कुठं तरी आशा..."

मध्येच डॉ.कामत कर्नल शर्मांना अडवत म्हणाले, "नाही. नो होप्स ॲट ऑल. कारण कॅ.सावंतांचं हृदय पूर्णपणे डॅमेज झालेलं आहे." डॉ.कामत निराशपणे बोलत होते.

"प्लीज डॉक्टर! प्रयत्न करा. कुठंतरी...."

"नो. ॲब्सोल्युटली नॉट. कारण तो मेला आहे." डॉ.कामत.

"डॉक्टर, किमान जिवंत करण्याचा तरी प्रयत्न करा." कर्नल शर्मा भावुकतेने म्हणाले.

"काय? काय म्हणताय कर्नल! कसं शक्य आहे? एक मृत व्यक्ती जिवंत करण्याचा अट्टाहास! आपण भावनेच्या आहारी गेल्याने असं होतंय."

"नाही डॉ.कामत. मी भावनेच्या आहारी जात नाहीये. याला काही मिनिटांसाठी किंवा सेकंदांसाठी जिवंत केलं तरी चालेल, जेणेकरून त्याच्याजवळची महत्त्वाची माहिती आपल्याला मिळू शकेल आणि ती मिळणं अतिशय महत्त्वाचं आहे." कर्नल शर्मा अजीजीने सांगत होते.

"कर्नल? पण..." डॉ.कामत विचारमग्न झाले.

"गैरसमज करून घेऊ नका डॉक्टर. मी मेंटली पूर्णपणे फीट आहे. मी अशी स्टेटमेंट्स करतोय त्याला कारणही तसंच आहे."

"होय! कर्नल मलाही पुसटशी कल्पना आहे." डॉ.कामत सहमत होत म्हणाले.

"डॉक्टर! कॅ.सावंतांना आपण एका खास गुप्त मोहिमेवर पाकिस्तानमध्ये पाठवलं होतं. काही दिवसांपूर्वी पाकिस्तानच्या वरिष्ठ अधिकाऱ्यांची गुप्त बैठक होणार, अशी कुणकुण आपल्या हेर-खात्याला लागली होती. म्हणूनच सावंतांची निवड करून त्यांना पाठवण्यात आलं होतं. भारतीय लष्करात काही जणांनाच याची माहिती होती." कर्नल शर्मांनी स्पष्टीकरण दिलं होतं.

"ओह, आय सी! म्हणजे...."

"येस. डॉक्टर कॅ.सावंतांना जी काही माहिती मिळाली, त्यावरच आपल्या भारताचंही भवितव्य अवलंबून आहे, असंच म्हणावं लागेल. कारण सावंतांना मारलं, याचाच अर्थ त्यांनी त्यांच्या गुप्त मीटींगमधली सविस्तर चर्चा ऐकली असावी. म्हणून कॅप्टन सावंतांना काही सेकंद जिवंत करणं शक्य आहे का?" कर्नल शर्मा पुन्हा अगतिकतेने म्हणाले.

"नो कर्नल! ती शक्यता नाही. आय डोन्ट नो. मला नाही वाटत आता आपण काही करू शकू." डॉ.कामत निराश होऊन म्हणाले.

कर्नल शर्मा विचारमग्न झाले. त्यांच्यापुढे साऱ्या देशाचाच प्रश्न होता. म्हणून त्यांची काळजी वाढत चालली होती. आजूबाजूला उपस्थित लष्करी अधिकारीही विचारमग्न होऊन पुढच्या काळाची चाहूल काय असेल, याचा विचार करत होते. तिथे उपस्थित असलेला डॉ.कामंतांचा स्टाफही निश्चल उभा होता. वातावरणात एकच शांतता होती. दीर्घ श्वासांचे उसासे तेवढे ऐकू येत होते. तेवढ्यात कर्नल शर्मांनी शांत वातावरणात डॉ.कामतांकडे आशेनं पाहत विचारलं, "डॉक्टर, मला वाटतं सावंतांचा मानेवरचा भाग शाबूत आहे. आपण त्यांच्या मेंदूचं ट्रान्सप्लांटेशन केलं तर!"

आशेचा किरण दिसल्यासारखे सर्व जण शर्मांकडे पाहत होते. पण क्षणिक उल्हसित वातावरणात डॉ.कामत प्रश्न उपस्थित करत म्हणाले, "ब्रेन ट्रान्सप्लांटेशन? आणि ते कुणावर?"

"आपल्या एखाद्या सैनिकावर!" कर्नल शर्मा तत्काळ उत्तरले.

"काय? काय सांगताय कर्नल? ब्रेन ट्रान्सप्लांटेशन ही एक रिस्क आहे. त्यात आपण एका सैनिकाचे प्राण गमावून बसू." डॉ.कामत असहमत होत बोलले.

"लेट इट बी डॉक्टर! ट्रान्सप्लांटेशन नंतर तो फक्त माहिती मिळवण्यापुरता पाच मिनिटं जगला तरी चालेल. कारण तेच महत्त्वाचं आहे." कर्नल पुन्हा निश्चयाने उत्तरले.

"नो कर्नल! हे माझ्याने शक्य होणार नाही. मी स्वत:ही लष्करी अधिकारी आहे. पण त्याच वेळी डॉक्टरही आहे. एका धडधाकट सैनिकाचा बळी मी देऊ शकत नाही." डॉ.कामत ठामपणे म्हणाले होते.

"कम ऑन डॉक्टर! ते बलिदान असेल. त्याच्या प्राणापेक्षा भारताचे प्राण महत्त्वाचे आहेत. त्यासाठी कित्येक सैनिक स्वेच्छेने तयार होतील." कर्नल शर्मांचा पुन्हा एकदा आग्रही स्वर उमटला.

तेवढ्यात त्या खोलीतच कर्नल शर्मांच्या स्वरांशीच मिळताजुळता एक स्वर उमटला. निश्चयाचा. आत्मविश्वासाचा.

"सर, मी तयार आहे. जर मेंदू ट्रान्सप्लांटेशनने कॅ.सावंतांच्या स्मृतीतून माहिती मिळत असेल, तर मी स्वत: शस्त्रक्रियेसाठी तयार आहे. भारतासाठी हा देह कामी आला, तर मी माझं भाग्यच समजेन."

शिपाई हरमानसिंगकडे सर्व जण आश्चर्याने पाहत राहिले.

कर्नल शर्मा हरमानसिंगकडे अभिमानाने पाहू लागले. कॅ.धुरंधरही त्याच्याकडे पाहत राहिले.

हरमानसिंग त्यांच्याच बटालियनमध्ये होता. तो एक शूर आणि तेवढ्याच निधड्या छातीचा शिपाई आहे, हे कॅ.धुरंधुरांना ठाऊक होतं. डॉ.कामतांनीही हरमानसिंगकडे पाहिलं. असे कित्येक सैनिक भारतासाठी बलिदान करायला तयार होतील, याची त्यांना खात्री होती; पण त्यांच्या सेवाभावी डॉक्टरी पेशाला हे पटत नव्हतं. पुन्हा शांतता प्रस्थापित झाली. सर्वच आशेनं डॉ.कामतांकडे पाहत होते.

"ठीक आहे कर्नल. पण त्या अगोदर मी मुंबईचे प्रख्यात न्युरोसर्जन डॉ.गोडबोलेंना फोन करून त्यांचा सल्ला घेतो." डॉ.कामत विचाराअंती बोलले.

"ओ.के. डॉ.कामत. माझी काहीच हरकत नाही. निर्णय आपल्याला घ्यायचाय. यू मे प्रोसीड." कर्नल शर्मा समाधानाने बोलले.

डॉ.कामत, कर्नल शर्मा, कॅ.सिंग, कॅ.धुरंधर, मेजर अशोक सर्व जण कॅ.सावंतांचा देह ठेवला होता तिथून कॅ.कामतांच्या केबिनकडे निघाले. केबिनमध्ये शिरताच डॉ.कामतांनी फोनचा ताबा घेतला. आताशी सकाळचे सहा वाजले होते. डॉ.कामतांनी डॉ.गोडबोलेंचा फोन डायल केला. पलीकडून उत्तराच्या अपेक्षेत त्यांनी रिसीव्हर कानाला लावला.

"हॅलो, गुड मॉर्निंग सर. मी डॉ.कामत. कमांडंट हॉस्पिटल जम्मू. सॉरी सर, सकाळीच तुम्हाला तसदी दिल्याबद्दल... हां हां... हो. तर मला आपला सल्ला हवा होता... ट्रान्सप्लांटेशन... मेंदू ट्रान्सप्लांटेशन. एका कॅप्टनचा. होय सैनिकावर. महत्त्वाची माहिती मिळवायचीच...."

पुढे डॉ.कामत डॉ.गोडबोलेंशी बराच वेळ फोनवर बोलत राहिले. नंतर मात्र ते

फक्त हुंकार भरत होते. बऱ्याच वेळानंतर त्यांनी फोन खाली ठेवला. त्याच वेळेस कर्नल शर्मांकडे डॉ.कामत पाहत उत्तरले,

"कर्नल, डॉ.गोडबोलेंचं म्हणणं आहे की, आता ट्रान्सप्लांटेशन होणं शक्य नाही. कारण व्यक्ती मृत होऊन बराच वेळ होऊन गेलाय. जर मृत व्यक्तीचा मेंदू तिच्या निधनानंतर काही मिनिटातच ट्रान्सप्लांट केला, तरच तो काही अंशी जागृत होण्याची शक्यता असते. पण तरीही त्यातून मानसिक, सामाजिक प्रश्न उद्भवतात."

डॉ.कामतांनी, डॉ.गोडबोलेंशी झालेल्या चर्चेचा गोशवारा संक्षिप्तपणे सांगितला.

"पुढे काय म्हणाले ते?" कर्नल शर्मांनी आशेने विचारलं.

"ते म्हटले की, मुंबई विद्यापीठातले भारताचे प्रसिद्ध जैवभौतिक शास्त्रज्ञ प्रा. वसंत बोरकर यांनी स्वत: मांडलेल्या अ डेड ब्रेन कॅन अॅक्ट अॅज अ स्टोअर्ड इन्फॉर्मेशन मेमरी सिद्धान्तावर प्रयोग करण्याची इच्छा डॉ.गोडबोलेंजवळ काही दिवसांपूर्वीच व्यक्त केली गेली होती. त्यासाठी मृत मेंदूही उपलब्ध करून देण्याची विनंती प्रा.बोरकरांनी केलेली होती."

"मग आपण काय करावं असं त्यांनी सांगितलं?" कर्नल शर्मा अपेक्षेने म्हणाले.

"त्यांनी सांगितलं की, धिस इज दी ओन्ली वे.. वुई कॅन गो फॉर धिस एक्सपेरिमेंट." डॉ.कामत निर्वाणीच्या स्वरात म्हणाले.

"प्रा.बोरकरांना ते सांगणार आहेत का?" कर्नल शर्मांनी विचारलं.

"होय. डॉ.गोडबोले त्यांना सविस्तरपणे सांगणार आहेत. आपण हा प्रयोग करून पाहायला हरकत नाही, असा सल्ला गोडबोलेंनी दिलाय."

"ठीक आहे डॉ.कामत." कर्नल शर्मा सहमती दर्शवत बोलले.

"पण कर्नल, हा फक्त एक प्रयोग असेल. तो यशस्वी होईलच असं नाही." डॉ.कामत विचाराअंती बोलले.

"डॉक्टर, शेवटी आपल्याजवळ तरी पर्याय कुठं आहे? ट्रान्सप्लांटेशन शक्य नाही आणि मेंदूतली माहिती तर आपल्याला हवी आहे. मग आपण प्रा.बोरकरांना संधी का देऊ नये? लेट हिम डू दि एक्सपेरिमेंट त्यासाठी आपल्याला काय करावं लागेल?" कर्नल शर्मा समजावणीच्या स्वरात म्हणाले.

"कॅ.सावंतांचा मेंदू काढून, शीतमंजूषेत जतन करून प्रा.बोरकरांच्या मुंबईतल्या प्रयोगशाळेत न्यावा लागेल." डॉ.कामतांनी माहिती दिली.

"कॅरी ऑन डॉ.कामत. मी स्वत: तुमच्यासोबत मुंबईला येईन." शर्मा आणि इतर अधिकारी विशिष्ट ध्येयाने प्रेरित होऊन परतले. डॉ.कामतही कर्नल शर्मांची चिकाटी पाहतच राहिले.

कॅप्टन सावंतांच्या मृतदेहावर शस्त्रक्रिया करून त्यांचा मेंदू यशस्वीपणे काढण्यात

डॉ.कामतांना यश आलं. मेंदू शाबूत होता. मेंदूला कुठलीही इजा नसलेली पाहून डॉ.कामतांना बरं वाटलं. मेंदू द्रवरूपी नायट्रोजनच्या उणे १९६ अंश सेंटिग्रेड तापमानाच्या शीतमंजूषेत ठेवण्यात आला. डॉ.कामत आणि स्वत: कर्नल शर्मा शीतमंजूषेत असलेला मेंदू घेऊन लष्कराच्या खास हेलिकॉप्टरने मुंबईला निघाले.

सकाळचे आठ वाजले होते. मुंबईच्या खास लष्करी हेलीपॅडवर कर्नल शर्मा आणि डॉ.कामत यांचं आगमन झालं. त्यांना नेण्यासाठी लष्करी गाड्या सज्ज होत्या. कॅ.सावंतांचा मेंदू एका बॅगमध्ये सुरक्षित ठेवला होता. बॅग कर्नल शर्मांच्या हाती होती. दोघेही लष्करी जीपमध्ये बसताच मुंबई विद्यापीठाच्या आवारातल्या भौतिकशास्त्र विभागाकडे जीप धावू लागली.

विभागातल्या प्रा.बोरकरांच्या प्रयोगशाळेत शिरताच बोरकरांनी त्यांचं स्वागत केलं.

"वेल कम डॉ.कामत, कर्नल शर्मा!" प्रा.बोरकर प्रत्येकाशी हस्तांदोलन करत म्हणाले.

डॉ.कामतांनी विषयाला सरळ हात घालत विचारलं, "सर, डॉ. गोडबोलेंनी आम्हाला तुमच्याकडे..."

"येस! माझी त्यांच्याशी या विषयावर सविस्तर चर्चा झालेली आहे. इन फॅक्ट मीच काही दिवसांपूर्वी त्यांच्याशी माझ्या प्रयोगाविषयी बोललो होतो. पण तो योग इतक्या लवकर येईल, असं वाटलं नव्हतं. तुम्ही येणार आहात, याची कल्पना डॉ. गोडबोलेंनी दिली. मी सर्व तयारीनिशी आपली वाट पाहत होतो." प्रा. बोरकरांनी माहिती दिली.

"सर, वुई हॅव ब्रॉट प्रिझर्व्हड् ब्रेन ऑफ अवर कॅप्टन" कर्नल शर्मांनी सांगितलं.

"आय नो! त्याचीच मी वाट पाहत होतो. चला, प्रयोगशाळेत जाऊ या." प्रा.बोरकर कुठलाही औपचारिकपणा न ठेवता म्हणाले.

प्रा.बोरकरांच्या पाठोपाठ डॉ.कामत आणि कर्नल शर्मा प्रयोगशाळेत दाखल झाले. वातानुकूलित प्रयोगशाळा सर्व यंत्रांनी सुसज्ज होती. अद्ययावत संगणक, डाटा प्रोसेसिंगपासून ते स्कॅनरसारखी विविध उपकरणं तेथे होती. एका प्रशस्त टेबलावर असलेल्या संगणक आणि इतर उपकरणांजवळ उभे राहत प्रा.बोरकर म्हणाले, "कर्नल, मला तुमची अगतिकता डॉ.गोडबोलेंनी याआधीच सांगितली. आणि आता मी स्वत: ती पाहत आहे. पण हा एक प्रयोग आहे. शेवटी तुमचं लक!"

"नुसतं माझंच लक नाही सर! आता साऱ्या भारताचंच लक म्हणायला हवं." कर्नल शर्मा पुन्हा आपली अगतिकता लपवू शकले नाहीत.

"पण मी निश्चित प्रयत्न करीन. प्रयत्नांची पराकाष्ठा करीन. कारण मानवी मेंदूवरचा माझाही हा पहिलाच प्रयोग आहे." प्रा.बोरकर निश्चयाने म्हणाले.

"सर, मला वाटतं, त्याअगोदर आपण आम्हाला आपला प्रयोग कसा असेल, आपण मांडलेला डेड ब्रेन सिद्धान्त काय आहे, याबद्दल थोडी पार्श्वभूमी विशद केलीत, तर बरं होईल." डॉ.कामत विनंती करत म्हणाले.

"ओऽऽ काय आहे डॉ.कामत, आपल्या मेंदूतल्या प्रमुख क्षेत्रांपैकी सर्वसाधारण अर्थबोधन हे एक क्षेत्र. मेंदूचं सर्वोच्च कार्य, मानसिक क्रियाशीलता, विचारशक्ती आणि तर्कशक्ती या केंद्रात आढळते. यालाच आपण ज्ञानक्षेत्र असंही म्हणतो. यातच आपल्या पूर्व अथवा वर्तमानस्मृती दडलेल्या असतात. मेंदूतल्या तांत्रिक कोशिका स्मृतिसंचय करतात. पण तो कसा करतात, हे आजही एक कोडं आहे. या कोशिका स्वतःच आवेग निर्माण करतात. आवेग म्हणजेच उद्दीपित झाल्यावर निर्माण होणारा विक्षोभ. एकदा निर्माण झालेला आवेग पुढे सर्व कोशिकांत जाऊन स्थित होतो. त्यामुळे पृष्ठभागावरचा विद्युत्प्रवाह वहन करणारी तार फक्त निष्क्रिय असते आणि माझ्या प्रयोगात डेड ब्रेनमधल्या या निष्क्रिय तारेलाच उद्दीपित करून मी रासायनिक बदल घडवून आणतो." प्रा.बोरकरांनी थोडक्यात सिद्धान्ताची आणि प्रयोगाची पार्श्वभूमी सांगितली.

"म्हणजे, मानवी मेंदूतली ही माहिती रासायनिक स्वरूपात साठवलेली असते का? असेल तर मग ते रसायन कोणतं?" कर्नल शर्मांची शंका.

"होय. मानवी मेंदूत रासायनिक स्वरूपातच माहिती साठवलेली असते. आतापर्यंतच्या संशोधनाची ही प्रगती आहे. यात कोशिकांतल्या रिबोन्युक्लिइक आम्ल रेणूत बदल होऊन हे रेणू कोशिकांच्या प्रथिन-संश्लेषणात महत्त्वाचा भाग घेत असल्याने स्मृतिसंचय हे प्रथिनातच असतात. म्हणूनच स्मृतिकोशातली प्रथिनं माहिती साठवण्याचं कार्य करत असतात." प्रा.बोरकरांनी खुलासा केला.

"मग मृत मेंदूशी आपण मांडलेल्या सिद्धान्ताची सांगड कशी घातली? कारण मृत व्यक्तीचा मेंदू अकार्यक्षम होऊन त्यातला स्मृतिसंचय नाहीसा होणं, अपरिहार्य आहे." डॉ.कामतांनी शंका विचारली.

"इथेच माझ्या सिद्धान्ताचं वेगळेपण आहे. डेड ब्रेन कॅन अ‍ॅक्ट इन्फॉर्मेशन स्टोअर्ड मेमरी, याची सांगड मी आता अतिशय संवेदनक्षम कृत्रिम स्मृतिपटलांशी घातली आहे. कुठल्याही संगणकात या कृत्रिम स्मृतिपटलांमध्येच माहिती साठवलेली असते आणि हे स्मृतिपटल घटके वापरून, हवी तेव्हा त्यातली माहितीही वाचू शकतात आणि प्रसंगी हे स्मृतिपटल बदलूही शकतात. पण या कृत्रिम स्मृतिपटलांना अ‍ॅक्टिवेट होण्यासाठी विद्युत्प्रवाहाची आवश्यकता असते, हेच मी माझ्या सिद्धान्तात मांडलेलं आहे. तसाच आपला मेंदूही मृत्यूनंतर एका कृत्रिम स्मृतिपटलासारखाच

एक घटक बनतो. रक्तप्रवाह थांबल्याने कोशिकावहनासाठी निर्माण होणारी ऊर्जाच बंद होते. विभवांतर (Protential) निर्माण होणं थांबतं. त्यामुळे रासायनिक बदल घडणं बंद होतं. पण हेच जर आपण या स्मृतिसंचयातल्या कोशिकांना बाह्यरूपी विद्युत्प्रवाह सोडून, उद्दीपित केलं, तर स्मृतिसंचयातल्या रसायनात प्रक्रिया घडते आणि त्यातल्या प्रत्येक प्रथिनातून सूक्ष्म स्पंदनं निर्माण होतात. हीच प्रथिनं स्मृतिपटलांसारखी कार्यरत होऊन त्यातून निघणाऱ्या स्पंदनांचं रूपांतर लहरींमध्ये होतं. या सूक्ष्म लहरी अतिसंवेदनक्षम डिटेक्टरद्वारा पकडून पुन्हा त्याचं रूपांतर इलेक्ट्रिकल सिग्नलमध्ये केलं जातं आणि पुढे पृथक्करणासाठी मृत मेंदूतून निघालेला हाच सिग्नल कॉम्प्युटरला इन्टरफेस केला जातो. परिणामी, आपल्याला कॉम्प्युटर-पडद्यावर साठवलेली माहिती मिळू लागते.''

प्रा.बोरकरांचं बोलणं डॉ.कामत आणि कर्नल शर्मा एकाग्रपणे ऐकत होते. सिद्धान्त आणि प्रयोगामागची त्यांची साधना आणि गाढा अभ्यास पाहून दोघंही अवाक झाले. मनातल्या मनात दोघांनीही या शास्त्रज्ञाला त्याच्या प्रयत्नात यश मिळावं म्हणून सदिच्छा व्यक्त केली. त्यांच्या स्पष्टीकरणाने दोघांचंही समाधान झालं होतं.

प्रा.बोरकर प्रयोगाला लागले होते. कॅ.सावंतांचा उणे १९६ डि.सें. तापमानात ठेवलेला मेंदू एका काचतावदानात ठेवून त्याला ठिकठिकाणी सूक्ष्म प्लॅटिनम-अग्र लावले होते. त्यातून प्रचंड जाळं निर्माण होऊन विविध उपकरणांना ते जोडलं गेलं. प्रयोगाची पूर्तता होताच प्रा.बोरकर संगणकासमोरच्या खुर्चीवर बसले आणि त्याद्वारे नियंत्रण करू लागले. अत्यंत एकाग्रपणे ते काम करत होते. डॉ.कामत आणि कर्नल शर्मा उभेच असल्याचं आता त्यांच्या ध्यानीही नव्हतं. ते दोघंही प्रा.बोरकर काय करतात, त्याकडे उत्सुकतेने पाहत होते. पण ते सर्व त्यांच्या आकलनापलीकडचं होतं.

प्रा.बोरकरांनी मेंदूला लावलेल्या अग्रांमध्ये विद्युतप्रवाह सोडायला सुरुवात केली. मध्येच सूक्ष्मसे स्पार्क निर्माण होऊ लागले. त्यामुळे कॅ.सावंतांच्या मेंदूत स्पंदनं निर्माण होण्यास सुरुवात झाली होती आणि पुढे कितीतरी वेळ प्रा.बोरकर प्रयोगात गढून गेले.

वेळ भराभर जात होता. प्रा.बोरकरांची नजर स्क्रीनवर खिळलेली होती. त्यातल्या होणाऱ्या बदलांवर त्यांनी लक्ष केंद्रित केलं होतं आणि त्याच वेळेस स्क्रीनवर मेंदूपासून येणाऱ्या माहितीत बदल होताना त्यांना दिसला. हळूहळू त्या माहितीतला बदल वाढून कॉम्प्युटरवर स्पष्ट पण विस्कळीत माहिती येऊ लागली.

प्रा.बोरकरांच्या चेहऱ्यावर आनंदाच्या छटा उमटून गेल्या.

त्याच क्षणी ते मागे वळत म्हणाले,"प्रयोग यशस्वी होतो आहे!"

आतापर्यंत काही तास अखंडपणे उभे असलेल्या डॉ.कामत आणि कर्नल शर्मांचे चेहरे आनंदाने उजळून निघाले. ते दोघंही उत्सुकतेने संगणकाकडे पाहू लागले.

प्रा.बोरकर त्याकडे निर्देश करत उत्तरले, "बघा, बघा, आपल्याला एका मृत मेंदूतून माहिती मिळतेय. आपला प्रयोग यशस्वी झालाय!"

"पण सर! माहिती काहीशी..." डॉ.कामत शंकेने विचारत असतानाच प्रा.बोरकर म्हणाले,

"येस. विस्कळीत. न समजणारी. कारण ती सर्व एकत्रित आहे. इट नीड्स फॉर्मेटिंग. काही सेकंदात मी आपल्याला मेंदूत साठवलेली वर्तमानकाळातली माहिती आणून दाखवतो."

प्रा.बोरकर निश्चयाने म्हणत पुन्हा सफाईदारपणे की बोर्डवर बोटे फिरवू लागले. तशी रचनात्मक माहिती कॉम्प्युटर स्क्रीनवर येऊ लागली.

ती माहिती वाचून कर्नल शर्मा आश्चर्यचकित झाले.

"ओह, माय गॉड! ही खूपच महत्त्वाची माहिती मिळालीये. पाकिस्तानचा भारतावर अणुबॉम्ब टाकण्याचा हा कुटिल डाव आहे. त्यांची ही गुप्त मीटिंग असल्याचं समजताच आम्ही कॅ.सावंतांना त्या मोहिमेवर पाठवलं होतं. त्यात त्यांनी निश्चितच यशस्वी काम केलं, पण दुर्दैवाने त्यांना मृत्यूला सामोरं जावं लागलं. शत्रूच्या तावडीत ते सापडल्याने त्यांची हत्या झाली असावी."

भावुकतेने कर्नल प्रा.बोरकरांचा हात आपल्या हाती घेत ते म्हणाले, "थँक्स, प्रोफेसर! थँक यू व्हेरी मच. आपण भारताला वाचवलं." आणि कर्नल शर्मांनी प्रा.बोरकरांना सॅल्यूट ठोकला.

भारतावर अणुबॉम्ब टाकण्याविषयीची माहिती वाचून प्रा.बोरकरही सुन्न झाले. प्रयोग यशस्वी झाल्याच्या हर्षापेक्षा आता त्यांना भारताला आपण वाचवलं, याचाच जास्त आनंद होत होता. त्यामुळे कर्नल शर्मा काय सांगतात, यावर क्षणभर त्यांना काहीच सुचलं नाही. डॉ.कामतही काहीच बोलू शकले नाहीत.

"डॉ.कामत, वुई हॅव टू हरी नाऊ! आपल्यावर खूप मोठी जबाबदारी येऊन पडली आहे." कर्नल शर्मा तातडीने म्हणाले.

दोघांनी पुन्हा प्रा.बोरकरांचे आभार मानले. त्याच दिवशी त्यांनी दिल्लीला प्रयाण केलं.

पुढे काही दिवसातच मिळालेल्या माहितीच्या आधारे भारताने पाकिस्तानचं आक्रमण यशस्वीपणे परतवून लावलं. अणुबॉम्ब टाकण्याचा कुटिल डाव हाणून पाडण्यात आला आणि त्या बदल्यात पाकिस्तानला चांगलीच अद्दल घडवली गेली. या यशामागचा मोहरा होता, भारताचे प्रख्यात शास्त्रज्ञ प्रा.वसंत बोरकर.

लष्करप्रमुखांनी सरकारकडे कॅ.सावंतांसोबतच प्रा.बोरकरांचीही शिफारस केली.

प्रा.बोरकरांचं यशस्वी संशोधन, प्रयोग आणि त्यामुळे भारताने परतवलेलं यशस्वी आक्रमण याबद्दल त्यांचा राष्ट्रपतींच्या हस्ते सत्कार करण्यात आला. कॅ.सावंतांनाही मरणोत्तर परमवीरचक्र बहाल करण्यात आलं.

सत्काराला उत्तर देताना प्रा.बोरकर म्हणाले, ''या यशात माझ्या संशोधनाचा वाटा असला आणि संशोधनामुळे आक्रमण परतलं असलं, तरी कॅ.सावंतांमुळेच भारतावरचं आक्रमण आपण वाचवू शकलो. त्यामुळे भविष्यातली जीवितहानी टळली आणि खरंतर या शूर वीरामुळेच माझं संशोधनही पूर्णत्वाला जाऊ शकलं. तर हा सत्कार, हा बहुमानही त्या हुतात्म्याचाच आहे.''

या शब्दांत प्रा.बोरकरांनी कृतज्ञतापूर्वक कॅ.सावंतांना आदरांजली वाहिली.

■

अघटित

एम. एस. झाल्यानंतर सुशांतनं लगेच सिव्हिल हॉस्पिटल जॉइन केलं. मुळातच हुशार असलेल्या सुशांतचं मनही तेवढंच हळवं आणि सामाजिक बांधिलकी मानणारं होतं. अनेक उत्तम संधी चालून आलेल्या असतानाही त्यानं सिव्हिल हॉस्पिटलमध्ये नोकरी करणं पसंत केलं होतं. कारण तळागाळातल्या सामान्य जनतेशी तिथेच संपर्क येतो. सेवेचं खरं समाधान तिथेच मिळेल, याची खात्री त्याला होती. त्यानुसार तो वागला. हसतमुख व्यक्तिमत्त्वामुळे तो अल्पावधीतच प्रसिद्ध झाला. या कालावधीत त्यानं गोरगरिबांची अनेक ऑपरेशन्स केली. अनेकांना जीवदान दिलं. खेड्यापाड्यात शिबिरं भरवली. म्हणूनच जनसामान्यांतली त्याची प्रतिमा उंचावत गेली.

याच कालावधीत त्याला रुग्णालयातली डॉक्टर सहकारी मिळाली. सेवाभावी वृत्तीतूनच ती दोघं एकत्र आली. मनं जुळली आणि नाजूक धाग्यानं बांधली गेली.

डॉ.संजीवनी साखरे एम.बी.बी.एस. देखणी, नाजूक, सालस आणि आपल्या स्मित हास्यानं सर्वांना प्रभावित करणारी, मनमिळावू; रुग्णांना मायेनं आपलंसं करणारी. डॉ.सुशांतसारख्या शल्यविशारदाच्या सान्निध्यात येताच ती त्याची होऊन गेली नसती तरच नवल!

आतापर्यंतच्या कामाच्या व्यापातनं सुशांतला बाहेर फिरायला कधीच वेळ मिळाला नव्हता. म्हणून लग्नाच्या निमित्ताने त्यानं हनिमूनसाठी खंडाळ्याला एक रिझॉर्ट बुक केलं होतं.

डॉ. संजीवनीला याची कल्पना नव्हती, पण कळताच आश्चर्यही वाटलं नव्हतं. कारण सुशांत कामाशी जेवढा एकनिष्ठ होता, तेवढाच हरहुन्नरी आणि रसिक असल्याचं संजीवनीला माहीत होतं. वाट्याला येणारा एक क्षणसुद्धा त्याला आनंद

लुटायला पुरेसा असायचा. म्हणूनच संजीवनीला घेऊन खंडाळ्याला जाण्याचं त्यानं ठरवलं होतं. कोल्हापूरचा परिसरही तसा प्रेक्षणीय स्थळांनी गजबजलेला, पण सुशांतला खंडाळा विशेष आवडायचं. तिथले उंच कडे, खोल दऱ्या बघून तो अगदी वेडा व्हायचा. पूर्वी तासन्तास दऱ्यांचा तळ शोधायला त्याला नेहमीच आवडायचं आणि आतातर संजीवनी सोबत असणार होती. तिच्यासोबत सुशांत खंडाळ्यातले क्षण मनसोक्त लुटणार होता.

सायंकाळच्या बसनंच आज सुशांत-संजीवनीला जायचं होतं. तसा पुरेसा अवधी अजून होता.

आज तो निवांतपणे उठला. हॉस्पिटलला तशी त्याची रजाच होती. पण सायंकाळी जायचं असल्याने चक्कर टाकून येणार होता. संजीवनी तयारीला लागली. संजीवनीचं व्यक्तिमत्त्व प्रगल्भ, चिकित्सक असलं, तरी ती एक तरुणावस्थेतली स्त्रीही होती. सुशांतनं खंडाळ्याला जाण्याची योजना सांगताच तिचं तरुण मन हुरहुरलं होतं. आयुष्यातली एका नव्या पर्वाची चाहूल तिच्या मनात डोकावून गेली होती. सकाळपासनं ती एका वेगळ्याच विश्वात होती.

सकाळचे नऊ वाजून गेले. तेवढ्यात फोनची घंटा वाजली. सुशांतने फोन उचलला. शेजारी संजीवनीही येऊन उभी राहिली.

''हॅलो ऽऽ सुशांत बोलतोय !''

''हं सर, मी श्यामला. हॉस्पिटलमधून बोलतेय! एक इमर्जन्सी ॲक्सिडेंटल केस आलीये. रुग्ण बेशुद्धावस्थेत आहे. डॉ.पाटलांचं म्हणणं आहे की, केस आपणच हाताळू शकता. सर, मला माहीत आहे आपण सुटीवर आहात, पण...''

सुशांत नर्सचं बोलणं तत्काळ खंडित करत म्हणाला,

''नोऽऽ मिस श्यामला. दॅट्स नॉट अ प्रॉब्लेम. तुम्ही पेशंटवर प्राथमिक उपचार करून थिएटरमध्ये न्या. मी काही क्षणातच पोचतो.''

सुशांतनं फोन ठेवला. संजीवनी शेजारीच होती.

सुशांत उत्तरला, ''संजीवनी ऽऽ''

संजीवनीनं नुसतंच पाहिलं.

''मी आलोच. तू ठरल्याप्रमाणे तयारीला लाग. आज आपण खंडाळ्याला जाणार आहोत.'' म्हणतच सुशांत बेडरूममध्ये शिरला आणि लगेच अर्धवट शर्ट घालून बाहेर आला.

संजीवनी सुशांतची बटणं लावत म्हणाली, ''सुशांत, टेक युअर ओन टाईम. खंडाळा महत्त्वाचा नाहीये. महत्त्वाचं आहे ते त्या माणसाचे प्राण वाचणं. लवकर जा. माझी मदत लागल्यास मलाही फोन कर. मी तयारच राहीन.''

सुशांत क्षणभर संजीवनीकडे पाहत राहिला. संजीवनीत त्याला सर्वकाही दिसलं.

सुस्कारा सोडत तो स्वत:शीच हसला आणि वेगानं बाहेर पडला.

हॉस्पिटलमध्ये येताच सुशांतनं अपघातग्रस्ताचा ताबा घेतला. त्याची टीम सर्व साहित्यानिशी तयारच होती. पेशंटला त्यानं पूर्ण तपासलं. बऱ्याच जखमा होऊन रक्त वाहून गेलं होतं. डोक्याला जबर इजा झाली होती. अतिशय मंद श्वास चालू होता. रक्तदाब मोजून त्याचा कार्डिओग्राम पाहण्यात येत होता. काही पल्सेस फक्त दिसत होत्या.

डॉ.सुशांतनं त्याच्या डोक्यावरच्या जखमेचा अंदाज घेतला. त्यात त्याला एक आश्चर्यकारक गोष्ट दिसून आली.

या इसमाला आधीच्याच मोठ्या जखमेची खूण आढळून आली. पुन्हा निरीक्षण करून त्याने पूर्वीच्या जखमेचा अंदाज घेतला आणि तो पाहतच राहिला. क्षणभर गोंधळलाही.

इसमाच्या मेंदूत झालेला तो व्रण एवढा खोलवर होता की, त्या परिस्थितीत हा माणूस जिवंत राहणं शक्यच नव्हतं. मग हा माणूस आतापर्यंत जिवंत कसा राहिला होता? कुठल्या प्रेरणेनं?

अशा प्रकारची पहिलीच केस डॉ.सुशांत हाताळत होता. काहीतरी अघटितच असल्याचं त्याच्या मनात येऊन गेलं. या इसमाला जिवंत ठेवणं गरजेचं असल्याचं त्याला जाणवलं.

त्यानं उपचार करायला सुरुवात केली, पण योग्य प्रतिसाद मिळत नव्हता.

''सर,'' साहाय्यक उत्तरला.

सुशांत त्याकडे पाहत म्हणाला, ''येस मि. कराड''

''सर, पल्सेस दिसत नाहीयेत. ही मस्ट बी डेड !''

दीर्घ श्वास सोडत त्या इसमाला पुन्हा एकवार सुशांतनं चाचपडलं.

त्याची त्वचा कमालीची उबदार जाणवली. कुतूहल निर्माण होऊन सुशांतनं पुन्हा चाचण्या घेतल्या. पण फारसा प्रतिसाद न मिळाल्याने तो निराश झाला. मनात, डोक्यात एक वेगळीच, न सांगता येणारी रुखरुख ठेवून हा इसम निघून गेला होता. डॉ.सुशांत शून्यात पाहत उत्तरला, ''कराड ऽऽ''

''येस सर!''

''या इसमाचे नातेवाईक कोण आहेत? आय वुड लाईक टू मीट देम. मला या इसमाचा इतिहास जाणून घ्यायचाय.''

''सॉरी सर! या इसमाचं कुणीही नाही, अशी माहिती मिळालीये. कोल्हापूर-पन्हाळा रस्त्यावर रक्ताच्या थारोळ्यात पडलेला हा देह काही गावकऱ्यांनी आणला. हा कोण, कुठून आलाय, त्यांनाही ठाऊक नाही; पण चेहऱ्यावरनं तो कानडी असावा, असा अंदाज त्यांनी केला.''

सुशांत क्षणभर तसाच उभा राहिला. इसमाच्या चेहऱ्याकडे त्यानं पुन्हा पाहिलं. यांत्रिक वाटणाऱ्या चेहऱ्यानं त्याचं कुतूहल जास्तच जागृत झालं.

काहीतरी वेगळंच असल्याचं त्याला पुनश्च जाणवलं. पण समोर दिसतोय तो हाडामासाचा मानवच आहे, हेही तेवढंच खरं असल्याचं त्याच्या लक्षात आलं.

तो म्हणाला, "आपल्या प्रोसिजर्स पूर्ण करून हा मृतदेह शवागारात न ठेवता एका वेगळ्या शीतकप्प्यात ठेवा. धिस मे बी ॲन इंटरेस्टिंग केस फॉर द स्टडी."

सुशांत ग्लोव्हज् आणि हिरवा पेहराव काढून, डोक्यात असंख्य प्रश्न घेऊन थिएटरच्या बाहेर पडला. त्या इसमाला न वाचवण्याचं दु:ख त्याला होतंच, पण हा इसम एवढी मोठी इजा झाल्यानंतरही जिवंत कसा होता, हा प्रश्न आताही त्याच्या डोक्यात भिरभिरत होता.

हॉस्पिटलमधून बाहेर पडताना दुपारचे चार वाजून गेले होते. पुन्हा आपल्या सर्व पेशंटची चौकशी करून तो घरी निघाला, खंडाळ्याला जाण्यासाठी.

स्वत:ची कार नेण्याऐवजी सुशांत-संजीवनीने व्हिडीओ कोचनं प्रवास करणंच पसंत केलं होतं. शांतपणे त्यांना रात्रीचा प्रवास करून सकाळीच खंडाळ्याला पोचायचं होतं.

हॉस्पिटलला जाण्याअगोदर सुशांतचा उत्साह कमालीचा होता. नंतर उत्साह टिकवला असला, तरी डोक्यात चाललेलं थैमान तो थोपवू शकत नव्हता. त्या इसमाविषयी विचार न करण्याचं ठरवत असतानाही त्याच गतीनं ते विचार परत त्याच्या मनात येत होते. संजीवनीच्या हे लक्षात आलं. याआधी हॉस्पिटल आणि स्वत:च्या जीवनातल्या आनंदी क्षणांची सरमिसळ सुशांत कधीच करत नसे, पण तिलाही त्याच्यातला हा बदल प्रथमच जाणवला. तो न दाखवता ती स्वत: मात्र प्रसन्न राहिली.

रात्रीचे आठ वाजून गेले होते. दोघंही बसस्थानकाकडे निघाले.

बस भरधाव वेगानं चालली होती. बाहेर सुखावह चांदणं पडलं होतं. गाडीत अंधार होता. सुशांत उत्साह आणण्याचा पराकोटीचा प्रयत्न करत होता. संजीवनीनं त्याचा हात हाती घेतला आणि म्हणाली, "सुशांत,"

"काय गं?" तिच्या हातावर हात ठेवत त्यानंही प्रतिसाद दिला.

"काय झालंय? आज मी प्रथमच तुला नर्व्हस पाहतेय. हॉस्पिटलमध्ये काही अघटित घडलंय का?"

"छे गं! तसं नाही. हॉस्पिटल म्हटलं म्हणजे जीवन-मृत्यू येणारच आणि ते अटळही आहे. खरंतर आजच्या केसविषयी मी तुला सांगणारच होतो." सुशांत तिच्याकडे पाहून स्मित करत म्हणाला.

"काय ते? सांग ना!"

"अगं, ज्या इसमाला अपघात झाला, तो मेला."

"ओह ऽऽ मोठा अपघात असेल." संजीवनीने काळजीनं विचारलं.

"संजीवनी, तो मेला त्याचं मला आश्चर्य वाटलं नाही, तर तो आतापर्यंत जिवंत कसा राहिला, याचंच मला कोडं पडलंय." सुशांतनं सांगितलं.

संजीवनी भुवया उंचावत उत्तरली, "म्हणजे?"

"अगं, पूर्वीची त्याच्या डोक्यावरची जखम एवढी खोलवर होती की, त्या स्थितीत कुठलाही मानव जिवंत राहणं शक्य नाही. इट्स रिअली अ पझल!" सुशांत भरधाव जाणाऱ्या बसच्या खिडकीतनं पाहत म्हणाला.

"म्हणजे तो मानव नाही, असं तर तुला सुचवायचं नाही ना?" संजीवनी आश्चर्यानं म्हणाली होती.

"तो मानवच आहे. यानंच जास्त गोंधळलोय. कारण तशा स्थितीत माणूस कसा वाचू शकतो? संजीवनी, या गोष्टीचा पाठपुरावा करायला हवा. संशोधन करायला हवं. अशा कुठल्या शक्तीनं तो जिवंत राहू शकला? संजीवनी, आय हॅव केप्ट हिज डेड बॉडी फॉर फरदर रिसर्च." सुशांत एका दमात म्हणाला.

संजीवनी विचार करत म्हणाली, "सुशांत,"

"हं." सुशांतचा फक्त हुंकार.

"निसर्गामध्ये अशा गोष्टी घडतच असतात. कधीकधी माणूस कुठल्याही आश्चर्यकारक प्रसंगातून वाचतो. आपणच आश्चर्य करत राहतो की, हे असं कसं घडलं. आपल्या वैद्यकशास्त्रातही अशा भरपूर केसेस आहेत. अशा गोष्टी आपण निसर्गातली रहस्यं म्हणून सोडून देतो. ही त्यांपैकीच असावी असं मला वाटतं."

"शक्य आहे! पण मला तसं वाटत नाही."

"काय?" संजीवनी आश्चर्याने उद्गारली.

"होय, म्हणूनच मी त्या इसमाचा देह संशोधनासाठी जपून ठेवलाय. निसर्गातली रहस्यं शोधायला तो एक चांगला सोर्स होऊ शकतो."

सुशांतला संजीवनीशी बोलून बरं वाटलं. डोकं हलकं झालं.

बस घाटातनं जात होती. चंद्रप्रकाशात दऱ्याखोऱ्यांचं मनोहारी दृश्य दिसत होतं. संजीवनीच्या हातात असलेला हात सुशांतनं हळूच दाबला. त्यासरशी संजीवनीनं स्मित केलं आणि सुशांतच्या खांद्यावर डोकं ठेवून डोळे मिटून घेतले. त्या वेळी तिचं भावी विश्व तिच्या डोळ्यापुढून तरंगत गेलं.

सुशांतनं बुक केलेलं रिझॉर्ट अतिशय रमणीय ठिकाणी होतं. आजूबाजूला फुलझाडांनी नटलेली निसर्गराजी, रेखीव रस्ते, बागा, रूमही प्रशस्त होती. खिडकीचा पडदा बाजूला करताच दिसणारी खोल दरी, सह्याद्री पर्वत, गर्द झाडी, उंच

कड्यावरनं ओघळणारा धबधबा! गॅलरीत येताच विहंगम दृश्य दिसायचं.

संजीवनी हे निसर्गचित्र पाहून हरखून गेली. सुशांतला जात्याच आवड असल्यानं तोही यात हरवून गेला होता. दोघंही तासन्तास बघत असत. या निमित्तानं सुशांत-संजीवनी अजूनच जवळ आले होते. मनं एकत्र झाली होती. सुशांतनं हे दिवस फक्त संजीवनीसाठीच राखून ठेवले होते. त्यामुळे कुठल्याही विचारांना सुशांतनं इथे थारा दिला नव्हता. फक्त मनमुराद आनंद लुटण्याखेरीज ती दोघं कुठल्याही विषयाची चर्चा करत नव्हती.

दोन दिवस दोघंही भरपूर हिंडले-फिरले. एकमेकांच्या आवडीनिवडी जपत सगळं समजून घेतलं. दोन दिवस दोन क्षणांसारखे निघून गेल्याचं सुशांतला वाटलं. हा संजीवनीचाच परिणाम असल्याचं त्याला कळलं. आधी सहकारी आणि आता सहचारिणी असणारी संजीवनी या दोन्हीही पातळ्यांवर वेगळी असल्याचं जाणवलं. सुशांत आता पुरता तिचाच होऊन बसला होता. अजून काही दिवस इथेच थांबावं, असं त्याला वाटलं. तसं त्यानं संजीवनीलाही बोलून दाखवलं, पण संजीवनीने सुशांतची कोल्हापूरला जास्त गरज असल्याचं दाखवून ती आवराआवरीला लागली. सुशांत थोडा नाराज झाला. तिचंही खरंच होतं. सामान्य जनतेला त्याची गरज होती.

परत जाण्याचा दिवस उजाडला. सकाळचा चहा आटोपून सुशांत-संजीवनीनं बाजारात जाण्याचं ठरवलं. त्या निमित्ताने काहीतरी लोकोपयोगी वस्तू घेता येतील, असा त्यांचा विचार होता.

मुख्य बाजारपेठांतनं चिक्कीचा आनंद लुटत ते भरपूर खरेदी करत होते. एका दुकानात संजीवनी काहीतरी घेण्यात गुंतली होती.

सुशांतला कंटाळा आल्यानं तो आजूबाजूला पाहू लागला.

समोरच चहाच्या स्टॉलवर एक व्यक्ती त्याला ओझरती दिसली. प्रथम सुशांतनं सहज पाहिल्यानं त्याला अंदाज घेता आला नाही. ओळखीचा चेहरा वाटताच त्यानं पुन्हा त्या व्यक्तीकडे पाहिलं. थोडंसं निरखून पाहताच त्या व्यक्तीला कुठंतरी पाहिल्याची तीव्र जाणीव सुशांतला झाली. त्याच्या डोक्यात विचारांचे लोट उठले आणि मेंदूत साठलेलं एक एक व्यक्तिचित्र त्याच्या डोळ्यासमोरून सरकू लागलं. दोन-तीन वर्षांचा सर्व काळ त्यानं स्कॅन केला. त्यात पुसटशा कल्पनेशिवाय काहीही आठवलं नाही. हा त्याचा हॉस्पिटलमधल्या वास्तव्यातल्या पाहण्यातलाच चेहरा असल्याची खात्री झाली.

तेवढ्यात हातात बऱ्याच वस्तू घेऊन संजीवनी बाहेर आली आणि म्हणाली, "सॉरी हं सुशांत! इतक्या चांगल्या वस्तू असल्यानं मोहच आवरला नाही बघ. चल निघू या. उशीर झालाय."

संजीवनी आल्याचं कळताच समोरच्या स्टॉलकडे पाहत सुशांत हळू स्वरात

म्हणाला, ''संजीवनी, जस्ट अ सेकंद. यू जस्ट कीप ऑन टॉकिंग किंवा अजून काहीतरी घे.''

संजीवनी गोंधळली. नेमक्या परिस्थितीचा आढावा तिला घेता आला नाही. न समजून ती उत्तरली, ''सुशांतऽऽ व्हॉट हॅपन्ड? काही घडलं का?'' संजीवनीही आता सुशांत पाहतोय त्याकडे पाहत राहिली.

''नाही, काही घडलं नाहीये. फक्त एक व्यक्ती मला ओळखीची वाटतेय.'' सुशांतनं पुन्हा हळू आवाजात सांगितलं.

संजीवनी हसत उत्तरली, ''अरे, त्यात काय एवढं? तू निष्णात डॉक्टर, शल्यविशारद आहेस. असंख्य पेशंट्स. त्यांचे आप्त नजरेखालून गेले असतील. त्यापैकीच तो कुणीतरी असेल. जाऊ यात आपण.''

''नाही संजीवनी. हे तसं नाही. मी पाहतोय तो जिवंत माणसाचा चेहरा नाहीये!'' सुशांत हळूच निर्धारानं म्हणाला.

''काय?'' संजीवनी आश्चर्यानं सुशांतच्या चेहऱ्याकडे आणि तो पाहत असणाऱ्या चेहऱ्याकडे आळीपाळीनं पाहतच राहिली.

''येस, संजीवनी. इट मे बी सरप्राइज! मलाही तुझ्याएवढंच आश्चर्य वाटतंय. बट धिस इज अ फॅक्ट. मला खात्री आहे की, समोरच्या व्यक्तीचा चेहरा माझ्या परिचयाचा आहे.'' सुशांत पुन्हा निश्चयानं बोलला.

''कुठला चेहरा? कुठं पाहिला?'' संजीवनीचा कावराबावरा स्वर.

''कोल्हापूरच्या रुग्णालयात. आय ॲम कॉन्फिडंट. मी जी व्यक्ती समोर पाहतोय, ती चार वर्षांपूर्वीच मृत पावली आहे.'' सुशांतचा गौप्यस्फोट.

''काय म्हणतोस सुशांत? हाऊ इट इज पॉसिबल?'' संजीवनीचा अविश्वसनीय स्वर उमटला.

''मीसुद्धा आश्चर्यचकित झालोय संजीवनी! हे कसं घडू शकतं? पुनश्च अघटित. चार वर्षांपूर्वी ही व्यक्ती हृदयाच्या तीव्र झटक्यानं वारलीये. तरुण वयात गेलेल्या या व्यक्तीच्या आप्तांचा टाहो आजही माझ्या कानात घुमतोय. आज याचं नाव मला आठवत नाही, पण त्या वेळी मीच याची केस हाताळली होती.''

सुशांतला सारं आठवलं होतं. सरळसरळ माहिती त्यानं संजीवनीला सांगितली.

संजीवनीनं दीर्घ श्वास सोडला. तिचं डोकं सुन्न झालं. सुशांतकडे ती शंकेनं पाहू लागली.

सुशांत पुढे म्हणाला, ''संजीवनी, मला ठाऊक आहे, हे पटणं शक्य नाही. कुणालाही नाही. कारण हे निसर्गचक्राविरुद्ध आहे. कदाचित माझं मानसिक संतुलन बिघडत असल्याचीही शंका तुझ्या मनात येऊन गेली असावी.''

मनाचा वेध घेतलेला पाहताच संजीवनी तत्काळ उत्तरली, ''तसं नाही सुशांत,

मला माहितेय तुझं छोट्या गोष्टींतील निरीक्षण, चिकित्सा; पण मला वाटतं, हा तुझा भ्रमही असू शकेल. निसर्गात एका चेहऱ्याची बरीच माणसं असू शकतात. म्हणून तू जे पाहतोयस ते नसेलही कदाचित. कुणीतरी तो हुबेहूब चेहऱ्याचाही (Isotope) असावा.''

सुशांतनं संजीवनीकडे पाहिलं आणि स्मित करत म्हणाला, ''मलाही प्रथम भ्रमच वाटल, पण तो क्षणिक ठरला. कारण परवा अपघातात जो इसम मृत्यूमुखी पडला त्या माणसाच्या चेहऱ्यावरचा भाव आणि या व्यक्तीचे भाव यात कमालीचं साम्य आहे. कुठेतरी मला हे जाणवतंय!''

''काय?ऽऽ'' संजीवनी पुनश्च आश्चर्याने उद्‌गारली.

''होय. ही सांगड घालणं अवघड आहे आणि इतरांना कळणंही शक्य नाही, पण माझ्या निरीक्षणात ते दिसतंय. शिवाय हा भ्रम नाही, हे या व्यक्तीला शंभर टक्के ओळखल्यानं समजतंय.''

सुशांत पुढे हळूच हाक मारत म्हणाला, ''संजीवनीऽऽ''

''हं'' संजीवनीने सुन्नपणे हुंकार भरला. वैद्यकशास्त्राची असूनदेखील तिला ही कोडी अवघड वाटत होती. असाधारण, अगाध अशी.

''अजून बराच वेळ आहे. मला पाहायचंय ही व्यक्ती काय करतेय, कुठे जातेय? जस्ट क्युरिऑसिटी म्हणून. आय वुड लाइक टू फॉलो हिम, अर्थात तुझ्या परवानगीनं.'' सुशांतनं अपेक्षेने पाहत विचारलं.

संजीवनी थोडा वेळ घुटमळली. ती स्वत:ही डॉक्टरच होती. तिच्यातलीही इच्छा जागृत होऊन ती निर्धारानं म्हणाली, ''सुशांत, तू म्हणतोयस त्यावर माझा संपूर्ण विश्वास आहे. वुई विल सॉल्व धिस डिलेमा.''

''मला तुझ्याकडून हीच अपेक्षा होती संजीवनी. समोरच्या स्टॉलवर चहा घ्यायला आवडेल तुला?'' सुशांतनं विचारलं.

''तुझ्या सान्निध्यात कुठंही जायला आवडेल मला. चल!''

संजीवनीनं स्मित करून वातावरण हलकं केलं. दोघंही स्टॉलजवळ येताच त्या व्यक्तीची आणि सुशांतची क्षणिक नजरानजर झाली. व्यक्तीच्या डोळ्यांत थंड हावभाव होते; यांत्रिक. पण सुशांतला पाहताच चलबिचल झाली.

चहाचा कप हाती घेत उभ्यानंच दोघांनीही चहाचा घोट घेतला. अधनंमधनं सुशांतचं नकळत निरीक्षण चालूच होतं.

तेवढ्यात ती व्यक्ती उठून रस्त्याला लागली आणि झपाझप चालू लागली. सुशांतनं गरम चहा एका घोटात रिचवला, तर संजीवनीने तो तसाच सोडून दिला आणि तेही रस्त्याला लागले.

आतातर त्या व्यक्तीच्या शारीरिक ठेवणीवरून खात्रीच झाली. समोरची

व्यक्ती चार वर्षांपूर्वीच मृत झालेली होती. सुशांत-संजीवनी ठरावीक अंतर राखून त्या व्यक्तीचा पाठलाग करू लागले. त्या व्यक्तीच्या डोक्यावरनं रूमाल असल्यानं तिनं मागे वळून पाहण्याचा प्रश्नच नव्हता. आशंकेने ती मात्र कमालीची झपाझप पावलं टाकत पुढे चालू लागली.

गती समान ठेवण्यात सुशांत-संजीवनीची चांगलीच दमछाक होऊ लागली.

संशय येऊ नये म्हणून सुशांतला काळजी घ्यावी लागत होती. मन एका कुतूहलासोबतच काही वेगळ्या जाणिवेनेही थरकापून जात होतं, पण जिद्द होतीच. कुठल्याही विषयात खोलात जाण्याची सुशांतची लहानपणापासूनची सवय. मग तो विषय सैद्धान्तिक असो अथवा प्रायोगिक.

संजीवनीही चिकाटीने त्याच्यासोबत होती.

हमरस्ता सोडून त्यानं आडोशानं जाणाऱ्या एका अस्पष्ट पायवाटेवर प्रवेश केला. तो इतक्या वेगानं झुडपात गेला की, सुशांत-संजीवनीला क्षणभर तो कुठं शिरला हेच कळलं नाही.

त्यांनी आजूबाजूला पाहिलं. वाट निर्मनुष्य झाली होती. सुनसान. चिटपाखरूही दिसत नव्हतं.

सुशांतचं मन थोडं चरकलं. 'आपण करतोय ते योग्य करतोय का? की आपल्यासोबत संजीवनीलाही संकटात ओढतोय.'

तो थबकला. त्याची मन:स्थिती संजीवनीनं ओळखली. तिनं न बोलताच हात दाबला आणि डोळ्यानं धीर दिला.

त्यानं सुशांतला बळ आलं.

पुढं चालून दोघंही झुडपात शिरले. दाट झाडीतनं त्यांनी हळुवार चाहूल घेतली. ती व्यक्ती जाताना त्यांना दिसली.

असंख्य वळणवाटांमधनं, काटेरी झुडपांमधनं त्या व्यक्तीला कळणार नाही, असा लपंडाव मांडत त्यांनी पाठलाग सुरूच ठेवला. तो ज्या वाटेनं चाललाय, त्यामुळे हे वेगळंच प्रकरण असल्याचं सुशांतच्या लक्षात आलं होतं. काहीतरी रहस्यमय...

तेवढ्यात ती व्यक्ती थबकली. तिला कुणाची चाहूल लागली असावी का? त्यानं हळूच मागे पाहिलं. तत्क्षणी सुशांत-संजीवनी एका झुडुपाच्या आडोशाला लपले आणि आडोशानंच त्या व्यक्तीचा वेध घेऊ लागले. त्याची थंड नजर बघून दोघंही शहारून गेले. संजीवनीचं हृदय कमालीचं धडधडलं.

आयुष्यात अशा प्रसंगाला ती प्रथमच सामोरी जात होती. तिनं आपल्याला पाहिलं की काय, म्हणून त्यांच्या मनात शंका डोकावून गेली. तिनं पुन्हा डोळे गरागरा फिरवत पुढे पाहिलं आणि ती चालू लागली. या वेळी मात्र तिने वेग बराच वाढवला

होता. तिच्याच पावलांचा आवाज इतका येत होता की, सुशांत-संजीवनी तिच्या पावलांच्या आवाजातच आपल्या पावलांचा आवाज मिसळत होते. सस्पंदन करत होते. त्या व्यक्तीला तिचं लक्ष्य गाठायचं असल्याने ती प्रचंड वेगाने चालली होती. एक छोटा ओढा ओलांडून ती एका प्रशस्त बंगलीजवळ आली. ते स्थळ सुशांतच्या लक्षात आलं होतं. फाटक उघडताना पुन्हा त्या व्यक्तीनं मागे पाहिलं आणि ती बंगलीत नाहीशी झाली.

बऱ्याच वेळानं चाहूल घेत सुशांत-संजीवनी फाटकातनं आत शिरले. हळूहळू मुख्य द्वार उघडून बंगल्याच्या बैठकीत आले. प्रशस्त आणि सुसज्ज हॉल पाहून दोघांनाही आश्चर्य वाटलं. पण कुणीही न पाहून काळजीही वाटली.

मग इतक्यात शिरलेली ती व्यक्ती गेली कुठं? भूत-पिशाच्चावर सुशांतचा मुळीच विश्वास नव्हता. त्यामुळे या क्षणीही तसला विचार त्याच्या मनात येणं शक्य नव्हतं.

संजीवनीचं मन मात्र पुन्हा कुशंकांनी घेरलं गेलं. इथून आपण परत जाऊ या, असंच तिला सुचवायचं होतं; पण सुशांत आता निश्चयानं पुढं सरकला. हे रहस्य त्याला फोडायचं होतं. अद्‌भुत असं आणि तसंच काहीतरी त्याला कळणार होतं, याबद्दल त्याला विश्वास होता. बारीक निरीक्षणातून सुशांतला इथं अजून काहीतरी असल्याचं जाणवलं. खाली जमिनीवर एक फाटक दिसलं. कुतूहलानं त्यानं ते वर केलं. खाली एक जिना होता. कदाचित ते त्या बंगल्याचं तळघर होतं.

काळ्या डोहात शिरावं, तसे ते दोघंही जिन्यातनं अंधारात शिरले. जिना संपताच आजूबाजूच्या पॅसेजमधून अंधूकसा प्रकाश येत होता.

विचाराअंती संजीवनीचा हात हाती घेत सुशांत एका पॅसेजकडे वळला. पॅसेज बराच मोठा असावा. अंधारच असल्यानं कुठलीही चाहूल घेणं अशक्य होतं. तेवढ्यात सुशांत अडखळला आणि धाडकन खाली पडला.

कुणाच्यातरी देहावर तो पडला होता. हातानंच चाचपडून त्यानं पाहिलं. पडताना संजीवनीच्या तोंडून अस्पष्टशी किंकाळी बाहेर पडली. संजीवनीचं हृदय वेगानं धडधडत होतं.

तिचा श्वासोच्छ्वास सुशांतला स्पष्ट जाणवला. त्यानं हळूच तिचा खांदा दाबून धीर दिला. आपण उगीचच आल्याचं प्रथमच त्याच्या मनात प्रकर्षानं डोकावून गेलं.

अचानक त्याच्यापुढं दोघं येऊन ठेपले. अंधारात त्यांचा चेहरा असा जाणवला की, संजीवनी थरारून गेली. सुशांतनं धीरानं तिला ओढलं आणि मागे वळून पळण्याचा प्रयत्न केला. पण पायच उचलले गेले नाहीत. त्या व्यक्तींच्या तावडीत दोघंही सापडले होते. सुशांतनं जिवाच्या आकांतानं त्या व्यक्तीला ढकलत दुसऱ्याच्या तावडीतून संजीवनीला सोडवलं आणि तो वाट मिळेल तिकडे पळू लागला.

अंधारच असल्यानं दिशाच कळत नव्हती.

तेवढ्यात तो विभाग प्रकाशमय झाला. समोर एक गोरटेली स्त्री उभी होती, कुणीतरी परदेशस्थ. आजूबाजूला काळा पेहराव घातलेली माणसं होती; थंड, स्तब्ध, निरखून पाहणारी.

सुशांत-संजीवनीची छाती अजूनही धपापत होती. घामानं अंग थबथबलं होतं. ते लोक कोण, काय करतात, काहीच आकलन होत नव्हतं. त्या स्त्रीने जरबेनं पाची व्यक्तींकडे पाहिलं. तत्क्षणी ते हळूच वळले आणि वेगवेगळ्या कप्प्यांत नाहीसे झाले. त्या स्त्रीने प्रथम थंड नजर टाकत हास्य फेकलं आणि म्हटलं, ''कम...''

ती वळली. तिच्या पाठीमागे जाण्यावाचून सुशांत-संजीवनीला गत्यंतर नव्हतं. बऱ्याच लांब पॅसेजमधनं ते एका प्रकाशमय खोलीत शिरले. तिथे शिरताच एका पलंगावर पांढरी दाढी, पांढरे केस, काटकुळं शरीर आणि सर्वच पांढरा पेहराव असणारी पंच्याहत्तरीतली व्यक्ती पाठ टेकून पहुडली होती. सुशांत-संजीवनीने प्रवेश करताच तिनं हसत मुद्रेने स्वागत केलं, ''या! डॉ.सुशांत. सुशांत साठे, अ फेमस सर्जन.''

सुशांत-संजीवनीनं आश्चर्यानं आवाजाकडे पाहिलं. त्याचं नाव आल्यानंही सुशांत गोंधळला होता. ही व्यक्ती कोण, याचं आकलन तो करू लागला. समोर बसलेली व्यक्ती प्रसन्नपणे हसत होती. चेहऱ्यावर सुरकुत्या असल्या, तरी तेज होतं. डोळे चमकदार होते. इथल्या इतर व्यक्तींसारखे थंड नव्हते, खऱ्या मानवासारखे होते. चेहरा ओळखीचाही वाटत होता. पण कुठे पाहिला, हे सुशांतला आठवत नव्हतं. संजीवनीला या प्रकरणाला मिळालेल्या वेगळ्याच वळणाने दिलासा वाटला होता, पण प्रसंगातली रहस्यमयता क्षणाक्षणाला वाढतच होती.

''डॉ.सुशांत आणि संजीवनी साठे. पूर्वाश्रमीच्या संजीवनी साखरे. हॅव अ सीट!'' समोर खुर्च्यांकडे निर्देश करत म्हातारा उत्तरला.

दोघंही पुन्हा आश्चर्याने एकमेकांकडे पाहू लागले.

''लिसा, आपल्या पाहुण्यांसाठी काहीतरी खायला आणि चहा आण.''

म्हाताऱ्यानं ऑर्डर सोडली, तशी लिसा आज्ञाधारकासारखी निघून गेली.

''एक्सक्यूज मी!'' संजीवनीनं धाडस केलं.

''येस!'' म्हाताऱ्याचं स्मित.

''सुशांतचं ठीक आहे. ते प्रसिद्ध आहेत, पण मी एक सामान्य. आपणाला माझं नाव कसं ठाऊक झालं?'' संजीवनीची आतुरता.

''असामान्याची पत्नी ही ओळख पुरेशी नाही का? या परिसरातलं दूरदूरपर्यंतचं मला सर्वच कळतं बसल्याबसल्या. तुझी माहिती सुशांतमुळेच.'' म्हाताऱ्यानं माहिती पुरविली.

दरम्यान सुशांत म्हाताऱ्याला न्याहाळत होता. डोक्याला ताण देऊन त्या दाढीमागे दडलेल्या चेहऱ्याचा शोध घेऊ पाहत होता, पण यश येत नव्हतं.

"डॉ.सुशांत, मी गजानन बारलिंगे."

समोरच्या म्हाताऱ्याच्या तोंडून शब्द ऐकताच सुशांत पाहतच राहिला. आश्चर्यानं उद्गारला, "व्हॉट? डॉ.गजानन बारलिंगे? प्रसिद्ध जैवरसायन आणि जनुक शास्त्रज्ञ? कसं शक्य आहे हे? सहा-सात वर्षांपूर्वीच त्यांचं अमेरिकेत निधन झालं. आपल्या निधनानं शास्त्राची हानी झाल्याचं अमेरिकेच्या अध्यक्षांनी सांगितलं होतं. भारताच्या पंतप्रधानांनी दु:ख व्यक्त केलं होतं. पृथ्वीवर एवढं अद्‌भुत कसं शक्य आहे? हाऊ वन कॅन डिनाय दिज फॅक्ट्स!"

"होय! खरंय ते. माझं निधन झालं हे खरं आहे आणि मी आज जिवंत आहे हे त्याहूनही सत्य आहे. वयोमानानुसार माझ्यात थोडा बदल झालाय एवढाच. पण मन, चेतनावस्था अजूनही ताज्याच आहेत. इट इज आल्सो अ फॅक्ट दॅट आय ॲम अलाइव्ह."

सुशांत अविश्वासाने डॉ. गजाननांकडे पाहत होता. पृथ्वीवरचा चमत्कारच म्हणायला हवा होता. आपण या शास्त्रज्ञाला किती वर्षांपूर्वी भेटलो होतो, याची दिनदर्शिका सुशांत डोक्यात घोळवू लागला.

तेवढ्यात लिसा चहा घेऊन आली. सोबत खाण्याचं साहित्यही होतं.

सुशांत-संजीवनीने चहाचा कप हाती घेतला.

"सुशांत, ही लिसा. शी वॉज अल्सो डेड क्वाईट समटाईम बॅक. माझ्या निधनाच्या आधी. माझी आवडती शिष्या. खऱ्या अर्थानं संशोधनाच्या परिणामांना तिच्यापासनं सुरुवात झाली."

सुशांत-संजीवनी पुन्हा आश्चर्यानं पाहत राहिले. इथे उपस्थित असणारी प्रत्येक व्यक्ती कधी काळी मरण पावलेली आहे, एवढं आता त्यांना कळलं होतं आणि आता पुनश्च जिवंत कशी?

सुशांत चक्रावून गेला होता. कुठेतरी निसर्गनियमांचं उल्लंघन होत असल्याचं त्याला जाणवलं. यांनी प्रत्यक्ष मृत्यूलाच येथे रोखलं होतं. नव्हे, मृत्यूवर विजय मिळवला होता. हे कसं घडलं होतं? दोघांनीही चहा संपवला.

कप ठेवत संजीवनी उत्तरली, "सर,"

"हं बोल."

"आपण नामवंत शास्त्रज्ञ आहात. आजही आपली कीर्ती महान आहे."

"आहात नाही. होतो. आज माझं अस्तित्व नाहीये. जगासाठी मी कधीच अनंतात विलीन झालोय." डॉ.गजाननांनी मध्येच पुष्टी दिली.

"पण आज आपण मानवरूपी आहात. आपलं अस्तित्व आम्ही कसं नाकारू

शकू?'' सुशांतचा ओघवता प्रश्न.

''बरोबर आहे, पण स्वीकारूही शकणार नाही. भूत, पिशाच्च म्हणून कदाचित लोकं घाबरतील, दूर पळतील. म्हणूनच जगासमोर येण्याचं धाडस आम्ही करत नाही. गुणधर्म सारखेच आहेत. म्हणून आम्ही सहजपणे बाहेर वावरू शकू. पण तरीसुद्धा अस्तित्व वेगळंच आहे.''

''पण हे घडलं कसं? आपण निसर्गावर ही मात केली कशी?'' सुशांतनं पुन्हा उत्साहानं विचारलं.

''तेच मी तुम्हाला सांगणार आहे. निसर्गावर ही मात आहे की नाही, हे तुम्हाला कळेलच.'' समोर टेबलावर भरलेला ग्लास लिसानं डॉ. गजाननांना दिला. पाणी पीतच ते शून्यात पाहत म्हणाले, ''सुशांत, तुला आठवत असेल, बंगलोरमधल्या बायोमोलेकुलर इन्स्टिट्यूटमध्ये मी सेमिनार घेतला होता, १० जून २५३० साली. तेव्हा तू महाविद्यालयीन युवक होतास. काहीतरी करून दाखवण्याच्या जिद्दीनं झपाटलेला.'' सुशांतला सारं आठवलं. डॉ.गजानन हे त्याचं दैवतच होते. त्यानं त्या वेळी असंख्य प्रश्न विचारल्याचं त्याला आठवलं.

डॉ.गजानन पुढे सांगू लागले. ''त्या सेमिनारमध्ये मी माझ्या सर्वच संशोधनाचा आढावा घेतला होता. मानव, त्याचा जन्म-मृत्यू, मरणावस्था, चेतनावस्था याविषयी मी विश्लेषणं दिली होती. खरंतर मी त्या वेळी माझ्या प्रायोगिक संशोधनाच्या जवळपास होतो, पण मी जगासमोर ते आणलं नाही. कारण त्या आधी मला प्रयोग करायचा होता आणि प्रयोगाशिवाय असा सिद्धान्त जगासमोर आणणं मूर्खपणाचं ठरणार होतं.''

''कुठला प्रयोग सर?'' संजीवनीचा भिडस्तपणा गेला होता. डॉ.गजानन तिला आपलेसे वाटू लागले होते. म्हणूनच तिनं कुतूहलानं विचारलं.

डॉ.गजाननांनी मायेनं पाहिलं. ते एक लाघवी व्यक्तिमत्त्व असल्याचं संजीवनीला जाणवलं. ते म्हणाले, ''संजीवनी, जेव्हापासून मी जैव, रसायन, जनुक शास्त्रांचा अभ्यास करायला लागलो, तेव्हाच मी आपल्या संपूर्ण शरीरशास्त्राचाही अभ्यास केला. आपलं शरीर अनेक पेशींनी बनलेलं आहे. त्यातलं केंद्र, त्यामधलं डी ऑक्सिरायबोन्युक्लिक ॲसिड हे रसायन, त्याची रंगसूत्रं, त्यांचे अणू-रेणू, शर्करा, फॉस्फेटच्या रेणूंनी बनलेले विविध घटक, सर्व प्रकारची द्रव्यं यानं मी पुरता झपाटलो गेलो. मानवाचं मूळ निर्माण करणारी गुणसूत्रंच मला कळली. त्यांच्यातलं गमक, सूत्रं मी तपासली. शिवाय फुप्फुस, हृदय, मूत्रपिंड, लिव्हर यांसारख्या इंद्रियांचा आणि त्यांना पूरक असणाऱ्या पेशींचा मी सखोल अभ्यास केला, पेशी निर्माण करणारी द्रव्यं शोधली. पुढे याच आधारावर वयानुरूप होणारा मानवावरचा परिणाम, पेशींची अवस्था, त्यामुळे मरणावस्थेकडे होणारी वाटचाल यावर भरपूर संशोधन केलं.''

डॉ.गजानन क्षणभर थांबले. दीर्घ श्वास सोडून लिसाच्या थंड नजरेला नजर भिडवत पुढे म्हणाले, ''मानवाच्या मृत्यूविषयी मला कळायला लागल्यापासूनच कुतूहल होतं आणि आजही ते कायम आहे. पूर्वीपासून तत्त्ववेत्त्यांनी, धार्मिक लोकांनी आपापल्या परीने मृत्यूची व्याख्या केलीये, पण ते एक शास्त्रीय सत्य आहे. जीवनचक्र थांबणं म्हणजेच मृत्यू. यामध्ये सर्व जीवांचा समावेश आहे. प्रामुख्याने कायिक मृत्यू (Somatic death), ऐंद्रिय मृत्यू (Organ death), पेशीयुक्त मृत्यू (Cellular death) आणि श्रवणगुंफा मृत्यू (Organelle death) यांमध्ये मला एक गोष्ट प्रकर्षानं जाणवली होती; ती म्हणजे कायिक मृत्यू झाला तरी सगळीच इंद्रियं मृत्यू पावतात असं नाही. बरीच इंद्रियं काही काळापर्यंत जिवंत राहू शकतात. मेंदूतले न्यूरॉन्स, हृदय, किडनी, लिव्हर, पेशी इ. इंद्रियं कायिक मरणानंतर बराच काळ जिवंत असल्याचं सिद्ध झालंय. या विचारांनीच मला चालना मिळून त्या मूळ कल्पनेलाच मी हात घातला. मृत्यूवरच विजय मिळवण्याच्या कल्पनेनं मी उल्हसित झालो. मृत्यू आलेल्या माणसालाच मला जीवनदान द्यायचं होतं. त्यानुसार मी संशोधनाला जुंपून घेतलं. उतिरोपण (Tissue Culture), रसायनं आणि विविध द्रव्यांचा आधार घेऊन, मानवी पेशी काढून त्यांच्यावर वेगवेगळ्या रसायनांचा, मिश्रणांचा प्रयोग करू लागलो. शेवटी मानवी शरीरातूनच काढलेल्या द्रव्यातून नवीन पेशी निर्माण होतील, असं रसायन मी तयार केलं. वेळ होता फक्त प्रयोगाचा....'' डॉ.गजानन थांबले.

डॉ.सुशांत, संजीवनी मंत्रमुग्ध होऊन ऐकत राहिले. डॉ.गजाननांचं सर्वच क्षेत्रातलं ज्ञान पाहून त्यांना आश्चर्यही वाटलं होतं. जगासमोर न आलेलं हे महत्त्वाचं संशोधन तसंच राहिलं होतं. अंधारात. मृत्यूसारखंच.

डॉ.सुशांतनं पुढे विचारलं, ''सर, शेवटी आपला प्रयोग यशस्वी झाला?''

''हो किंवा नाहीही. लिसा, माझी शिष्या. रसायन तयार होईपर्यंत माझ्या संशोधनात तिचा महत्त्वाचा सहभाग होता, पण अचानक झालेल्या तिच्या निधनानं मी कोलमडलो होतो. आम्हीच तयार केलेल्या रसायनानं मला नवी उमेद, दिशा दिली. तिच्यावरच मी प्रयोग करण्याचं ठरवलं. त्याच रात्री कबरीतनं तिचा मृतदेह एकट्यानं प्रयोगशाळेत आणला आणि पुढे प्रयोगाला सुरुवात केली. तयार केलेलं रसायन तिच्या हृदयात सोडलं. काही तासातच मला परिणाम मिळाले. लिसाने डोळे उघडले होते. मला प्रचंड आनंद झाला. मी बेहोष झालो. निसर्गावरच हा माझा विजय होता!

''लिसा चालू-फिरू लागली. सर्व कामं करू लागली. किंबहुना जास्त कार्यक्षमतेनं करू लागली; पण हळूहळू माझ्या लक्षात आलं की, लिसाला जरी जीवनदान मिळालं, तरी ती एका यंत्रासारखी होती. रसायन असेपर्यंतच तिच्यात कार्यक्षमता

असायची. यानं मी निराश झालो. पुन्हा मी संशोधन करून नवीन सुधारित रसायन शोधलं. त्याला अट एकच होती. प्रयोगाची अट. मानवाचं निधन झाल्यानंतर एक तासाच्या आत हे रसायन हृदयात सोडायचं होतं. हा प्रयोग मला माझ्यावरच करायचा असल्यानं मी लिसाला नियमित सूचना देऊन तयार करत होतो.

"निसर्गचक्रानुसार वयानुरूप मलाही पारंपरिक व्याधींनी ग्रासलं होतं. एके दिवशी माझाही मृत्यू ओढवला. लिसानं सांगितल्याप्रमाणे काम बजावलं. मी पुनश्च मानवी जगात आलो. लिसापेक्षा थोडा वेगळा. माझ्यात सर्व मानवी गुण जसेच्या तसे आहेत; पण दुर्दैवाने अजूनही संशोधन परिपूर्ण नाही. माझा कमरेखालचा भाग अविचल आहे. निसर्गावर पूर्णपणे माझा विजय नाहीये. पुढे मी अमेरिका सोडलं. लिसाला घेऊन इथे आलो. आम्हाला फारसं कोणी ओळखत नसल्याने खंडाळ्यातच स्थायिक होण्याचा निर्णय आम्ही घेतला आणि जमेल तसं संशोधन करतोय."

"म्हणजे आजही तुम्ही संशोधन करताय?" संजीवनीने आश्चर्याने विचारलं.

"होय. अजूनही करतोय. त्यासाठी मी स्वत:चंच मनुष्यबळ निर्माण केलं. आजूबाजूच्या परिसरातून शिवाय तुमच्या कोल्हापूर भागातूनही काही मृतदेह आम्ही मिळवलेत. स्मशानभूमीतून मृतदेह आणायला खूप कष्ट पडलेत. त्यांच्यावर प्रयोग करून त्यांना मानवात आणलं. लिसासारखंच. त्यांचाच उपयोग मी माझ्या संशोधन आणि इतर कामांसाठीही करतोय. अजून जसे मृतदेह मिळतील, तसे या कळपात सामील होतील. ते लोक कोण, याची कल्पना आपणास आलीच असेल. पण मी आता हे थांबवलंय."

सुशांतला काही दिवसांपूर्वीचा त्या इसमाचा अपघात आणि आजच्या व्यक्तीचा अनुभव आठवून गेला. त्याच ओढीनं तो इथपर्यंत येऊन पोहचला होता आणि एका नवीन अद्‌भुत संशोधनाचं फलित त्याला पाहायला मिळत होतं.

डॉ.गजाननांच्या शेवटच्या नैराश्यानं सुशांत दचकला. त्यानं विचारलं, "का? का थांबवलंय तुम्ही? कुणाला जीवनदान देणं निश्चितच चांगली बाब आहे."

"सुशांत, खरंय ते. पण हे संशोधन परिपूर्ण नाहीये. ज्या लोकांना मी जीवनदान देतोय, त्यांनाच आता मृत्यू हवा आहे. किंबहुना मलाही. पण निसर्गचक्रानुसार ते शक्य नाही. कारण एकदा आम्ही या चक्रातून निघून गेलो आहोत आणि आम्ही त्या विरुद्ध जाण्याचा प्रयत्न केल्याने आम्हाला ही शिक्षाच आहे. शरीरातलं रसायन संपलं, तरी तो देह निश्चल पडलेला असतो. त्याच्यातली सर्वच इंद्रियं कार्यरत असतात. त्यांना मृत्यू मिळावा, ही माझी इच्छा. पण एक निश्चित, या संशोधनानं मानवी जीवनाला एक योगदान मिळालंय. या मानवातलं रसायन संपलं, तर त्याला मृतावस्था प्राप्त झालेली असते. मात्र त्याच्यातली सर्वच इंद्रियं कार्यक्षम असतात.

किंबहुना डोळेसुद्धा! ती कार्यक्षम इंद्रियं मानवाच्या उपयोगी येऊ शकतात. हृदय, फुफ्फुस, किडनी, लिव्हर इ. कार्यक्षम इंद्रियं काढून गरजूंना दिली जाऊ शकतात आणि असं झालं तर या लोकांनाही खरा मृत्यू प्राप्त होईल.''

थोडं थांबत डॉ.गजानन निश्चयानं म्हणाले, ''डॉ.सुशांत,''

''येस सर.''

''आणि हे काम पुढे तुम्हाला करायचंय.''

''कुठलं?'' सुशांत गोंधळून आश्चर्यानं उत्तरला.

''आम्हाला पूर्वचक्रात आणण्याचं आणि यापुढचं संशोधन करण्याचं. तू हुशार आणि मेहनती आहेस. संजीवनीसारखी जोडीदार तुला लाभली आहे. मला खात्री आहे, तुम्ही ते कराल. काय गं संजीवनी?'' डॉ.गजाननांच्या अचानक प्रश्नानं तिच्या तोंडून ओघवते उद्‌गार निघून गेले. ''होय सर. सुशांत करेलच, पण मीसुद्धा.''

''थँक यू! माझी प्रयोगशाळा पाहायला आवडेल तुम्हाला?''

सुशांत आनंदानं म्हणाला, ''होय. निश्चितच!''

त्यासरशी लिसानं डॉ.गजाननांची सर्व तयारी केली. त्यांना व्हील चेअरवर ठेवून ती ढकलत लिसा दारातनं बाहेर पडली. त्यापाठोपाठ सुशांत आणि संजीवनीही बाहेर पडले.

तळघरात दृष्टिपथास न येणारी बरीच मोठी दालनं होती. सगळंच प्रकाशमय होऊन एक वेगळंच विश्व सुशांत-संजीवनीला दिसलं. डॉ.गजाननांनी आपल्या आयुष्यातली पुंजीच यात टाकली होती. सगळेच एका आधुनिक प्रयोगशाळेत आले होते. ७-८ जण काम करत होते. आपल्याच धुंदीत. ते पूर्वीचे मृत्यू पावलेले होते. मध्येच एखादा धाडकन कोसळत होता. त्याला तिसरा कुणीतरी रसायनानं भरलेलं इंजेक्शन हृदयात देत होता. तत्क्षणी पुन्हा उठून तो कामाला लागत होता.

डॉ.सुशांत आणि संजीवनी हरखून गेले होते. डॉ.गजाननांच्या संशोधनाचा आवाका पाहून थक्कही झाले होते. ते निसर्गावर पूर्णपणे जरी ते मात करू शकले नव्हते, तरी मानव हितासाठी आताचं त्यांचं संशोधन निश्चितच उपयोगात येणार होतं. मृतदेहांमधली इंद्रियं कार्यक्षम करूना त्यांचं रोपण इतर मानवी रुग्णांवर करणं शक्य होतं, हे खरंतर त्यांच्या संशोधनाचं योगदान होतं. बराच वेळ सुशांत-संजीवनी तिथं होते.

शेवटी दोघांनीही डॉ.गजाननांचा निरोप घेतला. मन असणारे, जाणणारे तिथे फक्त तिघंच होते. सुशांत, संजीवनी आणि स्वत: डॉ.गजानन.

संजीवनीनं डॉ.गजाननांना नमस्कार केला. त्यांनी तिला आपुलकीने जवळ घेतलं. दोघांनी जड अंत:करणानं निरोप घेतला.

त्या व्यक्तीच्या पाठलागाचं एका वेगळ्याच परिणतीत रूपांतर झालं होतं.

एका वेगळ्याच विश्वाचं दालन मानवासाठी खुणावत असल्याचं डॉ.सुशांतला दिसलं होतं.

परतीच्या प्रवासात डॉ.सुशांत, संजीवनी दोघंही अबोल होते. आपल्याच विचारात आता वेगळ्याच दिशेला त्यांचे विचार धावू लागले होते. डॉ.सुशांतने पुढे संशोधन करण्याचा निर्णय घेतला होता. त्या निमित्ताने शीतगृहात ठेवलेला मृतदेह त्याच्या डोळ्यांसमोरून तरळून गेला. त्याचीच विविध इंद्रियं गरजूंना वापरून तो संशोधनाला सुरुवात करणार होता. त्याला काही प्रश्नांची उत्तरं मिळाली होती. आता फक्त ती उत्तरं अमलात आणण्याची जबाबदारी त्याच्यावर होती. तर संजीवनीनं पुनश्च खंडाळ्याला जाण्याचा प्रस्ताव मांडला होता. एक अदृश्य रेशीम धागा या प्रसंगानं जुळला गेला होता.

■

प्रेषित पेशी

सायंकाळचे सात वाजले होते. चतु:शृंगी पोलीसचौकीतले इन्स्पेक्टर गोविंद पवार कसलीतरी कागदपत्रं चाळत असतानाच टेबलावरचा फोन खणखणला. सवयीप्रमाणेच न बघता त्यांनी फोन कानाला लावला व खड्या आवाजात म्हणाले, ''हॅलोऽऽ इन्स्पेक्टर पवार बोलतोय.''

''मी मिसेस पोद्दार बोलतेय.'' पलीकडच्या आवाजात थोडा घाबरलेपणा होता. आपली ओळख पुन्हा ठळक करत त्या पुढे म्हणाल्या, ''नलिनी पोद्दार. प्रसिद्ध उद्योजक नीलेश पोद्दारांची पत्नी!''

नावाची ओळख पटताच इन्स्पेक्टर पवार खुर्चीतच सावरून बसले आणि अजीजीने म्हणाले, ''हं, बोला मॅडम.''

''माझ्या यजमानांवर खुनी हल्ला झालेला आहे.'' या वेळी पलीकडून अस्वस्थ उसासे स्पष्टपणे ऐकू येत होते.

इन्स्पेक्टर पवार आश्चर्याने उद्गारत म्हणाले, ''काय? पोद्दारांवर खुनी हल्ला? केव्हा, कसा आणि कुणी केला?''

एकाच वेळी असंख्य प्रश्न.

''आत्ताच. या क्षणी. हल्लेखोर कोण, मला ठाऊक नाही. पण माझ्या नोकरांनी त्याला पकडून ठेवलाय. आपण प्लीज येता का? आमचा बंगला नं.१३, भोसले नगर.'' मिसेस पोद्दार कमालीच्या घाबरलेल्या वाटत होत्या.

''ठीक आहे मॅडम, मी पाच मिनिटांत पोचतोच.''

इन्स्पेक्टर पवार फोन ठेवून दोन पोलिसांना बरोबर घेऊन तडक बाहेर पडले.

नीलेश पोद्दार हे पस्तिशीतीले तरुण उद्योजक होते. लहान वयात त्यांनी

मोठीच भरारी मारली होती. स्वत:च्या व्यवसायासोबतच समाजात आणि समाजसेवेत त्यांना विशेष रुची होती. त्यामुळे त्यांचं नाव बऱ्यापैकी परिचित होतं. परवाच्याच एका समारंभात इन्स्पेक्टर पवार आणि त्यांची ओझरती ओळख झाली होती. माणूस उमदा आणि स्मार्ट होता. इन्स्पेक्टर पवारांच्या मनात या घटनेमुळे अशा प्रकारचे अनेक विचार येऊन गेले.

पुढच्या दहा मिनिटांतच त्यांची जीप भोसलेनगरमधल्या १३ नंबरच्या बंगल्यासमोर उभी होती. तिथे आधीच ॲम्ब्युलन्स थांबलेली होती. घरातले नोकर-चाकर धावपळ करत होते. एव्हाना थोडी गर्दीही होऊ लागली होती.

इन्स्पेक्टर पवार खाली उतरताच नीलेश पोद्दारांना काही जण स्ट्रेचरच्या साहाय्याने ॲम्ब्युलन्समध्ये ठेवत असल्याचे त्यांनी पाहिले. इन्स्पेक्टर पवार लागलीच त्यांच्याकडे गेले. नीलेश पोद्दार बेशुद्धावस्थेत होते. त्यांचा संपूर्ण चेहरा रक्ताने माखलेला होता. कुठल्यातरी अवजड वस्तूनं त्यांच्या डोक्यावर प्रहार करण्यात आला होता. जखम खोलवर आणि नाजूक ठिकाणी असल्याने ते बेशुद्धावस्थेत गेले होते. त्यांची पत्नी नलिनी अतिशय भेदरलेली होती. इन्स्पेक्टर पवारांना पाहताच तिला गहिवरून आलं. इन्स्पेक्टर पवारांनी जास्त न बोलता फक्त धीर दिला.

निलेश पोद्दारांना घेऊन संजीवनी हॉस्पिटलकडे ॲम्ब्युलन्स निघाली. रक्तस्राव बराच झाल्याने त्यांना तातडीच्या उपचारांची गरज होती. ॲम्ब्युलन्स जाताच इन्स्पेक्टर पवारांनी आपला मोर्चा लागलीच हल्लेखोरांकडे वळवला. दोघा पोलिसांनी त्याला आधीच ताब्यात घेतलं होतं. ज्या शस्त्राने घाव घालण्यात आला होता, तो लोखंडाचा गजही हस्तगत केला होता. हल्लेखोराला पाहण्यासाठी गर्दी होऊ लागली. गर्दी पांगवत इन्स्पेक्टर पवारांनी हल्लेखोराला जीपमध्ये टाकलं आणि जीप पोलीसचौकीकडे धावू लागली.

हल्लेखोर साठीतलाच होता. शिडशिडीत बांध्याचा आणि गोऱ्या रंगाचा! डोक्यावरचे केस संपूर्ण पांढुरलेले, चेहरा अतिशय निरागस आणि शांत; डोळेही थंड. पण आजूबाजूच्या कडा लालसर झालेल्या. फक्त तीच लाली रागाचं प्रतिनिधित्व करत होती. एरव्ही त्याने केलेल्या कृत्याबद्दल त्याच्या चेहऱ्यावर कुठलाही पश्चात्ताप नव्हता. आपल्या हातून असं काही घडलं होतं, याचं त्याला आकलनच होत नव्हतं. पोलीसचौकीत येताच इन्स्पेक्टर पवारांनी त्या गृहस्थाला नाव विचारलं.

अतिशय संयमानं तो उद्‌गरला, ''मी डॉ.गुणवंत पाठारे. रसायनशास्त्राचा निवृत्त प्राध्यापक. विद्यापीठात होतो.''

इन्स्पेक्टर पवारांना त्याच्या शांत वृत्तीचं कौतुक वाटलं. सरळ विषयालाच हात घालत ते म्हणाले, ''नीलेश पोद्दारांशी तुमचा संबंध काय?''

''कोण नीलेश पोद्दार?'' प्रा.पाठारे निर्विकारपणे उत्तरले.

"तोच, ज्याच्यावर तुम्ही एका तासापूर्वी खुनी हल्ला केला तो." इन्स्पेक्टर पवार आठवण करून देत म्हणाले.

"मीऽऽ आणि खुनी हल्ला? छे! छे! मी असलं काही केलं नाही." प्रा.पाठारे हात झटकत बोलले.

इन्स्पेक्टर पवार क्षणभर स्तब्ध झाले. थंड नजरेने प्रा.पाठारेंना न्याहाळत राहिले. शेजारीच उभ्या असलेल्या दोघा पोलिसांकडे त्यांनी अस्वस्थपणे पाहिलं. प्रा.पाठारेंच्या खांद्यावर हळूच हात ठेवत ते म्हणाले, "पाठारे सर, खुनी हल्ला तुम्हीच केलेला आहे हे निर्विवाद सत्य असताना नाकारण्याचं कारण काय?"

"अहो, मी खरंच असलं कृत्य केलेलं नाहीये." प्रा.पाठारे काकुळतीला येऊन म्हणाले.

"मग तुमच्या कपड्यांवर हे रक्ताचे डाग आलेत कसे?" इन्स्पेक्टर पवार शर्टकडे त्यांचं लक्ष वेधून घेत म्हणाले.

प्रा.पाठारे स्वत:च्या कपड्यांवरच्या डागांकडे अविश्वासाने पाहत राहिले. त्यांच्या डोळ्यांत गोंधळ होता. भेदरलेल्या नजरेनं ते इन्स्पेक्टर पवारांना म्हणाले, "खरंच, मला ठाऊक नाही हो! हा हल्ला मी स्वत:हून केलेला नाही."

इन्स्पेक्टर पवारांनी या वेळी दीर्घ श्वास घेतला आणि सोडला. इन्स्पेक्टर पवारांना राग येत असल्याचं दोघा पोलिसांना जाणवलं. एखादा गुन्हेगार खोटं बोलत असे, तेव्हा त्यांना भयंकर चीड येत असे. आताही त्यांच्या अंगातून वीज सळसळत गेली आणि त्यांनी आवेगानं हात उचलला. पण प्रा.पाठारेंचा निरागस चेहरा पाहताच त्यांनी स्वत:चा राग नियंत्रित केला. वडिलधाऱ्या माणसावर हात उचलायला त्यांचं मन धजलंच नसतं. शांत स्वरात ते म्हणाले, "घरी कोण असतं?"

"मी आणि माझी बायको. मुलगा अमेरिकेत आहे."

"फोन नंबर देऊ शकाल?"

"हो. २५६९१६२०!" प्रा.पाठारेंनी लागलीच सांगितलं.

"ठीक आहे!" इन्स्पेक्टर पवार शेजारीच उभ्या असलेल्या एका पोलिसाकडे पाहत पुढे म्हणाले, "मोरे, यांना आत टाका."

पोलीस मोरे प्रा.पाठारेंच्या बखोटीला हात घालणार तेवढ्यात प्रा.पाठारे स्वत:हून उठले आणि गोंधळलेल्या चेहऱ्याने पुन्हा म्हणाले,

"इन्स्पेक्टर, विश्वास ठेवा माझ्यावर. असलं कृत्य माझ्याच्याने होणं शक्य नाही."

इन्स्पेक्टर पवारांनी त्यांच्या बोलण्याकडे दुर्लक्ष केलं. गुन्हेगार प्रथम गुन्हा कबूल करत नाही, हे मानसशास्त्र त्यांना ठाऊक होतं. शिपाई मोरेंनी त्यांना समोरच्याच कोपऱ्यातल्या एका खोलीत डांबलं.

इन्स्पेक्टर पवारांनी तातडीने प्रा.पाठारेंनी दिलेला फोन डायल केला. पलीकडून आवाज येताच ते उत्तरले, "मी इन्स्पेक्टर पवार. चतु:शृंगी पोलीसचौकीतून बोलतोय. प्रा.पाठारे आपले यजमानच का?... मग कृपया तुम्ही दहा मिनिटांत येथे येऊ शकाल? नाही. नाही. तसा प्रॉब्लेम नाही. घाबरू नका. तुम्ही आल्यानंतरच बोलू. मी वाट पाहतोय."

इन्स्पेक्टर पवारांनी फोन ठेवला. पोलीसचौकीतनं फोन आलेला पाहून पलीकडची स्त्री कमालीची घाबरली होती. प्रथम काय बोलावं, तेच तिला सुचत नव्हतं. इन्स्पेक्टर पवारांना या सगळ्याचीच सवय होती. त्याचं त्यांना काहीच वाटत नव्हतं. भावनांची गुंतागुंत ते कधीच होऊ देत नसत. पण प्रा.पाठारेंचा निरागस चेहरा मात्र त्यांच्या डोळ्यांपुढे तरळू लागला. त्यांना गुन्हेगार म्हणून वागवायला इन्स्पेक्टर पवारांचं मनही चाचरत होतं. कुठेतरी हा माणूस निर्दोष असावा, असं त्यांना उगीचच वाटत होतं. पण प्रा.पाठारेंनीच हल्ला केलाय, हे प्रथमदर्शनी पाहणारे साक्षीदार उपलब्ध होते. इन्स्पेक्टर पवारांनी सहजच समोर पाहिलं. प्रा.पाठारे शून्यात पाहत होते. तेवढ्यात पन्नास-पंचावन्न वयाच्या स्त्रीने प्रवेश केला. पांढरे केस, डोळ्याला चष्मा, गोरा रंग आणि काहीशा स्थूल. त्या खूपच घाबरलेल्या दिसत होत्या. इन्स्पेक्टर पवारांसमोर उभं राहत त्या अधीरतेने म्हणाल्या, "इन्स्पेक्टर, मी सौ.पाठारे. आमच्या ह्यांना काही झालं का?"

इन्स्पेक्टर पवार शक्यतो शांत राहत, समोरच्या खुर्चीकडे निर्देश करत म्हणाले, "आपण बसा ना मॅडम. घाबरू नका. सगळं सांगतो."

सौ.पाठारे अस्वस्थ झाल्या. क्षणाच्या विलंबानेही त्यांची घालमेल होऊ लागली. त्या स्वत:शी पुटपुटल्या, "वाटलंच मला काहीतरी झालं असणार. फिरायला म्हणून संध्याकाळचे बाहेर पडले आणि इतका उशीर लागला. नाहीतर एरव्ही ते अर्ध्या तासातच घरी येतात."

इन्स्पेक्टर एकेक शब्द उच्चारत म्हणाले, "मॅडमऽऽ... प्रा.पाठारेंनी एका उद्योजकावर खुनी हल्ला केलेला आहे."

"काय?" सौ.पाठारे अविश्वासाने जवळजवळ किंचाळल्याच! सुन्न झाल्या. कशाचातरी आधार शोधू लागल्या. क्षणभर काय बोलावं त्यांना काहीच सुचलं नाही. डोळ्यांतनं नकळत अश्रू वाहू लागले. थरथरत्या स्वरात त्या पुढे म्हणाल्या, "इन्स्पेक्टर, तुमची काहीतरी गफलत होतेय."

"नाही मॅडम, स्थितीजन्य पुरावा त्यांच्या विरोधातच आहे. त्यांनी खुनी हल्ला केलाय, हे प्रत्यक्षदर्शी पाहणारे साक्षीदार आहेत." इन्स्पेक्टर पवारांनी खुलासा केला.

"अहो कसं शक्य आहे? साधी मुंगी मारण्याचं धाडस त्यांच्यात नाहीये आणि ते खुनी हल्ला करतील?" सौ.पाठारे अजूनही अविश्वासाने बोलत हात्या. आजूबाजूला

पाहत त्या पुढे म्हणाल्या, "कुठं आहेत ते?"

"समोर. कोपऱ्यातल्या खोलीत."

गजाला धरून उभ्या असलेल्या प्रा.पाठारेंना पाहताच सौ.पाठारेंना हुंदके अनावर झाले. वेगानं त्या त्यांच्याकडे झेपावल्या. डबडबलेल्या डोळ्यांनी त्या आवेगात म्हणाल्या, "अहो, हे असं कसं झालं?"

"शांता, अगं मला काहीच ठाऊक नाही. इन्स्पेक्टर म्हणतात की, मी खुनी हल्ला केलाय म्हणून. ज्या माणसाला मी कधी ओळखत नाही, त्याच्यावर खुनी हल्ला कसा करीन? माझ्याच्यानं असं होणं शक्य नाही." प्रा.पाठारे अतिशय शांत आणि निर्विकारपणे सांगत होते. त्यांच्या बोलण्यात सत्यता वाटत होती; पण कपड्यांवरचे रक्ताचे डाग मात्र घटनेची ग्वाही देत होते. सौ.पाठारे त्यांचा रक्ताळलेला शर्ट आणि चेहऱ्याकडे अविश्वासाने पाहत म्हणाल्या, "अहो, मग हे रक्त कसलं आहे?"

"शांता, मला ठाऊक नाही. मी स्वत:हून मात्र हे कृत्य केलेलं नाही."

सौ.पाठारे या प्रसंगानंतर उन्मळून पडल्या. त्यांचं अवसानच गळालं. मनाला उभारी देत त्या महत्प्रयासानं म्हणाल्या, "घाबरू नका. मी बघते काय ते." हळूच त्यांनी प्रा.पाठारेंच्या हातावर हात ठेवला. डोळ्यांतले अश्रू त्यांच्याविषयीची आत्मीयता आणि विश्वासाची ग्वाही देत होते. जड अंत:करणाने त्या इन्स्पेक्टर पवारांकडे वळल्या. खुर्चीत बसत त्या म्हणाल्या, "इन्स्पेक्टर, माझा विश्वास आहे, त्यांनी असं काहीही केलेलं नाही. पण हे कृत्य त्यांच्या हातूनच घडलेलं आहे, असंही दिसतंय. आता मी काय करू? तशी मी एकटीच आहे. एक मुलगा आहे, तोही अमेरिकेत. एका महिन्यापूर्वीच तो येऊन गेला. तुम्हीच मला मार्ग दाखवा."

इन्स्पेक्टर पवार समोरच्या स्त्रीची प्रांजळ कबुली आणि आर्जवी विनंती पाहून हेलावले. त्यांना सौ.पाठारेंना मदत करायची इच्छा होती. पण कशी? त्यांच्या मनात द्वंद्व सुरू झालं. पुढचे दोन क्षण शांततेत गेले. इन्स्पेक्टर पवार हळूच म्हणाले, "मॅडम, सगळे पुरावे प्रा.पाठारेंच्या विरुद्धच आहेत. लोखंडी गजावरच्या बोटांचे ठसे, रक्ताचे नमुने, त्यांची स्वत:ची उपस्थिती, शिवाय त्यांना हल्ला करत असताना प्रत्यक्ष पाहणारी नीलेश पोद्दारांची पत्नी हे सर्वच त्यांच्या विरोधात आहे आणि दुसरी एक गोष्ट म्हणजे पोद्दार हे स्वत: एक प्रसिद्ध आणि प्रतिष्ठित व्यक्ती आहेत. यातनं मार्ग काढणं अवघड आहे. तरीही मला असं वाटतं की, मि. नीलेश पोद्दार शुद्धीवर आल्यानंतरच यावर प्रकाश पडू शकेल. फारतर त्यांना सहानुभूतीने विचार करण्याची विनंती करू. त्यांच्या साक्षीवरच प्रा. पाठारेंचं भवितव्य अवलंबून असेल."

"कुठं ॲडमिट केलंय त्यांना?" एक आशेचा किरण सौ.पाठारेंना सापडला होता. ज्याच्यावर हल्ला झाला, त्यालाच साकडं घालण्याचं त्यांच्या मनात येऊन गेलं.

"संजीवनी हॉस्पिटल. अजूनही बेशुद्धावस्थेतच आहेत ते." इन्स्पेक्टर पवारांनी

समोर पाण्याने भरलेला प्याला सौ.पाठारेंसमोर धरत पुढे विचारलं, "मॅडम, एक विचारू?"

पाण्याचा घोट घेत सौ.पाठारेंनी नुसतीच होकारार्थी मान हलवली.

"प्रा.पाठारेंना पूर्वी काही मानसिक रोग वगैरे?"

मध्येच इन्स्पेक्टर पवारांचं वाक्य खंडित करत त्या म्हणाल्या, "मानसिक रोग त्यांना कधीच नव्हता आणि आताही नाही. पण चार महिन्यांपूर्वीच ते एका गंभीर आजारातनं बरे झालेत."

या वाक्यानं इन्स्पेक्टर पवारांच्या चित्तवृत्ती चाळवल्या गेल्या. खुर्चीतच स्वत:ला सावरत त्यांनी उत्सुकतेनं विचारलं, "कुठला आजार?"

"अल्झायमर्स-पार्किन्सन या जातकुळीतला तो आजार होता. मला त्यातलं खूप ठाऊक नाही. कारण माझा मुलगाच ते सर्व बघत होता; निर्णय घेत होता. संजीवनी हॉस्पिटलमधले प्रसिद्ध न्युरोसर्जन डॉ.शैलेश गुजर आणि त्यांच्या सहकाऱ्यांनीच ही अवघड शस्त्रक्रिया केली आणि ती पूर्णपणे यशस्वीही झाली. आताशीच स्वतंत्रपणे ते हिंडूफिरू लागले होते. एक सांगते इन्स्पेक्टर, एवढ्या आजारातही त्यांच्या मनाचा तोल ढळलेला मी कधी पाहिला नाही. मग पूर्ण बरे झाल्यानंतर तो का ढळेल?" सौ.पाठारेंनी प्रतिप्रश्न केला.

"माझा रोख तसा नव्हता मॅडम. एक माहिती असावी म्हणून मी विचारलं. आम्हाला शक्यतांच्या आधारावरच आरोपींच्या मनाचा वेध घेता येतो." इन्स्पेक्टर पवार समजावत म्हणाले.

"माझे यजमान आरोपी नाहीत हो इन्स्पेक्टर." सौ.पाठारे काकुळतीला येऊन म्हणाल्या.

"सॉरी मॅडम, मी इन जनरल बोललो."

इन्स्पेक्टर पवार पुढे विचारत म्हणाले, "बरं, तुमच्या कुणी ओळखीचं आहे?"

"बरेच स्नेही आहेत. त्यांची मदत घेण्याचं मी ठरवलंय. मुलालाही कळवते. शिवाय डॉ.शैलेश गुजरनाही या घटनेची कल्पना देते. कारण हा सर्वच प्रकार माझ्यावर आघातासारखा आहे. इन्स्पेक्टर, तुम्ही आपुलकी दाखवल्याबद्दल धन्यवाद!"

सौ.पाठारेंनी कापणारे हात हळूच जोडले. इन्स्पेक्टर पवारांनीही अभावितपणे हात जोडले आणि म्हणाले, "मॅडम, काही लागलंच तर मी तुम्हाला कळवतो. आता काही गोष्टींसाठी तुम्हालाच धावपळ करावी लागणार आहे."

सौ.पाठारे मागे वळल्या. प्रा.पाठारेंचा त्यांनी पुन्हा धीर देऊन निरोप घेतला. संथ पावलं टाकीत जाणाऱ्या सौ.पाठारेंकडे इन्स्पेक्टर पवार व्याकूळतेने पाहत राहिले.

इन्स्पेक्टर पवारांना ही केस थोडी वेगळी वाटत होती. प्रा.पाठारेंचा निरागस आणि बालिश चेहरा त्यांच्या डोळ्यांपुढे येऊन जात होता. या केसमध्ये नाजूक

धाग्यांची गुंतागुंत होती, एवढं मात्र इन्स्पेक्टर पवारांच्या मनानं घेतलं होतं. प्रा.पाठारे यातनं सहीसलामत सुटावेत, असंही त्यांना वाटत होतं. पण सत्य आणि वस्तुस्थितीमुळे तेही लाचार होते. या प्रकरणात ते पुढेही जातीने लक्ष घालणार होते, एवढं मात्र खरं.

रात्रीचे साडेदहा वाजून गेले होते. इन्स्पेक्टर पवार प्रा.पाठारेंच्या बाबतीतल्या शक्यतांचा पडताळा पुन्हापुन्हा तपासून पाहत होते. पण कुठल्याही कोनातून प्रा.पाठारे सुटण्याची आशा दिसत नव्हती. त्यांनी पुन्हा घड्याळात पाहिलं आणि अस्वस्थपणे आजूबाजूला नजर फिरवली. पोलीसचौकीत शांतता होती. काही तुरळक पोलीस येजा करत होते.

''निल्या! हरामखोर! मी तुला सोडणार नाही. या वेळी तू वाचलास.'' प्रा.पाठारेंचा आरडाओरडा पाहून, एकदोन पोलीस त्या दिशेने धावले. इन्स्पेक्टर पवारही खुर्ची बाजूला सावरत वेगाने त्या दिशेला गेले. प्रा.पाठारे वेगळ्याच पवित्र्यात होते. त्यांचे डोळे लाल झाले होते. नाक आणि ओठ फुलले होते. नीलेश पोद्दारच्या नावानं शिव्या चालूच होत्या. त्याला जिवंत सोडणार नाही, म्हणून त्यांचा आक्रोश सुरूच होता. इन्स्पेक्टर पवार अचंबित झाले. दोघा पोलिसांच्या साहाय्यानेही प्रा.पाठारे नियंत्रित होत नव्हते. 'हा वेडाचा झटका आहे का?' असं त्यांच्या मनात येऊन गेलं. पण त्यावर फारसा विचार न करता इन्स्पेक्टर पवार मदतीला धावले. प्रा.पाठारेंना नियंत्रण करणं अवघड होतं, एवढं बळ त्यांच्या अंगात संचारलं होतं. हे प्रा.पाठारेच होते का? शेवटी काही वेळानंतर त्यांची उत्तेजित झालेली गात्रं शिथिल होत गेली आणि ते बेशुद्ध पडले.

इन्स्पेक्टर पवारांनी तातडीने ॲम्ब्युलन्स मागवून प्रा.पाठारेंना संजीवनी हॉस्पिटलमध्ये रवाना केलं. प्रा.पाठारेंना वैद्यकीय मदतीची गरज असल्याने त्यांनी हा निर्णय घेतला होता. ते स्वत:ही पाठोपाठ संजीवनी हॉस्पिटलकडे निघाले होते. तत्पूर्वी इन्स्पेक्टर पवारांनी सौ.पाठारेंना प्रा.पाठारे अत्यवस्थ असल्याचं सांगितलं होतं. त्याचबरोबर प्रा.पाठारेंना संजीवनी हॉस्पिटलमध्ये ॲडमिट केल्याचंही कळवलं होतं.

घटना अतिशय वेगानं घडल्या होत्या. नीलेश पोद्दारला ज्या खोलीत ठेवलं होतं, त्याच्या शेजारच्याच स्पेशल वॉर्डमध्ये प्रा.पाठारेंना ॲडमिट केलं होतं. तातडीने त्यांच्यावर काही उपचार करण्यात आले. सौ.पाठारे लागलीच हजर झाल्या होत्या. पाठोपाठ डॉ.शैलेश गुजर आणि त्यांचे सहकारीही आले होते. सौ.पाठारेंनी एका तासापूर्वीच या घटनेची कल्पना डॉ.शैलेश गुजरना दिली होती. त्याचा विचार करत असतानाच हॉस्पिटलच्या सूत्रांकडून तत्काळ निरोप आला होता. चार महिन्यांपूर्वी डॉ.शैलेश गुजरनीच प्रा.पाठारेंची शस्त्रक्रिया केलेली असल्याने आताही तेच त्यांना हाताळणार होते.

डॉ.शैलेशनी आपल्या सहकाऱ्यांसोबत धावतपळतच वॉर्डमध्ये प्रवेश केला.

तिथे सौ.पाठारे आणि इन्स्पेक्टर पवार आधीच हजर होते. परिचारिका आणि स्थानिक डॉक्टरांनी त्यापूर्वीच प्राथमिक उपचार करायला सुरुवात केली होती. डॉ.शैलेशनी प्रा.पाठारेंचं पुन्हा चेकअप केलं. अजूनही ते बेशुद्धावस्थेतच होते. डॉ.शैलेश वीस मिनिटं अखंडपणे विविध चाचण्या घेत होते. थोडंसं गंभीर होत पुन्हा त्यांनी काही गोष्टी तपासून पाहिल्या. त्यांचा चेहरा चिंताक्रांत वाटत होता. तशातच ते सौ.पाठारेंजवळ येत म्हणाले, "मिसेस पाठारे, घाबरण्याचं कारण नाही. मेंदूवर ताण आल्याकारणानं ते बेशुद्ध पडले आहेत. लवकरच शुद्धीवर येतील." आणि इन्स्पेक्टर पवारांकडे वळत डॉ.शैलेश गुजर हळूच पुढे म्हणाले, "इन्स्पेक्टर, थोड्या वेळापूर्वीच मला मिसेस पाठारेंनी घटनेविषयी सांगितलं. इट इज रिअली व्हेरी अनफॉर्च्युनेट! नंतर काय झालं सांगू शकाल? त्यांच्या मानसिक स्थित्यंतराविषयीच्या पृथक्करणात मला मदत होईल."

"ओ, शुअर डॉक्टर!" इन्स्पेक्टर पवारांनी खुल्या आवाजात नंतर काय घडलं ते सांगितलं. क्षणिक विश्रांती घेत ते पुढे म्हणाले,

"डॉक्टर, नीलेश पोद्दारसंबंधीचा त्यांचा आक्रोश कमालीचा होता. नीलेशला मी जिवंत ठेवणार नाही, असे शब्द पुन्हा पुन्हा त्यांच्या तोंडून येत होते. त्यामुळे रागाने त्यांच्या डोक्याच्या शिरा तट्ट फुगल्या होत्या."

डॉ.शैलेश मध्येच तोंडाचा चंबू करत म्हणाले, "हा तोच नीलेश पोद्दार ना, ज्याच्यावर प्रा.पाठारेंनी हल्ला केलाय."

"होय, तेच. शेजारच्याच खोलीत त्यांच्यावरही उपचार सुरू आहेत. तेही बेशुद्ध आहेत." इन्स्पेक्टर पवारांनी उपयुक्त माहिती दिली.

डॉ.शैलेश चिंतित होत म्हणाले, "ओ! आय सी." आणि सौ.पाठारेंकडे पाहत ते पुढे म्हणाले, "मिसेस पाठारे, नीलेश पोद्दार तुमच्या संबंधित आहेत का? किंवा त्यांच्याशी काही व्यवहार?"

सौ.पाठारे तत्काळ उद्‌गारल्या, "नाही डॉक्टर, दुरान्वयानेही त्या माणसाशी आमचा संबंध नाही. आमच्या वडिलोपार्जित कुटुंबाचा पोद्दार या नावाशी कुठलाही ऋणानुबंध नाही."

"इट्स रिअली अ व्हेरी स्ट्रेंज!" डॉ.शैलेशच्या तोंडून सहज उद्‌गार बाहेर पडले. काही क्षण भेसूर शांततेत गेले. डॉ.शैलेश काहीतरी बोलतील या हेतूने सर्वच गप्प होते. तिथे उपस्थित असणारे सर्वच या घटनेने आश्चर्यचकित झालेले दिसले. एक वेगळी घटना त्यांना येथे पाहायला मिळत होती. डॉ.शैलेश विचार करत होते. त्या क्षणातही त्यांच्या डोक्यात काही विचार येऊन गेले आणि ते कमालीचे अस्वस्थ झाले. त्यांच्या चेहऱ्यावरचे बदलणारे हावभाव तिथे उपस्थित डॉक्टरांच्या लक्षात आले. इन्स्पेक्टर पवारांच्या चाणाक्ष नजरेतूनही ही बाब सुटली नाही.

डॉ.शैलेश इन्स्पेक्टर पवारांजवळ येत म्हणाले, "इन्स्पेक्टर, आता रात्रीचा एक वाजून गेला आहे. आय विल टॉक टू यू टूमॉरो. काही असे प्रश्न निर्माण झाले आहेत किंवा होणार आहेत, जे सोडवण्यासाठी मला तुमच्या मदतीची गरज आहे."

"नक्कीच डॉ.शैलेश. मला आवडेल. मी स्वत: जातीनं या प्रकरणात लक्ष घातलं आहे. इट्स माय प्लेजर टू हेल्प यू." इन्स्पेक्टर पवार उत्साहाने म्हणाले.

"सी यू देन! गुडनाईट."

परिचारिका आणि स्थानिक डॉक्टरांना त्यांनी काही सूचना दिल्या आणि सहकाऱ्यांचा निरोप घेऊन ते खोलीबाहेर पडले. केबिनमध्ये येऊन दाखल झाले.

डॉ.शैलेश गुजर हे जागतिक दर्जाचे न्युरोसर्जन होते. त्यासोबत ते एक प्रयोगशील शास्त्रज्ञही होते. नवनवीन विचार त्यांच्या डोक्यात येत असत आणि त्यांचा प्रयोगरूपानं ते पाठलागही करत असत. प्रा.पाठारेंवरचा प्रयोग त्याच कल्पनांमधला. या वेळीही त्यांच्या डोक्यात विचारांचं काहूर माजलं होतं. प्रा.पाठारेंच्या घटनेनं त्यांचं विचारमंथन पुन्हा ढवळून निघत होतं. चार महिन्यांपूर्वी केलेल्या यशस्वी प्रयोगाचे असे विचित्र परिणाम मिळतील, याची अपेक्षाही त्यांनी कधी केली नव्हती. अल्झायमर्ससारख्या असाध्य रोगानं पछाडलेल्या प्रा.पाठारेंवर त्यांनी नुसती शस्त्रक्रियाच केली नव्हती, तर तो एक प्रयोगही होता आणि अनुषंगाने तो यशस्वीही झाला होता. अल्झायमर्स-पार्किन्सनसारख्या रुग्णांसाठी हा प्रयोग वरदान ठरला होता. प्रा.पाठारेंच्या रूपानं शास्त्रातला तो एक मैलाचा दगड ठरला होता. पण मध्येच अनैसर्गिक अशी ही घटना का घडावी? डॉ.शैलेश विचार करत होते. ज्या पेशींचं रोपण त्यांनी घडवून आणलं होतं, त्यावर त्यांचे विचार स्थिर झाले. त्यानं ते चांगलेच शहारले. विचारांना पुन्हा चालना मिळाली; दिशा मिळाली. डोळ्यापुढे एक पटच उलगडला गेला —वेगळ्या विश्वाचा.

डॉ.शैलेश हॉस्पिटलबाहेर पडले. या वेळी गार वारे वाहत होते. आता त्यांचं मनही शांत झालं होतं.

दुसऱ्या दिवशी प्रसिद्ध उद्योजक नीलेश पोद्दारांवर हल्ला, हल्लेखोराची माहिती ठळकपणे वर्तमानपत्रांच्या पहिल्या पानावर छापली होती. टी.व्ही. चॅनेल्सनी नको त्या प्रमाणात या प्रकरणाला प्रक्षोभक प्रसिद्धी दिली होती. उद्योजक नीलेश पोद्दारच्या हितचिंतकांनी हॉस्पिटलकडे धाव घेतली होती. त्याच वेळी प्रा.पाठारेंचे जुने सहकारी आणि त्यांच्या विद्यार्थ्यांनी धावपळ केली होती. प्रत्येकालाच ही घटना अविश्वसनीय वाटत होती. जो तो आपली बाजू समर्थपणे मांडताना दिसत होता. शिक्षणक्षेत्रातल्या कोणत्याच व्यक्तीला प्रा.पाठारेंनी असा हल्ला केला असेल, यावर विश्वास बसत नव्हता; तर उद्योजक क्षेत्रातल्या प्रत्येकालाच नीलेशसारख्या अजातशत्रूवरच्या हल्ल्याची चीड आली होती. जो तो आपापल्या परीने अर्थ लावत

होता. प्रा.पाठारेंचं मानसिक संतुलन बिघडल्यानेच त्यांनी असा भ्याड हल्ला केला, असा बोभाटा शहरात पसरला होता.

दरम्यान प्रा.पाठारेंचा मुलगा रमाकांत पाठारे हा अमेरिकेहून लगेच भारतात आला होता. वडलांच्या या प्रकरणानं तोही हबकून गेला होता. हे सर्व कसं झालं, याचा निष्कर्ष अजूनही निघत नव्हता. कारण पोलीसही अजून अनभिज्ञच होते.

तिसऱ्या दिवशी इन्स्पेक्टर पवार प्रा.पाठारेंची विचारपूस करून बाहेर पडले आणि शेजारच्या नीलेश पोद्दारांच्या वॉर्डमध्ये शिरले. नीलेश पोद्दार कॉटवर बसले होते. त्यांच्या शेजारी त्यांची पत्नी होती. सौंदर्य कशाला म्हणतात, हे तिच्याकडे पाहून कळत होतं. इतर दोघं-तिघं मित्र बसले होते. इन्स्पेक्टर पवारांना पाहताच त्यातले दोघं खोलीबाहेर पडले. नीलेश पोद्दारांनी त्यांचं हसून स्वागत केलं आणि म्हणाले, ''या इन्स्पेक्टर.''

''कसे आहात?''

''वाचलो म्हणायचो! सलग चौदा तास बेशुद्धावस्थेत होतो. खोलवर जखम नसल्यामुळे निभावलं.'' नीलेश पोद्दार पुन्हा हसत म्हणाले.

''ज्यांनी हल्ला केला, त्यांना तुम्ही ओळखता?'' इन्स्पेक्टर पवारांनी सहज विचारलं.

''अहो ओळखता काय? उभ्या आयुष्यात त्या इसमाला कधी मी पाहिलं नाही.'' नीलेश पोद्दार खांदे उडवत म्हणाले.

''मग तो आत आला कसा?'' इन्स्पेक्टर पवारांचा पुन्हा प्रश्न.

''रस्त्यानं तो चालला होता. मी खिडकीत उभा असल्यानं त्याची माझी दृष्टादृष्ट झाली. तो थबकला आणि अस्वस्थ झाल्यासारखा वाटला. आमचं फाटक उघडून आत आला. मला वाटलं, त्याला काही हवं असेल. म्हणून मी मुख्य दार उघडलं. मला पाहून तो उगीचच लालबुंद झाला; बेभान झाला. मला काहीच कळत नव्हतं. मी त्याला हटकताच तो शिव्या देऊ लागला. काहीतरी बरळत राहिला. आरोप करू लागला. मी त्याचा प्रतिकार करताच, त्यानं शेजारी पडलेला लोखंडाचा गज माझ्या डोक्यात हाणला. मी किंचाळलो आणि खाली कोसळलो. पुढचं मला काहीच आठवत नाही.'' नीलेश पोद्दारनं इत्थंभूत प्रसंग सांगितला.

''याचा अर्थ डोक्यावर मार बसण्याआधीचं तुम्हाला सर्वसकाही आठवतंय.'' इन्स्पेक्टर पवार त्यांच्या मनाचा अंदाज घेत म्हणाले होते.

''सुदैवाने अजूनही सर्व काही आठवतंय.'' नीलेश पोद्दारनी दुजोरा दिला.

''तो इसम शिव्यांसोबतच काहीतरी आरोप करत होता, असं तुम्हीच म्हणालात. असे कुठले आरोप तो करत होता?'' इन्स्पेक्टर पवार खोलात जाऊन विचारत होते. त्याच वेळी नीलेश पोद्दारच्या हावभावांचंही निरीक्षण ते करत होते.

नीलेश पोद्दार या प्रश्नानं थोडा गोंधळला आणि गांगरल्यासारखा वाटला. तो चाचरतच म्हणाला, ''मला तेवढं काही आठवत नाही इन्स्पेक्टर, पण शिव्या देत होता एवढं मात्र खरं.''

''तरी आठवून बघा!'' इन्स्पेक्टर पवार जोर देत म्हणाले.

''नाही हो. खरंच काही आठवत नाही.'' नीलेश पोद्दार डोळे बंद करून, डोकं दाबून बोलत होता.

त्याची पत्नी लगबगीने त्याच्या डोक्यावर हात ठेवत इन्स्पेक्टर पवारांना म्हणाली, ''इन्स्पेक्टर, प्लीज. डॉक्टरांनी त्यांना जास्त स्ट्रेन घ्यायला मज्जाव केला आहे. तरी कृपया त्यांना त्रास होईल असे प्रश्न विचारू नका.''

''ठीक आहे.'' इन्स्पेक्टर पवारांनी हळूच स्मित केलं. नीलेश पोद्दारच्या खांद्यावर सावकाश थोपटत इन्स्पेक्टर पवार म्हणाले, ''ओके मिस्टर पोद्दार. यू टेक अ रेस्ट. कदाचित मला अजून तुमची गरज भासेल.'' आणि ते बाहेर जायला वळले.

तेवढ्यात नीलेश पोद्दार म्हणाला, ''इन्स्पेक्टर, माझ्यावर खुनी हल्ला करणाऱ्या त्या नालायक माणसाला शिक्षा झालीच पाहिजे. तो माणूस अतिशय निरागस चेहऱ्याचा असून भयंकर मनोवृत्तीचा आहे. कदाचित मानसिक रोगीही असावा.''

''जरूर मिस्टर पोद्दार, जर तुम्ही आम्हाला सहकार्य केलंत, तर त्याला जरूर शिक्षा होईल. ओके. टेक अ रेस्ट.''

इन्स्पेक्टर पवार आश्वासन देऊन बाहेर पडले. कॉरिडॉरमध्ये चालताना त्यांच्या बुटांचा आवाज येत होता. त्याच वेळी त्यांचा चेहराही खुलला होता. कुठलीतरी माहिती द्यायला नीलेश पोद्दार कचरत असल्याचं त्यांच्या लक्षात आलं होतं. प्रा.पाठारेंनी त्याच्यावर काय आरोप केले होते, नेमके तेच सांगण्यास नीलेश पोद्दारनी टाळलं होतं. नेमकी तीच बाब या प्रकरणाला कलाटणी देणारी ठरणार होती.

डावीकडेच असलेल्या डॉ.शैलेशच्या केबिनमध्ये इन्स्पेक्टर पवार शिरले. डॉ.शैलेशनीच त्यांना तातडीने भेटण्यास बोलवलं होतं. याचा अर्थ डॉ.शैलेशना काहीतरी सांगायचं होतं.

केबिनमध्ये शिरताच डॉ.शैलेश इन्स्पेक्टर पवारांना म्हणाले, ''या इन्स्पेक्टर पवार. बसा इथं.'' एका रिकाम्या खुर्चीकडे निर्देश करत ते उत्तरले.

केबिनमध्ये दोघं जण आधीच बसले होते. डॉ.शैलेश दोघांची ओळख करून देत म्हणाले, ''हे प्रा.पाठारेंचे चिरंजीव रमाकांत पाठारे. आजच अमेरिकेहून आलेत आणि हे माझे मित्र गायनॅकॉलॉजिस्ट डॉ.भणगे.''

इन्स्पेक्टर पवारांनीही हस्तांदोलन करत स्वत:ची ओळख करून दिली. डॉ.शैलेश पुढे म्हणाले, ''हं, तर इन्स्पेक्टर पवार, मी मुद्दामच तुम्हाला इथं बोलवलं आहे. कारण तुमच्याशीच या गोष्टींचा उहापोह होणं गरजेचं आहे. प्रा.पाठारेंनी खुनी

हल्ला केला हे जेवढं खरं आहे, तेवढंच ते निर्दोषही आहेत हेही सत्य आहे.''

''काय म्हणताय डॉक्टर! एकीकडे खुनी हल्ला केल्याचं तुम्ही कबूल करताय, त्याच वेळी दुसरीकडे त्यांना निर्दोषही ठरवताय. कायदा असं मान्य करणार नाही.''

''तेच तर तुम्हाला सांगायचंय! हा विरोधाभास खरंतर विज्ञानामुळेच निर्माण झालेला आहे. खूप विचाराअंती मी या निर्णयाप्रत पोचलो आहे.'' डॉ.शैलेश मनापासून बोलत होते.

''तो कसा काय डॉक्टर?'' इन्स्पेक्टर पवारांचा प्रतिप्रश्न.

डॉ.शैलेश सावरून बसले. डॉ.भणगे आणि रमाकांत पाठारेंकडे एक दृष्टिक्षेप टाकत सांगू लागले, ''मला वाटतं सात-आठ महिन्यांपूर्वी प्रा.पाठारेंना घेऊन रमाकांत आणि सौ.पाठारे माझ्याकडे आले होते. छोट्या तक्रारीचं स्वरूप गंभीर होत गेलं. तेव्हाही काही अवयवांवर त्यांचं नियंत्रण राहत नव्हतं. मी अंदाज केला होता. पण तरीही रुटीन चेकअप आणि अद्ययावत चाचण्या करून घेतल्या आणि त्यांना अल्झायमर्स झाल्याचं माझ्या लक्षात आलं होतं. शेवटच्या टप्प्यातली त्यांची ही स्थिती होती. स्मृतीही काम करत नव्हती. मेंदूच्या पेशींची पूर्ण झीज होऊन त्या नष्ट झाल्या होत्या. शरीरात इतर पेशींची पुनर्निर्मिती होत असते. परंतु मेंदूतल्या पेशी एकदा मृत झाल्यानंतर नव्याने तयार होऊ शकत नाहीत. त्यावर आता औषधोपचारही होणार नव्हते. त्याचा काहीही उपयोग नव्हता. हा रोग तसा कॅन्सर, एड्सपेक्षाही भयानक आहे.''

रमाकांत पाठारे मध्येच शून्यवत पाहत म्हणाले, ''त्या वेळी आम्ही सारेच हतबल झालो होतो. या रोगावर आजच्या घडीला कुठलेच उत्साहवर्धक उपचार नव्हते. बाबांचं मरण अटळ होणार या जाणिवेनं आम्ही सारेच हादरलो होतो. पण डॉक्टरांनीच आम्हाला एक मार्ग सुचवला.''

''कुठला?'' इन्स्पेक्टर पवार उत्सुकतेने उत्तरले. त्यांनाही आता ही विज्ञानाची चौकट गुंतवून ठेवत होती.

डॉ.शैलेश डॉ.भणगेंकडे पाहत म्हणाले, ''कुठलेच उपचार नव्हते हे त्रिकालबाधित सत्य होतं. पण मार्ग खुंटला नव्हता. हल्ली अशा प्रकारच्या रोगांवर उपाय म्हणून सुदृढ मेंदूतल्या पेशींच्या (फिटल ब्रेन सेल) रोपणाचे प्रयत्न करण्यात येत होते. मग मी सरळसरळ पर्यायच ठेवला. उपचार म्हणून नाही, तर एक प्रयोग म्हणून.''

''आणि तो आम्ही लगेच स्वीकारला. कारण कमीत कमी प्रयोगाच्या रूपानं मार्ग तर उपलब्ध होता. विज्ञानानं आम्हाला संधी दिली होती. त्याचा कौल आम्ही निवडला. प्रयोग यशस्वी झाला असता, तर उभ्या मानवजातीलाच त्याचा फायदा होणार होता आणि तो अयशस्वी झाला असता, तर त्यानं वैयक्तिक नुकसान फक्त आमचंच होणार होतं.'' रमाकांत पाठारे थोडं भूतकाळात जाऊन सद्गदित झाले होते.

"मग या पेशी तुम्ही मिळवल्या कशा?" इन्स्पेक्टर पवारांचा स्वाभाविक प्रश्न.

"मृत नवजात बालकाच्या मेंदूतल्या पेशी, पूर्ण वाढ न झालेल्या गर्भाच्या मेंदूतील पेशी, भ्रूणाच्या पेशी यासारख्यातनं हे मिळवणं शक्य होतं." डॉ.शैलेशनी माहिती दिली.

"या पेशी तुम्हाला प्रयोगासाठी कशा उपलब्ध झाल्या?" इन्स्पेक्टर पवारांनी विचारलं.

"आजकाल दिवसागणिक हजारो ॲबॉर्शन्स होत असतात. अशा पेशी ॲबॉर्शन्सच्या केसेसमधनं मिळणं शक्य असल्याने मी डॉ.भणगेंना विनंती केली. कारण डॉ.भणगे दिवसाला अशी बरीच भ्रूण आणि मृत बालकं हाताळत असत." डॉ.शैलेशनी डॉ.भणगेंकडे पाहत पुढचं सांगण्याची विनंती केली होती.

डॉ.भणगे प्रथमच या चर्चेत सहभागी होत म्हणाले, "होय. डॉ.शैलेशचा अतिशय तातडीचा निरोप मला आला. त्यांना एका प्रयोगासाठी नवजात मृत बालकाच्या अथवा भ्रूणाच्या मेंदूतल्या पेशी हव्या होत्या. मी स्वत: जातीनं त्या मागावर होतो आणि सुदैवाने एक स्त्री त्या दिवशी माझ्याकडे आली. पाच महिन्यांची गरोदर. ॲबॉर्शन करून घेण्याचा तिने हट्ट धरला. तशी तिची मनापासून इच्छा नसावी. कारण कुठल्यातरी दबावाखाली ती होती, हे स्पष्ट दिसत होतं. पण आम्ही कुणाच्याही व्यक्तिगत जीवनात ढवळाढवळ करत नाही. सर्व कागदपत्रांची पूर्तता झाल्यानंतर ती जोखीम आम्ही आणि त्या स्त्रीनेही घेतली. त्यातनं ती वाचली. तिचं बाळ अतिशय सुदृढ होतं. तिनं बघण्याची इच्छा व्यक्त करताच तिचं बाळ आम्ही दाखवलं. तशी ती ढसाढसा रडली. काही क्षणातच त्या अर्भकाच्या मेंदूतल्या उपयुक्त पेशी आम्ही काढल्या."

"या कामी मेंदूपेशींचे तज्ज्ञ डॉ.वाघमारे मदत करत होते. कारण या पेशी वातावरणात आल्यानंतर लगेच मृत होतात. त्यांना जिवंत राहण्यासाठी ऑक्सिजन आणि शर्करेची गरज भासते. डॉ.वाघमारेंनी त्या जिवंत ठेवण्यासाठी एक तंत्र विकसित केलं आहे. त्याच्याच साहाय्याने या पेशी जागृतावस्थेत यशस्वीपणे माझ्यापर्यंत आणल्या. तंत्रामुळे मृत बाळाच्या पेशी मृत न होता सुदृढ आणि प्रगल्भ झाल्या होत्या. ही खूपच जमेची बाजू होती. पुढे सलगपणे सात-आठ तास शस्त्रक्रिया करून या पेशींचं रोपण प्रा.पाठारेंच्या मेंदूत आम्ही केलं, अगदी यशस्वीपणे. त्याचा परिणाम प्रा.पाठारेंच्या रूपानं आज आपण पाहत आहोत."

डॉ.शैलेशनी सुरुवातीपासूनच सुसूत्र पद्धतीने सांगितलं होतं.

इन्स्पेक्टर पवारांना डॉ.शैलेशचं खरोखरच कौतुक वाटलं होतं. हळुवारपणे त्यांनी केलेल्या प्रयोगाचा पट उलगडून सांगितला होता. इन्स्पेक्टर पवार पुढे विचार करत म्हणाले, "तुमचा प्रयोग यशस्वी झालाय, हे मान्य आहे डॉक्टर मग

ही मध्येच घटना कशी? तुम्हाला असं म्हणायचं नाही ना की, हा त्याचाच परिणाम आहे. तसं असेल तर मग हा यशस्वी प्रयोग म्हणायचा का?''

''मलाही तेच वाटतंय डॉक्टर. माझे वडील रोगमुक्त झाले हे मान्य. पण....'' रमाकांत पाठारेंनीही शंका बोलून दाखवली होती.

डॉ.शैलेश दोघांकडे पाहत हसत म्हणाले, ''आपल्या दोघांचंही अनुमान आणि शंका मला मान्य आहेत. पण प्रयोग यशस्वी झाला हे तेवढंच खरंय. प्रोफेसर पाठारे इज नो मोर पेशंट.''

''मग ही घटना? तो एक अपघात म्हणायचा का?'' रमाकांत पाठारेनं पुन्हा शंका विचारली.

''नाही. तो अपघात मुळीच नाही. ती एक विज्ञानाची अपरिहार्यता आहे. मी त्यावर खूप विचार केला आणि ऑपरेशन करतानाही मी सतत तो विचार करत होतो. कारण प्रा.पाठारेंच्या झीज झालेल्या पेशींच्या जागी मृत बालकाच्या मेंदूतल्या पेशींचं रोपण केलं, तेव्हा त्या कशा वागतील हे काहीच सांगता येत नव्हतं. आजही विज्ञानाच्या आकलनापलीकडचं ते आहे. फारतर नैसर्गिक सीमा म्हणू या. यात चांगल्या पेंशीना धक्का पोचण्याची शक्यता होती, तर दुसऱ्या क्षेत्रात अतिक्रमण करण्याचीही किंवा त्या पेशी सहकार्यही करू न शकण्याची संभावना होती. पण परवाच्या घटनेनं माझी विचारांची बैठकच बदलली. अल्झायमर्स रोगात मेंदूच्या स्मृतिकोशात अडथळे निर्माण होतात, हे माहीत आहे. याला कारणीभूत काही ठरावीक प्रथिनं असल्याने त्यांचा नायनाट रोपण केलेल्या पेशींनी केला असावा आणि पर्यायाने प्रा.पाठारेंच्या स्मृतीवरही कब्जा केला असावा.''

सर्वच जण आश्चर्याने डॉ.शैलेशकडे पाहत राहिले. डॉ.भणगे उत्साहाने म्हणाले, ''याचा अर्थ मृत बालकाच्या मेंदूतल्या पेशींनी प्रा.पाठारेंच्या स्मृतिकोशावर कब्जा केला, असंच आपल्याला म्हणायचंय का?''

''होय! कायमचा नाही. पण ठरावीक काळापुरता. कारण त्या बालकाच्या पेशी सुदृढ आणि प्रगल्भ होत्या. त्या स्वत:च एक स्मृतिकोश म्हणून कार्य करत होत्या. ही घटना म्हणजे त्या पेशींच्या स्मृतीतला परिणामच होय.'' डॉ.शैलेश खोलात जाऊन विवरण करत होते.

''पण मग इथं नीलेश पोद्दारचा संबंध आलाच कुठं? ती तर तिसरी व्यक्ती आहे. त्यांच्यावरच बाबांनी हल्ला का केलाय?'' रमाकांत पाठारे शंका उपस्थित करत उत्तरला होता.

''खरं आहे तुमचं, पण तिसरी व्यक्ती म्हणून मी डोळेझाक करू शकत नाही. कारण ही घटना नीलेश पोद्दारला पाहिल्यानंतरच घडलीये, हे लक्षात घ्या. प्रयोग होऊन चार महिने झाल्यानंतर ही घटना घडली. मधल्या काळात प्रा.पाठारेंचं जीवन

सर्वसामान्यच होतं. म्हणूनच मि. नीलेश पोद्दार आणि मृत अर्भकाचा संबंध असायलाच हवा.'' डॉ.शैलेश ठासून आणि आत्मविश्वासाने बोलत होते.

''काय म्हणताय डॉक्टर? कसं शक्य आहे?'' इन्स्पेक्टर पवार आश्चर्याने उद्गारले.

''हो इन्स्पेक्टर! खरं आहे हे. दृश्यरूपाने एखादी गोष्ट समोर आली, तर मेंदूच्या पेशी उद्दीपित होतात. रोपण केलेल्या पेशी अशाच उद्दीपित होऊन त्यांनी प्रा.पाठारेंच्या स्मृतीचा कब्जा घेतला आणि पुढचं कृत्य घडवून आणलं. जेव्हा ते दृश्य किंवा चेहरा नसतो, तेव्हा प्रा.पाठारे आपल्याच स्मृतीचा उपयोग करतात. याचाच अर्थ नीलेश पोद्दार आणि मृत अर्भकादरम्यान संबंध असायलाच हवा.''

इन्स्पेक्टर पवार अंतर्मुख होत म्हणाले, ''डॉक्टर, आलं लक्षात. अशी शक्यता मात्र नाकारता येणार नाही. कारण इथे येण्याअगोदर मी नीलेश पोद्दारना भेटलो होतो. प्रा.पाठारेंनी काय काय केलं, हे त्यांनी सर्व सांगितलं. शिव्या दिल्या, मारलं, धमकी दिली. पण त्यादरम्यान त्यांनी काय आरोप केलेत, हे मात्र नीलेश पोद्दारांनी सांगितलं नाही. मी विचारताच त्यांच्या चेहऱ्यावरचे हावभाव झपकन बदलले. मला तेव्हाच शंका आली की, हा काहीतरी लपवतोय. पण डॉक्टर, हे सर्व सिद्ध कसं करणार?''

डॉ.शैलेश स्मित करत म्हणाले, ''म्हणूनच तर तुम्हाला बोलवलंय इन्स्पेक्टर पवार. नीलेश पोद्दार आणि नवजात अर्भकात काही नातं आहे का, हे जाणून घेण्यासाठी मला तुमची मदत लागेल.''

''निश्चित डॉक्टर. ते माझं कर्तव्यच आहे. मलाही या प्रकरणाच्या मुळापर्यंत जायचंय.''

डॉ.शैलेश थोडे ओणवे झाले आणि म्हणाले, ''यासाठी अजून एक छोटासा प्रयोग करून बघू या.''

पुढे दहा मिनिटं डॉ.शैलेश समजावून सांगत होते. त्यानं सर्वांचेच चेहरे खुलले. या प्रयोगात प्रत्यक्ष नीलेश पोद्दार आणि प्रा.पाठारेंचाच सहभाग होता. डॉ.शैलेशवर प्रत्येकाचाच विश्वास दृढ होत गेला. त्यांनी केलेल्या विश्लेषणाचाच तो एक भाग होता.

सर्व जण एकत्रितपणे बाहेर पडले. प्रथम ते प्रा.पाठारेंच्या खोलीत शिरले. प्रा.पाठारे निवांत बसले होते. डॉ.शैलेशनी त्यांची विचारपूस केली आणि त्यांना व्हिलचेअरवर बसायला सांगितलं.

एक परिचारिका व्हिलचेअर ढकलत होती. त्याच्याच पाठोपाठ सर्व जण चालत होते.

शेजारीच नीलेश पोद्दार उपचार घेत होता. त्या खोलीच्या दारापाशी व्हिलचेअर येऊन थांबली. नीलेश पोद्दार फलाहाराचा आस्वाद घेत होता.

प्रा.पाठारे आणि इतर सर्व खोलीत शिरताच प्रा.पाठारेंच्या चेहऱ्यावरचे हावभाव

कमालीचे बदलत गेले. ते क्षणात लालबुंद झाले. शिरा तट्ट फुगल्या. ते जोराने ओरडले, ''नील्याऽऽ हरामखोराऽऽ एक वेळ तू माझ्या हातून सुटलास. आता मात्र तुला जिवंत सोडणार नाही. आपमतलबी, नीच, विश्वासघातकी! फसवलं तू मला आणि माझ्या आईलाही. आधी माझा जीव घ्यायला तू तिला भाग पाडलंस. नंतर तिचाही जीव घेतलास. नराधमा, माझा बाप ना तू! जन्माआधीच तू माझ्या नरडीचा घोट घेतलास. तुझ्या आशेवर जगणाऱ्या माझ्या आईचाही तू खून केलास. नालायक पुरुष! सोडणार नाही मी तुला.'' प्रा.पाठारे बेभान झाले होते.

अचानक झालेल्या या शाब्दिक हल्ल्यात नीलेश पोद्दार गांगरला. त्याची पत्नीही घाबरली, गोंधळली. तिला काहीच कळत नव्हतं. नीलेश पोद्दारच्या चेहऱ्यावरचे हावभाव झर्रकन बदलले. अपराधीपणाची भावना त्याच्याही नकळत त्याच्या चेहऱ्यावर आली. प्रा.पाठारेंनी त्याला बोलायला संधीच दिली नव्हती. तो पाहतच राहिला होता.

डॉ.शैलेशचा हा प्रयोगही यशस्वी झाला होता. प्रा.पाठारे अति ताणामुळे पुन्हा बेशुद्ध पडण्याअगोदर डॉ.शैलेशनी परिचारिकेला इशारा केला. परिचारिकेने त्यांना तत्काळ बाहेर नेलं. पाठोपाठ सौ.पाठारेही बाहेर आल्या. प्रा.पाठारे अजूनही धुमसतच होते. वॉर्डबॉयच्या साहाय्याने परिचारिकेने त्यांना पलंगावर झोपवलं. थोड्या वेळातच ते शांत झाले. आता त्यांच्या चेहऱ्यावर कुठल्याही खाणाखुणा नव्हत्या. डॉ.शैलेश, डॉ.भणगे, रमाकांत तिथेच होते. नीलेश पोद्दार खाली मान घालून बसला होता. त्याच्या पत्नीचा चेहरा मात्र भयभीत झाला होता. तिला काहीच सुचत नव्हतं. इन्स्पेक्टर पवार हळूच नीलेशशेजारी येत म्हणाले, ''हं, तर मि. नीलेश पोद्दार, आता तरी सांगा काय घडलंय ते!''

नीलेश पोद्दारला या प्रश्नानं थोडा राग आला. तो इन्स्पेक्टर पवारांकडे डोळे फाडून म्हणाला, ''व्हॉट डू यू मीन इन्स्पेक्टर? कुणाशी बोलता आहात, कळतंय का तुम्हाला? एक वेडा इथं येऊन काहीही बरळून जातो आणि तुम्ही त्यावर विश्वास ठेवता? मला असं वेठीला धरायला तुम्हाला परवडायचं नाही, लक्षात ठेवा.''

डॉ.शैलेश तत्काळ थोड्या रागातच म्हणाले, ''मि. पोद्दार, यू टेक युअर वर्ड बॅक. प्रा.पाठारे वेडे नाहीत. ही इज अ मोस्ट स्टेबल पर्सन; तुमच्यापेक्षाही जास्त. ते जे काही बोलून गेले, त्याला अर्थ आहे. विज्ञानाचा आविष्कार आहे तो. तुमच्या मुलाच्या मेंदूच्या पेशींचं रोपण त्यांच्या मेंदूत केलंय. जो रोष प्रा.पाठारे तुमच्यावर काढून गेले, तो त्यांनी नव्हे, पेशीरूपातल्या तुमच्या मुलानं तो काढला. होय, पेशीरूपातला तो तुमचा मुलगाच होता. प्रेषित असलेला; पेटलेला; अन्यायाला वाचा फोडणारा!'' डॉ.शैलेशनी सगळंच सांगितलं होतं. नीलेश पोद्दार आणि त्याची पत्नी नलिनी अचंबित होऊन पाहत राहिले. अद्‌भुत काहीतरी ऐकतोय, असंच त्यांना वाटत राहिलं.

नीलेश हातवारे करत म्हणाला, "व्हॉट नॉनसेन्स! विज्ञानाचा आधार घेऊन मला बुद्धू बनवताय की काय? त्या पाठारेला वाचवायच्या नादात तुम्ही सर्वच मला गुंतवत आहात. आय वुईल फाईल दि केस अगेन्स्ट यू." आपल्या पत्नीकडे पाहत तो पुढे म्हणाला, "नलिनी, हा डॉक्टर वेडा झालेला दिसतोय. तू विश्वास ठेव माझ्यावर. मी तुझ्याशिवाय कुणाचाही विचार केलेला नाही."

"हो निश्चितच! तिचाच विचार केलात मि. नीलेश तुम्ही. अगदी खरं बोललात. फक्त पैशांचा विचार करून नलिनी पोद्दारांचा विचार केलात. जिच्यावर खरंखुरं प्रेम केलंत, तिचाच जीव घेतलात आणि तिच्या पोराचाही!"

इन्स्पेक्टर पवार आक्रमक होत सरळच बोलले होते,

"नाहीऽऽ" नीलेश पोद्दार जोराने ओरडला. त्यानं डोळे गच्च बंद करून घेतले. छाती चांगलीच धपापत होती. नलिनी पोद्दारही त्याच्याकडे अविश्वासाने पाहत होती.

इन्स्पेक्टर पवार पुढे म्हणाले, "मि. नीलेश पोद्दार, सरळसरळ तुम्ही खरं काय ते सांगा. तुमच्याविषयी थोडाफार आदर शिल्लक असल्यानंच हे सांगतोय. नाहीतर मी माझ्या मार्गानं जायला मोकळा होईन." इन्स्पेक्टर पवार निर्वाणीचं बोलले. त्यांच्या चेहऱ्यावर रागाच्या छटा स्पष्ट दिसत होत्या. पुढची चाल काय असेल, हे त्यांच्या कृतीवरून समजून येत होतं.

नीलेश पोद्दारनं सारंच ओळखलं. त्याचं अवसानच गळालं. आपल्या पत्नीकडे त्यानं केविलवाणेपणानं पाहिलं. तिच्याही डोळ्यांत तिरस्काराच्या भावना होत्या. त्यामुळे नीलेश अजूनच निराश झाला. सगळंच संपल्याची भावना त्याच्यात आली. त्याचे ओठ हळूच थरथरले. गोठलेले एकेक शब्द बाहेर पडू लागले.

"होय! मीच तो गुन्हा केला आहे. पाठारे बोललाय, ते सगळंच खरं आहे. जिनं माझ्यावर जीवापाड प्रेम केलं, तिलाच मी पैशांच्या मोहापायी फसवलं. नलिनीचं स्थळ आणि तिच्या पैशाला मी बळी पडलो. पैशाच्या रूपानं मला भविष्यातली सुखं दिसू लागली. त्यात सोनाली आणि तिच्या बाळाचा मला विसर पडला. भानावर आलो, तेव्हा तिच्यावर दडपण आणून अॅबॉर्शन करून घेतलं. पण ती स्वत:ही माझ्या मार्गातला एक अडथळा होती. माझ्या प्रगतीला – पर्यायाने नलिनी आणि माझ्या संबंधांत ती अडसर ठरू लागली. लग्न करण्याच्या आमिषानं मी तिला महाबळेश्वरला नेलं आणि तिथंच रात्रीचं आजूबाजूला कुणीही नसताना तिचा कडेलोट केला. तिची आर्त किंकाळी अजूनही माझ्या कानात घुमतेय."

नीलेश पोद्दार हमसाहमशी रडू लागला. त्यानं कबुली दिली होती. कधीही उलगडू न शकणाऱ्या खुनाचा प्रकार उघडकीस आला होता. त्याची पत्नी नलिनी या निवेदनानं मटकन खालीच बसली. ती नि:स्तब्ध झाली. डोळ्यांतून अखंडपणे अश्रू वाहत होते. ज्याच्या हातात आयुष्याची दोरी दिली त्यानंच ती कापली होती.

तिचं भविष्य अंधारमय झालं होतं.

इन्स्पेक्टर पवारांनी सुटकेचा नि:श्वास टाकला. प्रा.पाठारे निर्दोष होते. खरा गुन्हेगार सापडला होता.

विज्ञानानं गुन्हा करणारा गुन्हेगार उघडकीस आणला होता. इन्स्पेक्टर पवारांनी मनोमन विज्ञान आणि डॉ.शैलेशना प्रणाम केले.

रमाकांत पाठारे आणि डॉ.भणगेही 'न भूतो न भविष्यति' या नजरेने पाहत होते. अविश्वास तरी कसा दाखवायचा, असेच भाव त्यांच्या चेहऱ्यावर होते. डॉ.शैलेश इन्स्पेक्टर पवारांजवळ येत म्हणाले, "बघा इन्स्पेक्टर पवार, विज्ञानानं तुम्हाला खरा गुन्हेगार मिळवून दिला. शिवाय शरीर नष्ट झालं तरी पेशीरूपाने मानव अमरच आहे म्हणायचा! एका मुलानं आपल्या आईला योग्य रितीने न्याय मिळवून दिला, असंच म्हणायला हवंय. ही निसर्गाचीच किमया आहे. चला."

सर्वच खोलीबाहेर आले होते. शेजारीच प्रा.पाठारेंची प्रकृती त्यांनी बघितली. ते आता ठणठणीत होते. सौ.पाठारे आणि रमाकांतकडे पाहत शैलेश म्हणाले, "आता काळजी करण्याचं कुठलंही कारण नाही. प्रा.पाठारे निर्दोष आहेत. मला वाटतं, अशी घटना आता कधीही होणार नाही. कारण पेशींचा उद्रेक थांबला आहे. तिचा प्रतिशोध संपला आहे. समाधान झालं आहे. आता प्रा.पाठारेंची स्मृती ही त्यांची स्वत:चीच आहे. सो नाऊ बी हॅपी, लिव्ह हॅपी अ‍ॅण्ड बेस्ट लक!"

डॉ.शैलेशनी शुभेच्छा दिल्या आणि हात जोडून ते बाहेर पडले. अभावितपणे सौ.पाठारे आणि रमाकांतचेही हात जोडले गेले. डॉ.शैलेश इन्स्पेक्टर पवारांकडे पाहत म्हणाले, "सोऽऽ इन्स्पेक्टर पवार. मी तुमचेही आभार मानले पाहिजे. कारण हा प्रयोग आणि त्याच्या परिणामांवर तुम्ही विश्वास ठेवलात; सहकार्य केलंत. ह्याशिवाय या निर्णयाप्रत येणं अशक्य होतं. थँक्स!"

"खरंतर मीच तुमचा ऋणी आहे, डॉ.शैलेश. त्यानिमित्ताने का होईना थोडं विज्ञान मला समजावून घेता आलं. विज्ञानाचं महत्त्व त्यामुळे माझ्या मनात द्विगुणित झालंय. थँक्स टू यू." इन्स्पेक्टर पवार प्रत्त्युत्तरादाखल म्हणाले.

डॉ.शैलेश हळूच हसले आणि पुन्हा हस्तांदोलन करून डॉ. भणगेंसोबत मागे वळले.

कॉरिडॉरमधून जाणाऱ्या डॉ.शैलेश यांच्या पाठमोऱ्या आकृतीकडे क्षणभर इन्स्पेक्टर पवार पाहतच राहिले. विज्ञानाचा आविष्कारच ते पाहत होते. पेशीरूपानं मोठा मोठा होत जाणारा. इन्स्पेक्टर पवार स्वत:शीच हसले आणि सावकाश आपला मोर्चा त्यांनी नीलेश पोद्दारांकडे वळवला.

■

अश्मजीव

"बाबाऽ बाबाऽऽ हे बघा!"

हातात छोटासा दगड, खडक, धातू किंवा तत्सम काहीतरी घेऊन पिनाक वडिलांकडे धावला. त्याच्या हातात जी काही वस्तू होती, ती मोहक होती एवढं मात्र निश्चित!

छोटासा अश्म वडिलांच्या हातात देत पिनाक उत्सुकतेनं म्हणाला, "बघा ना, किती छान दिसतोय हा!"

पिनाकचे वडील म्हणजेच डॉ.रमाकांत बनसोडे कौतुकाने अश्म हातात घेत म्हणाले, "हो का? बघू!"

साधारण आठ सेंटिमीटर परीघ असलेला तो अश्म त्यांनी काळजीपूर्वक न्याहाळला. काहीशा करड्या आणि सोनेरी छटा असलेला तो अश्म पाहून त्यांचंही कुतूहल जागं झालं. असा अश्म त्यांच्यातरी पाहण्यात नव्हता. पिनाकही त्यांच्या प्रतिक्रियेची उत्सुकतेने वाट पाहत होता आणि त्याची आई रमाही कुतूहलापोटी जवळ येऊन थांबली होती. पिनाकच्या चेहऱ्यावरचा आनंद पाहून तिला धन्य झालं होतं, पण त्याच वेळेस एका अनामिक शंकेनं तिचं मन गलबलून आलं.

अश्माचा अतिसूक्ष्म वेध घेत डॉ.बनसोडे म्हणाले, "बेटा, कुठं सापडला तुला हा?"

"बाबा, पाण्याचं तळं आहे ना, तिथं. त्या ठिकाणी एक छोटा खड्डा आहे, त्यातच हा पडला होता."

डॉ.बनसोडेंचं पिनाकच्या बोलण्याकडे लक्ष होतं की नाही माहीत नाही, पण ते मात्र अश्माचा वेध घेण्यातच गुंतले होते. त्यात त्यांना सूक्ष्म विवरं आणि तोंडावर अंडी दिसत होती. विवरात काय असू शकेल, याचा नुसत्या डोळ्यांनी वेध

घेता येत नव्हता; पण त्यात काहीतरी निश्चित असावं, असा त्यांनी अंदाज केला. कारण सूक्ष्म आकाराची अनेक अंडी विवराच्या तोंडावर होती आणि ती काहीशी वेगळ्या आकाराची होती, एवढंच या क्षणी त्यांच्या लक्षात येत होतं.

दीर्घ श्वास सोडत डॉ.बनसोडे आपल्या पत्नीकडे पाहत उत्तरले, "रमा, हा अश्म ठेव बॅगेत. बघू या नंतर." आणि पिनाकच्या डोक्यावर प्रेमाने हात फिरवत पुढे म्हणाले, "गुड बेटा! माणसानं अशीच शोधक दृष्टी ठेवावी. चल, आता मी तुला इथला शिवाजी महाराजांचा पुतळा, बाजारपेठ, समाधी, शिवमंदिर दाखवतो. कम ऑन माय सन."

तिघांनीही प्रथम शिवाजी महाराजांच्या सभागृहाकडे मोर्चा वळवला. या वेळी रमा कौतुकाने बाप-लेकांकडे पाहत होती. पिनाक तिसरीतला चुणचुणीत मुलगा होता. नाकीडोळी नीटस. गोरटेला. शरीराने तसा तो सुदृढ होता; पण काही महिन्यांपूर्वीच्या एका गंभीर आजाराने त्याची प्रकृती खालावली होती. औषधांमुळे प्रतिकारशक्तीही कमी झाली होती.

तीन महिन्यांपूर्वी छोट्या आजाराचं निमित्त झालं आणि रक्त निर्माण करणाऱ्या तांबड्या पेशींमध्ये काही पेशींची वाढ अविरत होत असल्याचं आढळलं. शेवटी रक्ताच्या कर्करोगाचं निदान होताच रमा आणि डॉक्टरांवर आकाश कोसळलं होतं. आपल्या मुलाला लहान वयात असाध्य रोग झालेला पाहून दोघंही कोलमडून गेले होते. पिनाकचा निरागस आणि भोळा चेहरा पाहून तर रमाला सतत भरून यायचं. डॉ.बनसोडेंनी मात्र त्याला वाचवण्यासाठी कंबर कसली होती. यातूनच ॲलोपॅथीसोबत आयुर्वेद, होमिओपॅथीसारख्या समांतर औषधांचाही ते वापर करत होते. केमोथेरपीही चालूच होती. म्हणूनच पिनाकचा तेजोवलय चेहरा निस्तेज झाला होता. त्याचं कळण्याचं वय नसल्याने तो नेहमीच आनंदात असायचा. म्हणून डॉ.बनसोडेंनी त्याच्या जीवनातील क्षण न् क्षण फुलवण्याचं ठरवलं होतं.

परवाच त्यानं रायगडावर जाण्याची इच्छा प्रदर्शित करताच, डॉ.बनसोडेंनी लागलीच रजा टाकली आणि त्याला आणि पत्नीला सोबत घेऊन ते रायगडावर हजर झाले होते. अगदी लहानपणापासूनच पिनाकला शिवाजी महाराजांच्या जीवनाविषयी कुतूहल होतं. शाळेत तो त्यांच्याविषयी शिकतही होता. त्यांचा पराक्रम, राष्ट्रप्रेम, न्यायदान त्याला विशेष भावायचं. म्हणूनच रायगडावर येताच तो हरखून गेला होता. शिवाजींच्या समाधीकडे पाहून तर तो खूपच अंतर्मुख झाला होता.

फेरफटका मारत असतानाच तो अश्म त्याच्या हाती आला आणि लगेच त्याने तो आपल्या बाबांना दिला. शिवाजी महाराजांचा इतिहास फारसा कळत नसतानाही तो जे काही पाहत होता, ते साठवून ठेवत होता. डॉ.बनसोडे रायगडावर फिरताना पिनाकएवढेच लहान झाले होते. पण कुठेतरी त्या अश्मानं आणि त्यातल्या विवरांनी

त्यांच्या मनात घर केलं होतं. पुन्हा पुन्हा तो अश्म त्यांच्या डोळ्यांपुढे येऊन जात होता.

डॉ.रमाकांत बनसोडे हे साधारण पस्तिशीतीले तरुण प्राध्यापक आणि शास्त्रज्ञ होते. तळागाळातून वर आल्याने सर्व कष्टप्रद परिस्थितीची जाणही त्यांना होती. शिवाय लहानपणापासून बुद्धिमान असल्याने तरुण वयातच आंतरराष्ट्रीय पातळीवर त्यांचं नाव झालं होतं. मूळ प्राणीशास्त्राचे; पण आधुनिक विज्ञानाची पावलं ओळखून त्यांनी जैवतंत्रज्ञानातही संशोधनाला सुरुवात केली होती. विद्यापीठातल्या जैवतंत्रज्ञान विभागात रुजू होताच, त्यांनी प्रथम स्वत:ची प्रयोगशाळा विकसित केली होती. शिवाय इतर मूलभूत शास्त्रांच्या शाखांशीही सहकार्य आणि संशोधनाची देवाण-घेवाण ते करत. भारतात आणि आंतरराष्ट्रीय पातळीवर एव्हाना त्यांचं जैवतंत्रज्ञ आणि शास्त्रज्ञ म्हणूनच नाव झालं होतं. त्यांच्या हाताखाली संशोधक विद्यार्थ्यांचा ताफाही होता.

प्राण्यांवरचा अभ्यास करता-करता डॉ.बनसोडे त्यांच्या जनुकांचाही वेध घ्यायला लागले होते. मोठ्या प्राण्यांपेक्षा उंदीर आणि कीटकांवर त्यांचा भर होता, कारण मानवी जनुकांशी त्यांचं साधर्म्य होतं. शिवाय कीटकांची अंडी मिळाली, तर त्यापासून प्राथमिक अवस्थेतला डिंभक (Larva) निर्माण करणं सोपं होतं. त्यासाठी त्यांनी एक नवीन पद्धत विकसित केली होती. प्राथमिक अवस्थेतल्या कीटकांच्या जनुकांत त्यांना खास रुची होती. कीटकांचा रंग, रूप, उंची, बांधा, ठेवण, स्वभाववैशिष्ट्यं आणि शरीर-प्रवृत्ती अशा विविध गुणधर्मांचा सांकेतिक भाषेतला आराखडा रंगसूत्रांवर असलेल्या जनुकात डी.एन.ए. स्वरूपात दडलेला असतो, हे त्यांना ठाऊक होतं. प्राथमिक अवस्थेतले कीटक निर्माण होताच त्यांच्या जनुकात वातावरणामुळे काय बदल होतात, हा डॉ.बनसोडेंच्या संशोधनाचा मुख्य विषय होता. आतापर्यंत फुलपाखरू, माशी, मधमाशी, एल सारख्या कीटकांचे डिंभक निर्माण करून त्यांच्या जनुकांचा त्यांनी अभ्यास केला होता. फुलपाखरांवरच्या सुंदर रेखाचित्रांना कारणीभूत असणारी काही जनुकं आणि त्यांचा शोध, असे आता टप्प्यात होते. एकूण त्यांचं संशोधन उच्च पातळीवर चाललं होतं.

त्यामुळे पिनाकला सापडलेला अश्म जेव्हा डॉ.बनसोडेंनी पाहिला तेव्हा त्यांच्यातला संशोधक जागा झाला. स्पष्ट दिसत नसलं तरी अश्मातल्या विवराच्या टोकाला सूक्ष्म असे कण त्यांना जाणवले होते आणि ते कुठल्यातरी कीटक अथवा जीवाणूंचे असावेत, असा त्यांचा अंदाज होता.

दिवसभर रायगडावर फिरताना त्यांच्या डोक्यात अश्माचेच विचार तरंगत होते. शिवकालीन किंवा अजून प्राचीन काळातला तो साक्षीदार होता का? की अजून काही?

पिनाक रायगड पाहून खूश झाला होता. सौ. बनसोडेंनी शिवाजी महाराजांच्या कुत्र्याची कथा सांगताच तो अंतर्मुख झाला होता. कुत्र्याच्या पुतळ्याकडे पाहत तो बराच वेळ थांबला होता. मालकाविषयी कुत्र्याची निष्ठा पाहून या वयातही तो हरखून गेला होता. शिवाजी महाराजांचा मृत्यू असह्य होऊन त्यांच्या चितेतच त्या कुत्र्याने आत्मदहन केलं होतं, हे ऐकून पिनाक सुन्न झाला होता.

इतिहास मनात साठवून डॉ.बनसोडे, सौ. बनसोडे आणि पिनाक पुण्याला परतले. पिनाकचं मन जेवढं प्रफुल्लीत ठेवता येईल, तेवढं ठेवण्याचा प्रयत्न डॉ.बनसोडे करत होते. आयत्या वेळच्या रायगड दौऱ्याने ते थोडंफार साध्यही झालं होतं.

दुसऱ्या दिवशी प्रयोगशाळेत येताच डॉ.बनसोडे आपल्या केबिनमध्ये दाखल झाले. एक-दोघं विद्यार्थी प्रयोगात मग्न होते. बसण्याआधी त्यांनी मनात घोळत असलेले काही संदर्भ चाळून काढले. खुर्चीत बसत असतानाच त्यांनी हाक मारली, ''हर्षऽऽ''

पांढरा ओव्हरकोट घातलेला हर्ष, आवाज येताच डॉ.बनसोडेंच्या केबिनमध्ये दाखल झाला. हर्ष त्यांचा आवडता आणि हुशार संशोधक-विद्यार्थी होता. दोघं-तिघं उपस्थित विद्यार्थी पदव्युत्तर वर्गाचे होते. हर्षच्या हातात एक काचेची बाटली होती. ती डॉ.बनसोडेंच्या पुढ्यात ठेवत तो म्हणाला, ''येस सर! हे बघा. गेल्या दोन दिवसांत तुम्ही सांगितल्याप्रमाणे फलित केलेली फुलपाखरं आणि माशांची डिंभकं. तुमची पद्धत उत्तमच आहे सर! सी हाऊ दे आर मुव्हिंग!'' हर्ष आनंदानं म्हणाला.

डॉ.बनसोडेंनीही बाटलीकडे पाहिलं. त्यात पाण्यामध्ये करड्या आणि तांबड्या रंगाचे डिंभक वळवळत होते. एकूण सात-आठ असावेत.

डॉ.बनसोडे उत्तरले, ''याच्या गुणसूत्रातल्या डी.एन.ए.ची संरचना पाहिलीत?''

''होय सर!'' परिणाम त्यांच्या पुढ्यात ठेवत हर्ष पुढे म्हणाला, ''सी, दे आर रिअली इंटरेस्टिंग! डी.एन.ए.च्या संरचनेत थोडाफार बदल आहे.''

डॉ.बनसोडेंनी गंभीरपूर्वक आराखडा पाहिला आणि दीर्घ श्वास सोडत म्हणाले, ''ठीक आहे हर्ष! गुड; पण याच डी.एन.ए.च्या साखळ्यांवर प्राप्त वातावरणाचा काय परिणाम होतो ते तू बघ अ‍ॅण्ड ट्राय टू इंड्यूस सम एक्स्टर्सनल अ‍ॅक्टिव्हिटी. त्यामुळे एखाद्या डी.एन.ए.च्या बिघाडामुळे अवास्तव पेशी तयार होतात का, याचा अभ्यास करता येईल.'' डॉ.बनसोडेंचा मुख्य हेतू हर्षच्या लक्षात आला होता. कुठंतरी त्यांना अविरत वाढ होणाऱ्या पेशींसाठी कारणीभूत असणारे जनुक शोधायचे होते. त्यांच्या लाडक्या पिनाकचा घनिष्ठ संबंधच अशा पेशींशी असल्याने या संशोधनात त्यांनी स्वत:ला झोकून दिलं होतं. पेशींचा मूळ गाभा आणि केंद्राशी ते जाऊन भिडले होते.

त्या अद्‌भुत जगातच पिनाकचा जीवनसंघर्ष उभा असल्याने डॉ.बनसोडे बिनदिक्कत त्यात शिरले होते. त्यातूनच ते जनुक त्यांना शोधायचं होतं किंवा समांतर जनुकाची निर्मिती करून पिनाकवरच प्रयोग करण्याची त्यांची स्वप्नवत् कल्पना होती. "सर, पण असा परिणाम बघण्यात बराच कालावधी जाईल. त्यापेक्षा वातावरणाची हवी तशी निर्मिती करून जनुकांवर परिणाम आणि त्या अनुषंगाने पेशींची अनियंत्रित वाढ आपल्याला बघता येऊ शकेल." हर्ष वस्तुस्थिती विशद करत उत्तरला. त्यावर डॉ.बनसोडे थोडासा विचार करत म्हणाले, "ठीक आहे. तसंही चालेल. त्यामुळे नेमक्या जनुकावर बोट ठेवता येईल." हर्षने बाटली उचलली आणि तो वळणार तेवढ्यात डॉ.बनसोडे पुन्हा म्हणाले,

"हर्ष, एक मिनिट थांब."

हर्ष पुन्हा माघारी झाला, तेव्हा डॉ.बनसोडे बॅगेतून काहीतरी काढत होते. डॉ.बनसोडे म्हणाले, "बघितलंस हर्ष, हा अश्म आहे. परवा रायगडावर गेलो, तेव्हा पिनाकला सापडला. आय फाऊंड इट लाईक अनआयडेंटीफाईड. बघ!" डॉ.बनसोडेंनी अश्म हर्षच्या हातात दिला होता. हर्षने तो हाती घेताच त्याला वेगळ्याच जाणिवा झाल्या - न सांगण्यासारख्या. त्यानं न्याहाळून पाहिलं. काहीतरी वेगळं होतं निश्चितच! तो म्हणाला,

"होय सर! इट लूक्स स्ट्रेंज, पण मग याचं काय करायचं?"

"यात जर तू सूक्ष्मपणे पाहिलंस, तर तुला छोटी विवरं दिसतील. त्यात काय आहे माहीत नाही, पण त्या विवरांच्या तोंडावर मात्र सूक्ष्म कण दिसत आहेत. दोज आर क्वाईट इंटरेस्टिंग! मला वाटतं एका वेगळ्याच कीटकाची ती अंडी असावीत." डॉ.बनसोडे मनातलं बोलले होते.

"काय?" हर्ष आश्चर्यानं उद्‌गारला.

डॉ.बनसोडे त्याच्या हातातून अश्म घेत म्हणाले,

"चला, आपण सूक्ष्मदर्शिकेखाली निरीक्षण करून ठरवू."

डॉ.बनसोडे त्यांच्या प्रयोगशाळेतल्याच काचतावदानं असलेल्या केबिनमधून बाहेर पडले. प्रयोगशाळा अद्ययावत होती. अतिसूक्ष्म प्राणीजीव आणि जनुकांचा वेध घेणारी यंत्रणा तिथे होती. वेगवेगळे प्रकल्प राबवून डॉ.बनसोडेंनी प्रयोगशाळा विकसित केली होती. आधुनिक सूक्ष्मदर्शिकाही होत्या. आजूबाजूला काचेची कपाटं होती. त्यात चंचुपात्रांमध्ये प्राण्यांपासून ते अतिसूक्ष्म जीवाणूंचे नमुने होते. रसायनांच्या बाटल्या होत्या. इनक्युबेटर तापमानमापिकेसारख्या गोष्टीही होत्या. प्रयोगशाळा पूर्णत: वातानुकूलित होती. प्रयोगशाळेच्या काही कप्प्यांमध्ये अतिशीत तापमानाला प्रयोग करण्याची सुविधा होती, तर एके ठिकाणी अतिउच्च तापमानाची सोय होती. चार-पाच संगणक होते. त्यांच्या साहाय्याने जनुकांतल्या काही क्रिया समजून

घेण्याचे सैद्धान्तिक प्रयोग सुरू होते. एकूण डी.एन.ए. पातळीवर हा अभ्यास असल्याने प्रयोगशाळेत आधुनिक उपकरणं उपलब्ध होती.

डॉ.बनसोडे आणि हर्ष सूक्ष्मदर्शिकेजवळ येऊन थांबले. अश्म सूक्ष्मदर्शिकेखाली ठेवताच डॉ.बनसोडेंनी भिंगातून पाहायला सुरुवात केली. सूक्ष्मदर्शिकेची कार्यक्षमता मोठी असल्याने अश्मातली अतिसूक्ष्म विवरं मोठी झाली होती. त्यांच्या आत ठार अंधार पाहताच डॉ.बनसोडेंना आश्चर्य वाटलं. आत काय असू शकेल, याचा अंदाज त्यांना घेता येत नव्हता आणि आत डोकवायचं कसं, हेही कळत नव्हतं; पण विवरांच्या टोकावर पिग्मी घरांच्या आकाराची अंडी पाहून त्यांचा चेहरा खुलला होता. हर्षला ते म्हणाले, ''हर्ष, आता बघ काय दिसतंय तुला?''

हर्ष सूक्ष्मदर्शिकेला डोळा लावत उद्गारला, ''वॉव! मार्व्हलस सर! दीज आर एग शेल्स.'' डॉ.बनसोडेंकडे पाहत तो पुढे म्हणाला, ''कसले असू शकतील सर हे?''

''तेच तर पाहायचंय हर्ष आपल्याला. मी पूर्वी कधीही अशी अंडी पाहिलेली नाहीत. दिज आर ऑफ डिफरंट टाईप. म्हणूनच त्यांचं फलन आपल्याला करायचंय.'' डॉ.बनसोडे हर्षकडे पाहत म्हणाले.

''काय म्हणताय सर? तुम्हाला वाटतंय ती फलित होतील?'' हर्ष शंकेने म्हणाला.

''माहीत नाही! पण ते काम मी तुझ्यावर सोपवणार आहे. यू आर एक्स्पर्ट इन धिस प्रोसेस. फुलपाखरू, माशीची डिंभकं जशी तू तयार करतोस, त्याचप्रमाणे याचीही करायचीत. त्याच अटींनी.'' डॉ.बनसोडे विश्वासानं म्हणाले.

हर्ष थोडासा ओशाळत उत्तरला, ''पद्धत तुम्हीच मला शिकवलीत सर. मी जरूर करीन.''

डॉ.बनसोडेंनी पुन्हा सूक्ष्मदर्शिकेतून अश्माचं निरीक्षण करून अंड्यांचा वेध घेण्याचा प्रयत्न केला. शेजारीच पडलेला फोरसेप उचलून त्यांनी सहजासहजी डोळ्याला न दिसणारा एक एग शेल उचलला आणि छोट्याशा चंचुपात्रात टाकला. हर्षकडे पाहत ते म्हणाले, ''हर्ष, यू गो अहेड. हे घे. सध्या एकच अंडं असू दे. प्रयत्न करून पाहू या. कारण त्याविषयी आपल्याला काहीच माहीत नाही.''

डॉ.बनसोडे अविश्वासाने बोलत होते. हर्षने चंचुपात्र हातात घेऊन पाहण्याचा प्रयत्न केला आणि तो आतल्या एका खोलीत निघून गेला. त्या खोलीतच डिंभक तयार करण्याचं कार्य चालू असायचं. डॉ.बनसोडे पुनश्च केबिनमध्ये येऊन बसले. अश्मामधली अंधकारमय विवरं त्यांच्या डोळ्यांपुढे होती. 'त्यात अदृश्य असं काही असू शकेल का?' त्यांचं मनही विवरांभोवतीच फिरत होतं.

हर्षही डिंभकं तयार करण्याच्या खोलीत शिरला होता. खोली तशी छोटीशीच

होती. अंधूकसा प्रकाश असलेली. त्या खोलीचं तापमान मात्र गरजेनुसार ठेवता यायचं. शिवाय वेगवेगळ्या प्राण्यांची अंडी फलन करण्यासाठीची सर्व सुविधा त्यात होती.

हर्षनं सुरुवात केली. पुन्हा ते अंडं त्यानं सूक्ष्मदर्शिकेखाली पाहून घेतलं आणि एका छोट्या प्लॅस्टिकच्या परीक्षानळीत टाकलं. डिंभक निर्माण करण्याच्या पद्धतीत हर्ष निष्णात होता. डॉ.बनसोडेंनीच त्याला ते शिकवलं होतं.

परीक्षानळीत अश्माचं अंड टाकताच, त्यात पाणी आणि इतर काही रसायनं हर्षनं मिसळली. तापमान, दाब आणि प्रकाश ठरावीक पातळीला आणून ती नळी त्याने विशिष्ट उपकरणात ठेवली. अश्म-अंड्याच्या सोबतच हर्षने काही इतर फुलपाखरं, माशी यांचीही अंडी फलनासाठी टाकली.

सतत चार तास हर्ष या कामात व्यग्र होता. डॉ.बनसोडेही मध्ये येऊन निरीक्षण करून गेले होते.

तीन दिवसांनंतर हर्ष डॉ.बनसोडेंच्या केबिनमध्ये येत म्हणाला, ''सर, दोन मिनिटं येता का?''

''का रे? काही सीरिअस?'' डॉ.बनसोडेंचा काळजीयुक्त स्वर.

''नाही सर. जे अंडं तुम्ही फलनासाठी दिलं होतं, त्याविषयी दाखवायचं.''

''असं होय! चल तर मग.'' डॉ.बनसोडे उत्साहाने उठत म्हणाले. दोघेही बोलतच त्या छोट्याशा प्रयोगशाळेत आले.

परीक्षानळीकडे निर्देश करत हर्ष उत्तरला, ''बघा सर आपल्या पद्धतीनुसार इतर सर्व अंडी फलित झालीत; पण ते अश्म अंड आहे तसंच आहे. देअर इज नो इफेक्ट ऑफ धिस एन्व्हायर्नमेंट.'' डॉ.बनसोडे तोंडाचा चंबू करून विचार करत राहिले. असं का व्हावं म्हणून आश्चर्यचकित झाले. 'किमान या वातावरणात पृथ्वीवरच्या कुठल्याही जीवाणूची निर्मिती व्हायला हवी होती. मग हे अंडं असंच का राहिलं? हे अंडं खरंच कीटकाचंच आहे का? की अजून दुसरं काही? आपण उगाचच मृगजळामागे तर धावत नाही ना?' असंही त्यांच्या मनात येऊन गेलं. पण ते अंडंच आहे, याची खात्री त्यांनी करून घेतली होती. कदाचित याचं फलन होण्यासाठी वातावरणनिर्मिती वेगळी असू शकेल. डॉ.बनसोडे सखोल विचार करू लागले.

आता डॉ.बनसोडेंनी स्वतःच सूत्रं हाती घेतली. हर्ष नुसताच पाहत होता. डॉ.बनसोडेंची प्रत्येक कृती आश्वासक होती. वातावरणाच्या सर्व अटी त्यांनी बदलल्या. उच्च तापमान, दाब आणि प्रकाशाची प्रखरता वाढवली आणि अंड्याचं सूक्ष्म पातळीवर ते निरीक्षण करू लागले. बऱ्याच अटी वेगवेगळ्या पातळीवर त्यांनी बदलवून पाहिल्या. एके ठिकाणी त्यांना अंड्यातल्या अति-अति सूक्ष्म पातळीवर बदल जाणवला, म्हणून त्यांनी सर्व अटी स्थिर ठेवल्या आणि प्रयत्न करायचं ठरवलं. तापमानाकडे लक्ष गेलं तेव्हा ते पाहतच राहिले. या तापमानाला

पृथ्वीवरचा कुठलाच जीवाणू टिकणं शक्य नव्हतं; पण तरीही डॉ.बनसोडे प्रयत्न करणार होते. अखंड आठ तास ती दोघं या प्रयोगात गुंतली होती. या वेळी हर्षची खूपच मदत झाली होती.

या स्थितीत आणि वातावरणात किमान काही काळ जावा लागणार, याची कल्पना डॉ.बनसोडेंना होती. म्हणून परिणाम काहीही आला, तरी ते स्वीकारणार होते. तसा हा प्रयत्न शेवटचाच होता. यापेक्षा अजून फारसं काही करता येईल, अशी आशा त्यांना वाटत नव्हती.

मध्ये तीन-चार दिवस असेच निघून गेले. हर्षचं लक्ष होतंच; पण डॉ.बनसोडेही निरीक्षण करून जात होते. कवचावर काहीच परिणाम नव्हता; परंतु आता मात्र सूक्ष्म अशी स्पंदनं जाणवू लागली होती. ते भास होते की काय, अजून ठरायचं होतं.

अजून दोन दिवस इतर वेगवेगळ्या प्रयोगांत निघून गेले. आठव्या दिवशी सकाळीच हर्ष हातात काचेची नळी घेऊन डॉ.बनसोडेंच्या केबिनमध्ये दाखल झाला. त्याच्या चेहऱ्यावर कमालीचा आनंद होता. तो उल्हसित होत म्हणाला, "सर! हे बघा. तुमचा प्रयोग यशस्वी झाला."

विस्तारलेल्या काचेच्या त्या नळीकडे डॉ.बनसोडे अविश्वासाने पाहत राहिले. पाण्यात रंगानं निळसर असलेला तो जीवाणू, डिंभक तरंगत होता. हर्षनं इतरही डिंभकं सोबतीला टाकली होती. त्या सर्व तांबड्या डिंभकांमध्ये तो निळसर डिंभक मात्र उठून दिसत होता.

डॉ.बनसोडे आश्चर्यचकित झाले. निळ्या रंगाचा डिंभक पाहून त्यांच्या मनात असंख्य तरंग उमटले. डॉ.बनसोडे हर्षकडे पाहत म्हणाले, "हर्ष, हा एवढा निळा कसा? इट्स इंटरेस्टिंग!"

"सर, मीही प्रथम चक्रावलोच. कारण हे सर्वसाधारण जीवाणूंच्या कक्षेत बसणारं नाहीये." हर्ष शंका व्यक्त करत पुढे म्हणाला, "इट मे बी अ न्यू काइंड ऑफ इन्सेक्ट."

डॉ.बनसोडे हर्षकडे अर्थपूर्ण पाहत म्हणाले, "शक्यता नाकारता येत नाही. तू एक काम करतोस का?"

"काय सर?"

"या डिंभकाच्या जनुकाचा आराखडा आणि डी.एन.ए. फिंगर प्रिंट्स् काढून आणतोस का? आपल्याजवळ इतर जीवाणूंचा आहेच. लेट अस कंपेअर."

"ठीक आहे सर. दहा मिनिटात आलोच."

हर्ष पुन्हा वेगानं काचेची नळी घेऊन प्रयोगशाळेत शिरला. डॉ.बनसोडेही या वेळी वेगळ्या दिशेने विचार करण्यात गुंतले होते. दहा मिनिटांत हर्ष केबिनमध्ये आला, तेव्हा तो कमालीचा अस्वस्थ होता. घामानं डबडबला होता. डॉ.बनसोडे

त्याच्याकडे पाहत म्हणाले, "हे काय हर्ष? एवढा घाबरलास का? डी.एन.ए. फिंगर प्रिंट्स मिळालेत ना?"

"होय सर! मिळालेत ना. हे बघा." हर्ष त्यांच्यासमोर जनुकांचा आराखडा आणि डी.एन.ए. फिंगर प्रिंट्स ठेवत चाचरत उत्तरला.

"मग तू एवढा घामाळलेला आणि घाबरलेला का?"

"काही नाही सर. सांगता येणार नाही, पण या डिंभकाचे डी.एन.ए. फिंगर प्रिंट्स घेताना प्रयोगशाळेतल्या वातावरणात कमालीचा बदल झाला होता. काहीतरी वेगळं, न सांगण्यासारखं! क्षणभर एका वेगळ्या जगात प्रवेश केल्यासारखं वाटलं. कदाचित तो माझा भासही असू शकेल. माझं अंग ओलं चिंब झालंय, हे आता कळतंय. एनी वे. पण त्याचे डी.एन.ए. प्रिंट्स आणि जनुकं खूपच वेगळी आहेत. सी." हर्ष पुन्हा धपापत म्हणाला.

डॉ.बनसोडेंनी त्याचं निरीक्षण केलं. त्याच्यात बदल झाला होता, पण कुठला नेमकं कळत नव्हतं. जनुक आराखडा आणि डी.एन.ए. फिंगर प्रिंट्सकडे पाहताच ते पुन्हा स्तंभित झाले. जनुकातली गुणसूत्रं, रंगसूत्रं, डी.एन.ए. साखळी पूर्णत: वेगळ्या प्रकारची होती. पृथ्वीवरच्या कुठल्याही जीवाणूची तशी नव्हती. म्हणजे पृथ्वीवरच्या जीवसृष्टीशी निगडित नसलेली. डॉ.बनसोडे प्रथमच सुन्न झाले होते. विश्वातला एक वेगळा प्रकारच त्यांच्या हाती आला होता.

डॉ.बनसोडे आणि हर्ष त्यावर बराच वेळ विचारविनिमय, चर्चा करत राहिले. त्या निळसर डिंभकाचं निरीक्षण करत राहिले. त्याच्या हालचालींमध्ये निर्माण होणारी गती पाहत राहिले.

डोक्यात काहीतरी विचार करून त्यांनी हर्षला ती नळी पुन्हा प्रयोगशाळेत फूडफिडिंगसाठी ठेवायला सांगितली, कारण त्याचे इतर गुणधर्म पाहण्यासाठी त्यांना काही दिवस जाऊ द्यावे लागणार होते.

हर्षने काचेची नळी अन्ननलिकेला जोडली आणि डिंभकांच्या उदरनिर्वाहासाठी त्यातून अन्नाचा पुरवठा केला जाऊ लागला. निळ्या डिंभकासोबतच इतर डिंभकं असल्याने भाजीपाला, ब्रेडच्या कणांचा प्रवाह सोडला जात होता.

मध्ये पाच-सहा दिवस गेले, पण त्या निळ्या डिंभकाच्या आकारात फारसा बदल झाला नाही, पण त्याची चपळता मात्र वाढली होती. इतर डिंभकांच्या मानानं तो जास्तच चपळ झाला होता. अन्नाचा उपयोग त्याला कितपत झाला होता, हे या क्षणी सांगणं कठीण होतं. प्रत्येक दिवसाला डॉ.बनसोडे निळ्या डिंभकाच्या हालचाली आणि गुणधर्मांचं निरीक्षण करून जायचे.

सकाळी आल्याआल्या हर्ष पळतच डॉ.बनसोडेकडे येत म्हणाला "सर, काचेच्या नळीत इतर डिंभकं नाहीयेत. फक्त तोच एकटा आहे." हर्षचा चकित

आणि तेवढाच भेदरलेला स्वर बाहेर पडला होता.

"काय?" डॉ.बनसोडे आश्चर्याने पाहत पुढे म्हणाले, "दुसरी डिंभकं नाहीत? असं कसं होईल? काल रात्री जाताना तर आपण पाहिलंय. चल बघू." दोघंही लगबगीने प्रयोगशाळेत आले. डॉ.बनसोडेंनी नळी पाहताच, त्यांना तेथे निळ्या डिंभकाशिवाय कुठलेही डिंभक नसल्याचं दिसलं. मग ती गेली कुठे?

डॉ.बनसोडे हर्षकडे पाहत म्हणाले. "आश्चर्य आहे! हर्षऽऽ कुणी विद्यार्थ्याने प्रयोगासाठी काढलेत का विचार?"

"नाही सर. मी आधीच विचारलं. रात्री इथं कुणी आलंच नाही म्हणाले." हर्ष ठामपणे म्हणाला.

"काय म्हणतोस?" डॉ.बनसोडेंनी प्रत्येक विद्यार्थ्याला विचारून पुन्हा खात्री करून घेतली. परत त्या छोट्याशा प्रयोगशाळेत येत डॉ.बनसोडे हर्षला म्हणाले, "हर्ष, परवा आपण फलित केलेले काही डिंभक पुन्हा यात सोड. लेट सी."

"होय सर." हर्षनं लागलीच कृती केली. काही डिंभकं सोडली तेव्हा तो निळा डिंभक शांत होता.

थोडा वेळ थांबून डॉ.बनसोडे निघून गेले. त्या डिंभकांचं काय झालं असेल म्हणून त्यांच्या डोक्यात विचार सुरू झाले होते.

दरम्यान पिनाक अत्यवस्थ झाला होता. त्याला रुग्णालयात दाखल करण्यात आलं होतं. अविरत वाढत जाणाऱ्या पेशी आता कुठल्याही औषधांना जुमानत नव्हत्या. त्याचा कर्करोग शेवटच्या टप्प्यात येऊन ठेपला होता. मलूल आणि अचल अवस्थेत तो पडून होता. दिवसाला रक्त बदलून त्याला जिवंत ठेवण्यात येत होतं. डॉक्टर्स शर्थ करत होते, पण उपायच नव्हता.

डॉ.बनसोडेंची धावपळ सुरू झाली होती. त्यांची पत्नी अबोल झाली होती. कोवळं पोर जाताना पाहून त्यांना कमालीचा मानसिक धक्का बसला होता.

भावनिक, मानसिक या सर्वच पातळींवर डॉ.बनसोडेंची परीक्षा होती. मुलाला सांभाळताना पत्नीलाही सांभाळावं लागत होतं. तरीही ते स्थिर आणि खंबीर होते. एका शास्त्रज्ञाची ही कसोटीच होती. मुलाला वाचवण्याच्या जिद्दीने त्यांनी काही प्रयोग हाती घेतले होते; पण आता तेवढा वेळच नव्हता. डॉ.बनसोडे असाहाय्य झाले होते.

हॉस्पिटलमध्ये पिनाकला ब्लड ट्रान्सफ्युजनसाठी नेत असतानाच त्यांचा मोबाईल वाजला. क्षणात फोन कानाला लावत ते म्हणाले, "हं, बोल हर्ष!"

"सर, पुन्हा त्या नळीत इतर डिंभकं नाहीयेत. फक्त तोच निळा डिंभक आहे. इट्स रिअली सरप्राईझिंग सर!" हर्ष घाबरत म्हणाला.

"काय म्हणतोस हर्ष?" डॉ.बनसोडे अनपेक्षितपणे उत्तरले.

"होय सर! या वेळी मी जातीनं लक्ष ठेवून होतो. ती डिंभकं कुणीही काढलेली नाहीत. सर, मला वाटतं काहीतरी चुकीचं होतं आहे." हर्षनं शंका व्यक्त केली. याच वेळी पिनाकचा स्ट्रेचर ट्रान्सफ्युजन रूममध्ये नेला गेला. डॉक्टर्सचा ताफा त्याच्यासोबतच होता. मध्ये जाण्यास मनाई असल्याने डॉ.बनसोडे मोबाईल कानाला लावत बाजूला गेले आणि वेगाने म्हणाले, "सॉरी हर्ष, पिनाकला ट्रान्सफ्युजन रूममध्ये नेल्यानं थोडी गॅप गेली. तू असं कर, त्या निळ्या डिंभकाला तसाच राहू दे आणि इतर कुठलीही डिंभकं तिथे ठेवू नकोस. शिवाय अन्नाचा पुरवठाही बंद ठेव."

"ठीक आहे सर. आय विल टेक केअर. सॉरी सर. पिनाक कसा आहे?"

"या क्षणी तो मृत्यूशी झुंजतोय!"

"ओह!" क्षणभर काय बोलावं त्याला सुचलं नाही. तो पुढे म्हणाला, "सर, काहीही लागलं तर मला बोलवा. मी इथलं पाहतोय." हर्षचा काळजी आणि तेवढाच आधार देणारा स्वर.

"थँक्स हर्ष! तू फक्त आपण सुरू केलेल्या प्रयोगाकडे लक्ष दे. इफ आय नीड एनी हेल्प, आय विल कॉल यू. ओके?"

"ओके सर!"

मोबाईल बंद करून डॉ.बनसोडे पिनाकच्या बाहेर येण्याची वाट पाहू लागले. पिनाकसोबतच निळ्या डिंभकाचाही प्रश्न त्यांच्यापुढे उभा राहिला होता. 'त्याच्याजवळ असलेली इतर डिंभकं कुठे गेली? कदाचित हा निळा डिंभक नरभक्षक तर नसेल?' असा विचार येताच ते नखशिखान्त हादरले. त्यांच्या अंगावर काटा उभा राहिला. नुसत्या विचारांनीही ते कमालीचे सुन्न झाले. 'असं जर असेल, तर मग आपण हा प्रयोग नेमका कुणासाठी करत आहोत? मानवासाठी? की अजून कुणासाठी?' तेवढ्यात पिनाकला घेऊन स्ट्रेचर बाहेर आलं होतं. डॉ.बनसोडे क्षणिक विचार झटकत त्याच्याकडे झेपावले. पिनाकचा फ्रेश चेहरा पाहून त्यांना बरं वाटलं; पण मलूल हास्य पाहून त्यांना गलबलून आलं. कंठ दाटून आला. डोळे भरून आले. या वेळी डबडबलेल्या डोळ्यांत तो निळा डिंभक प्रतिबिंबित होत गेला होता. पुढचा एक दिवस पिनाकच्या औषधांसाठी कमालीचा धावपळीत गेला. आताशी डॉ.बनसोडेंना मानसिक थकवाही आला होता. एका क्षणी निवांत बसले असतानाच पुन्हा मोबाईल वाजला.

"हं, काय झालं हर्ष?" डॉ.बनसोडेंचा अधीर स्वर.

"सर, कमालच झाली! प्रयोगशाळेत आपण फलित केलेले कुठलेही जीवाणू, कीटक शिल्लक नाहीत. आश्चर्य म्हणजे बाटलीत ठेवलेले प्राण्यांचे आणि जीवाणूंचे

अर्धेअधिक नमुने नाहीतच. सर्वच विद्यार्थी घाबरलेले आणि चक्रावलेले आहेत सर!'' हर्षही काळजीने बोलत होता.

''काय म्हणतोस?'' डॉ.बनसोडे क्षणभर सुन्न होत पुढे म्हणाले, ''आणि तो निळा डिंभक?''

''तो आहे तिथंच आहे सर. निवांत. सुस्तावलेला. आताशी त्याचा आकार मोठा झालाय सर.''

''काय बोलतो आहेस हर्ष! सो फास्ट!'' घाईघाईने ते पुढे म्हणाले, ''हर्ष, एक काम कर!''

''कुठलं सर?''

''आत्ताच्या आता प्रयोगशाळा बंद कर आणि कुठल्याही विद्यार्थ्याला मी येईपर्यंत आत जाऊ देऊ नकोस.'' डॉ.बनसोडे विचार करून म्हणाले.

''पण का सर?'' हर्ष न समजून पुढे म्हणाला, ''आणि तो निळा डिंभक?''

''लेट हिम बी अॅज इट इज. काहीही दिलं नाही तरी तो आता जगेल.''

''कसा काय?'' हर्षचा गोंधळलेला आवाज.

''कारण तो नरभक्षक आहे.''

''कायऽऽ बाप रे!'' हर्ष अविश्वासाने ओरडला व पुढे म्हणाला, ''म्हणजे जे काही आता घडतंय, त्याला हा इवलासा डिंभक कारणीभूत आहे?''

''होय. तोच. कारण तो आता स्वतंत्र आहे. ही थिंक्स इन्डिपेंडंटली, म्हणून तुम्ही तिथे कुणीही थांबू नका. मी येतोच आहे. लेटस् सी व्हॉट टू डू.'' डॉ.बनसोडेंनी सरळच मनातलं सांगितलं, कारण आता पर्यायच नव्हता. हर्षही प्रयोगानं घेतलेलं वळण पाहून स्तंभित आणि सुन्न झाला होता. सर इथे नसल्याने त्यालाच जबाबदारीने निर्णय घ्यायचा होता. मोबाईल बंद करून त्यानं वेगानं हालचाली केल्या. निळ्या डिंभकाला आता कुठलाही चान्स द्यायचा नव्हता. गाफिल राहून चालणार नव्हतं. पिनाकला एक दिवस बरं वाटलं म्हणून डॉ.बनसोडे लागलीच प्रयोगशाळेत दाखल झाले. या वेळी प्रयोगशाळेत त्यांच्यासोबत फक्त हर्ष होता. इतर विद्यार्थ्यांना त्यांनी प्रयोगशाळेत यायला मज्जाव केला होता. प्रयोगशाळेत शिरताच तिथलं वातावरण वेगळं होतं; भारावल्यासारखं, अद्भुत असं काहीतरी घडत असल्यासारखं!

हर्ष आश्चर्यानं म्हणाला, ''सर, बघा. एकाही बाटलीतले प्राणी शिल्लक नाहीत.'' डॉ.बनसोडेंच्याही लक्षात येताच ते अस्वस्थ झाले. एकही सजीव प्राणी तिथे शिल्लक नव्हता. हे सर्वच त्यांना अविश्वसनीय वाटत होतं. ते वेगाने छोट्याशा प्रयोगशाळेत शिरले आणि निळ्या डिंभकाकडे पाहतच राहिले. तो आहे तिथंच होता. एकटाच. त्याच्या आजूबाजूचे सर्वच सजीव प्राणी नाहीसे झाले होते. तो कमालीचा चकाकत होता आणि सरळ झाला होता. त्याची लांबी थोडी वाढली

होती. आता तो एका वेगळ्याच पवित्र्यात असल्याचं डॉ.बनसोडेंना दिसलं. तो कोण? कुठला? कशासाठी? त्याचा हेतू काय? याविषयी त्यांना काहीच माहीत नव्हतं आणि आता ती इच्छाही नव्हती. आताशी या निळ्या डिंभकाचा प्राण्यांवरच रोख होता. पण उद्या उठून तो मानवांवरही हल्ला करू शकणार होता. काहीच शाश्वती नव्हती. एवढासा जीवाणू, पण कित्येक प्राणी त्यानं नाहीसे केले होते. अजूनही वेळ गेली नव्हती. डॉ.बनसोडे त्याच्याकडे रागाने पाहत हर्षला निर्वाणीचं म्हणाले, "हर्ष. त्याला बाहेर काढ."

"क् क् काय सर? बाहेर? पण का?" हर्ष चाचरत उत्तरला.

"होय. वुई हॅव टू किल हिम." डॉ.बनसोडे पुन्हा निर्वाणीचं म्हणाले.

"सरऽऽ पण का?"

"कारण तो आपला नाहीये. या पृथ्वीचा नाहीये. वेगळ्या तारकातला, कदाचित वेगळ्याच विश्वातला." डॉ.बनसोडेंनी सरळच सांगितलं.

हे ऐकताच हर्षला धक्काच बसला. त्याच्या तोंडून शब्दच फुटले नाहीत. परकीय जीव पाहून तोही हबकला होता.

डॉ.बनसोडे पुन्हा त्याला म्हणाले, "हर्ष, हरी अप! आपल्याकडे वेळ खूप कमी आहे. हे मानवावरचं अरिष्ट आहे, असं समज हवं तर. कम ऑन."

हर्ष तत्काळ सज्ज झाला. काचेची नळी हातात धरून त्यानं ती खाली टाकली. ती फुटताच निळा डिंभकही बाहेर पडला आणि उसळी मारू लागला. हर्ष बेभान होऊन त्याला पायाने तुडवू पाहत होता, पण त्याला काहीच होत नव्हतं. काही अवजड वस्तू त्याच्यावर टाकून पाहिल्या, पण त्याची कार्यक्षमता आणि चकाकी वाढतच होती. हे सगळं नवीनच असल्याने डॉ.बनसोडेही घाबरले होते. कशाचाच उपयोग होत नव्हता. शेवटी उच्च तापमान ओव्हन आणि अतिशीत क्रायोस्टॅटमध्येही त्या डिंभकाला टाकलं, पण तिथेही तो तावून सुलाखून निघाला. एक वेगळी ऊर्जा आणि झळाळी घेऊन बाहेर पडला. यात मात्र त्याची लांबी वाढतच होती. डॉ.बनसोडे सुन्न आणि बधिर झाले होते. उच्च तापमानालाही तो टिकून होता. किंबहुना जास्त ऊर्जा त्याला मिळाली होती. तो पृथ्वीवरचा सजीव नव्हताच, हे पुन्हा एकदा सिद्ध झालं होतं. हर्षने त्याला पुन्हा हातात धरून वाट्टेल तसा पिळला, पण काहीच उपयोग झाला नाही. यात मात्र हर्ष शक्तिपात झाल्यासारखा धाडकन जमिनीवर पडला.

डॉ.बनसोडेंना क्षणभर काहीच सुचलं नाही. हर्ष आणि डिंभकाकडे ते आलटून पालटून पाहत होते. हर्ष बेशुद्ध पडला होता.

डॉ.बनसोडेंनी हर्षला तसंच सोडून डिंभकाला हातात धरलं. शेजारीच पडलेल्या एका काचेच्या नळीत त्याला टाकलं आणि झाकण बंद केलं. हर्ष शुद्धीवर येईपर्यंत

वाट पाहण्यासाठी वेळच नव्हता. या वेळी एक वेगळाच विचार त्यांच्या मनात डोकावून गेला. केबिनमध्ये येऊन त्यांनी फोन लावला,

"हॅलोऽऽ मी डॉ.रमाकांत बनसोडे बोलतोय. डॉ.शेख आहेत का?"

"हं, मीच आहे. बोला सर."

"सर, तुमचा इलेक्ट्रॉन प्रवेगक आता सुरू आहे का?" डॉ.बनसोडेंचा अधीर प्रश्न.

"होय. माझा एक प्रयोग चालू आहे, त्यामुळे आताच सुरू केलाय. काही काम?" डॉ.शेख होकारार्थी म्हणाले होते.

"सर, मागे एकदा आपण डिंभकावर उच्च ऊर्जेचे इलेक्ट्रॉन्स टाकून प्रयोग केला होता. आठवतंय ना?" डॉ.बनसोडे आठवण करून देत म्हणाले.

"होऽ होऽ. आठवतंय ना. पण ती सगळीच डिंभकं उच्च इलेक्ट्रॉन ऊर्जा आणि कमी मात्रेलाच (dose) मेली होती. त्याचा काही उपयोग झाला का?" डॉ.शेखनीही विचारलं.

"होय झालाय ना! म्हणूनच पुन्हा अजून तसाच एक प्रयोग करायचाय. या क्षणीच." डॉ.बनसोडे अगतिकतेनं उत्तरले.

"निश्चितच! पण ती सर्व मेली होती, हे लक्षात ठेवा." डॉ.शेख पुन्हा परिणामांची आठवण करून देत पुढे म्हणाले, "आता आलात तरी चालेल. प्रवेगक सुरूच आहे. दहा मिनिटं तुमचा नमुना प्रज्वलित करून पाहूयात."

"थँक यू सर! मी आलोच." डॉ.बनसोडे आनंदाने उद्‌गरले. डॉ.बनसोडेंनी फोन ठेवला. हातात काचेची नळी, ज्यात तो निळा डिंभक होता, ती त्यांनी उचलली आणि प्रयोगशाळा बंद करून विभागाबाहेर पडले. हर्षच्या बाबतीत आता विचार करायला वेळच नव्हता.

दोन-चार इमारती सोडूनच भौतिकशास्त्र विभाग होता. त्यातच इलेक्ट्रॉन प्रवेगक ही सुविधा होती. त्या प्रवेगकाचे मुख्य डॉ.शेख होते. काही महिन्यांपूर्वीच बनसोडेंनी त्यांच्या सहयोगाने संशोधनाला सुरुवात केली होती. काही प्राथमिक प्रयोगही झाले होते. बऱ्यापैकी उत्साहवर्धक परिणाम त्यांना लाभले होते. याच वेळी उच्च ऊर्जेच्या इलेक्ट्रॉन्सचा मारा करताच डिंभक पूर्णत: निकामी झाले होते. त्यांच्या जनुकातल्या डी.एन.ए. च्या साखळ्या तुटल्या होत्या. हीच जमेची बाजू धरून डॉ.बनसोडेंनी उच्च ऊर्जेच्या इलेक्ट्रॉन्सचा वापर निळ्या डिंभकावर करण्याचं ठरवलं होतं. त्यांच्या दृष्टीने त्याला संपवायला आता तोच एकमेव मार्ग उरला होता. कारण उच्च तापमान, दाब, प्रकाश, अतिशीत तापमान इ. कुठल्याही प्रकारात त्याला इजा झाली नव्हती. उलट ऊर्जाच मिळाली होती आणि जास्तच सशक्त झाला होता तो!

इलेक्ट्रॉन प्रवेगक प्रयोगशाळेत प्रवेश करताच डॉ.शेख म्हणाले, ''या बनसोडे सर, बसा ना.''

''नको सर! मला वाटतं प्रवेगक सुरू असेल, तर आपण आताच प्रज्वलनाला सुरुवात करावी.'' काचेची नळी त्यांच्यापुढे धरत म्हणाले, ''हा बघा तो डिंभक. जीवाणू म्हणा हवं तर!''

डॉ.बनसोडेंनी त्याच्याविषयी सविस्तर सांगण्याचं मुद्दामच टाळलं. त्याबद्दल फारशी वाच्यता त्यांना करायची नव्हती. संशोधनातला तो उच्चांक होता. पण या वेळी उभ्या मानवसृष्टीचा प्रश्न असल्याने त्यांच्या दृष्टीने प्रथम प्राधान्य त्याचा नायनाट करणं हेच होतं. त्यामुळे डॉ.शेखनाही त्यांनी काहीच सांगितलं नव्हतं. डॉ.शेखनी त्या डिंभकाला नखशिखान्त न्याहाळलं. एक वेगळीच जाणीव त्यांच्या शरीरातून सळसळून गेली.

डॉ.शेखनी काचेची नळी हातात घेऊन प्रवेगकाच्या तोंडाशी – जिथून इलेक्ट्रॉन्सचा झोत बाहेर येत होता, तिथे ठेवली. त्यावर इलेक्ट्रॉन्सचा मारा दिसण्यासाठी झिंक सल्फाईडचा (ZnS) थर लावला आणि पुनश्च नियंत्रण कक्षेत येऊन प्रवेगक सुरू केला.

इलेक्ट्रॉन्स्चा झोत झिंक सल्फाईडवर पडताच निळाशार प्रकाश त्यातनं बाहेर पडला. काचेची नळी निळी दिसू लागली आणि निळा डिंभकही त्यात समरसून गेला. त्याचा रंग अजून गडद होत गेला होता. उच्च ऊर्जेचे इलेक्ट्रॉन्स डिंभकावर पडताच त्याच्यात कमालीचा बदल होऊ लागला. हळूहळू त्याची हालचाल वाढू लागली. आळेपीळे देत तो झटके देऊ लागला. कदाचित तो इलेक्ट्रॉन्सचा प्रतिकार करत असावा. नळीतल्या नळीत त्याचा वेग भयानक वाढला. इलेक्ट्रॉन्सचा मारा त्याला असह्य होत होता.

डॉ.बनसोडे आणि डॉ.शेख त्याच्या हालचाली पाहून प्रथम स्तंभित झाले आणि नंतर पाहतच राहिले. आयुष्यात असा जीवाणू ते प्रथमच पाहत होते. पुढे काचेच्या नळीवर बसणारी डिंभकाची धडक पाहून ते दोघंही सुन्न झाले. पुढे काही मिनिटातच त्याचं आकांडतांडव काचेची नळी सहन करू शकली नाही. ती ताडकन फुटताच तो खाली पडला आणि वेगळ्याच पवित्र्यात उभा राहिला. त्याची लांबी मात्र या वेळी कमालीची वाढत होती. दहा-पंधरा-वीस फूट! प्रयोगशाळा पूर्णत: निळ्या गडद प्रकाशानं झळाळून गेली.

डिंभकाने प्रथम डॉ.शेखांवरच हल्ला केला. आपल्या विळख्यात घेऊन त्यांना जोरदारपणे फेकलं. तसे ते खाली पडले आणि बेशुद्ध झाले. डॉ.बनसोडेही घाबरले होते. डॉ.शेखांना वाचवण्याचा प्रयत्न करत होते, पण ते काहीच करू शकले नाहीत. सुन्नपणे डिंभकाची कृती पाहत राहिले. आता तो डिंभक राहिलाच नव्हता.

त्याचं मोठ्या वलयीकृत आकारात रूपांतर झालं होतं.

डिंभक वेगाने बाहेर नाहीसा झाला, पण बाहेर पडताना एका काच-तावदानात तो कळवळला, पडला, शिथिल झाला आणि पुन्हा जोमाने उठून बाहेर पडला, कुणालाच न दिसता. तो कळवळला, शिथिल झाला, याची नोंद मात्र डॉ.बनसोडेंच्या चाणाक्ष नजरेनं घेतली होती. आश्चर्य म्हणजे डिंभकानं डॉ.बनसोडेंना काहीच केलं नव्हतं. या प्रकाराने मात्र डॉ.बनसोडे हादरले होते. डॉ.शेखना त्यांच्या विद्यार्थ्यांच्या हवाली करून ते त्वरित बाहेर पडले. डिंभक पुन्हा प्रयोगशाळेत जाईल ही त्यांना भीती होती. त्यासाठीच ते पुन्हा प्रयोगशाळेत दाखल झाले होते. हाही पर्याय खुंटला होता.

प्रयोगशाळेत येताच तिथे पूर्ववत शांतता होती. हर्ष कुठंही दिसत नव्हता. कदाचित शुद्धीवर येऊन तो घरी गेला होता. डॉ.बनसोडे विमनस्कपणे खुर्चीत बसले. तेवढ्यात मोबाईल वाजला. कानाला लावत ते म्हणाले,

"हॅलोऽऽ डॉ.बनसोडे बोलतोय."

"मी डॉ.ठाकूर बोलतोय. हॉस्पिटलमध्ये ताबडतोब या." फोन हॉस्पिटलमधनं होता. त्यांचं हृदय अनामिक जाणिवेनं धडधडलं आणि पिनाकच्या कुशंकेनं शहारलं. कारण डॉ.ठाकूर त्याच्यावर उपचार करत होते. 'पिनाकला काही झालं तर नाही? त्या डिंभकाने काही केलं तर नाही?' डॉ.बनसोडे नुसत्या विचारांनीच सुन्न झाले. अस्वस्थ झाले.

तसेच ते उठले. आताशी त्यांच्या अंगात त्राणच नव्हते. तरी ते उठले. शरीर ओढतच त्यांनी रिक्षा गाठली. कार चालवण्याच्या मन:स्थितीत ते नव्हते. रिक्षा हॉस्पिटलच्या दिशेने पळत होती. हॉस्पिटलला येताच डॉ.ठाकूरनी त्यांचं सस्मित स्वागत केलं, "या डॉ.बनसोडे. बघा तुमचा पेशंट."

पिनाक झोपलेल्या अवस्थेत होता आणि त्याच्या शेजारीच सौ. बनसोडे बसल्या होत्या. दोघांच्याही चेहऱ्यावर हास्य आणि प्रसन्नता होती. पिनाकचा चेहरा तर टवटवीत दिसत होता. डॉ.बनसोडे अविश्वासाने पाहत राहिले. डॉ.ठाकूर आणि त्यांचा स्टाफही आश्चर्याने पाहत तिथंच उभा होता. डॉ.ठाकूर म्हणाले,

"डॉ.बनसोडे, इट्स रिअली मिरॅकल! शेवटच्या अवस्थेत असणाऱ्या तुमच्या मुलात आता तो रोगच नाही. आम्हाला सगळ्यांनाच आश्चर्य वाटतंय! त्याचे तर काही तासच शिल्लक होते. हे बघा, त्याचे रिपोर्ट्स ग्रोथ वॉज सो फास्ट! काही तासच तो जिवंत राहू शकणार होता, पण काय घडलंय कुणास ठाऊक. नाऊ ही इज ऑल राईट. पुन्हा त्याची चाचणी केलीये. ही हॅज नो मोअर ब्लड कॅन्सर. इट इज अनबिलिव्हेबल! आमच्या मेडिकल थिअरीत ही केस बसतच नाही." डॉ.ठाकूर कल्पनाच करू शकत नव्हते. त्यांच्याकडे उत्तरच नव्हतं.

डॉ.बनसोडे मात्र शून्यात गेले होते. याचं उत्तर त्यांच्याकडे होतं; न सांगण्यासारखं. आवेगानं त्यांनी पिनाकला छातीशी कवटाळलं आणि नकळत त्यांच्या कंठातून हुंदके बाहेर पडू लागले. आयुष्यात डॉ.बनसोडे प्रथमच एवढे भावनावश झाले होते. सौ.बनसोडेही रडू लागल्या, पण डॉक्टरांनी असं सांगताच "ही इज ऑल राईट! फुल्ली रिकव्हर्ड. नॉर्मल. उद्या तुम्ही त्याला घेऊन जाऊ शकता." त्यांचे डॉ.बनसोडेंनी शतशः आभार मानले. पिनाकला पुन्हा एकदा छातीशी कवटाळलं आणि सौ. बनसोडेंना काहीतरी सांगून ते बाहेर पडले.

डॉ.बनसोडेंना आता डिंभकाचा शोध घ्यायचा होता. कुठे सापडणार होता तो? त्याला शोधावंच लागणार होतं. पिनाकला जीवनदान देऊन त्यानं सर्वांचं आयुष्यच बदलवून टाकलं होतं. त्याचंच हे काम होतं, याची खात्री त्यांना होती. त्याच्यावर एवढा अन्याय करूनदेखील त्यानं कुठले उपकार फेडले होते?

निघण्यापूर्वी डॉ.बनसोडेंनी हर्ष आणि डॉ.शेखची चौकशी करून घेतली. दोघांनाही खूपच मानसिक धक्का बसल्याने ते डॉक्टरांच्या देखरेखीखाली होते. आश्चर्य म्हणजे त्यांच्या स्मृतीत डिंभकाविषयी कुठलीच प्रतिमा नव्हती की त्यांना घटनाही आठवत नव्हत्या. आता या घटनेचे ते स्वतः एकमेव साक्षीदार होते.

प्रयोगशाळेत येताच कोपरान्‌कोपरा त्यांनी शोधला, पण कुठंही तो डिंभक त्यांना सापडला नाही. त्याच्याविना डॉ.बनसोडे कमालीचे अस्वस्थ झाले. एकदातरी त्यानं भेटावं, अशी त्यांची अतीव इच्छा होती.

विमनस्कपणे ते केबिनमध्ये येऊन बसले. डोकं गच्च धरून, डोळे मिटून काही काळ शांतपणे बसून राहिले. डोक्यात विचारांचं काहूर माजलं होतं. प्रवेगकाच्या खोलीत एका काचेसमोर डिंभक शरीरानं शिथिल झाल्याचं त्यांना आठवलं. ती स्फटिकाची काच होती. त्यातनं विद्युतचुंबक पटलातले फक्त अतिनील (UttraViolet) प्रारणंच बाहेर येतात. डॉ.बनसोडेंच्या डोक्यात प्रकाश पडला. याचा अर्थ डिंभकाला दृश्य प्रारणांपासूनच ऊर्जा मिळत होती. ती थांबवली आणि अतिनील किरणांचा मारा केल्यास तो शिथिल होत होता. इममोबाईल. डॉ.बनसोडेंनी चमकून डोळे उघडले. निळा प्रकाश फेकत तो टेबलावर समोरच येऊन बसला होता. शांतपणे, कुठलीही हालचाल न करता. तेजस्वी मात्र दिसत होता.

त्याला पाहून डॉ.बनसोडेंचे डोळे दिपले. हर्षानं त्यांचा चेहरा फुलून आला. पूर्वीच्याच आकाराचा तो होता. डिंभक राहिलाच नव्हता तो मुळी! खरंतर तो अश्मजीवी होता, परग्रहावरचा.

डॉ.बनसोडेंनी त्याला प्रेमाने न्याहाळलं. त्यानंही प्रतिसाद दिला. डॉ.बनसोडेंना त्या वेळी स्वर्गसुखाची अनुभूती मिळाली; ब्रह्मांडात विहार करण्यासारखी, विश्वरूपी दर्शन घडल्यासारखी! ते त्याला न्याहाळत म्हणाले,

"मित्रा! मी तुझ्यावर खूप अन्याय केलास, तरी तू माझ्यावर उपकार केलेस. माझ्या मुलाला अभय दिलंस; नवं आयुष्य दिलंस. त्याच्या कर्करोगाच्या पेशींचा नायनाट तूच केलास. मला माहीत आहे. मित्रा, हे जग तुझ्यासाठी नाहीये. हा मानवही तुझा नाहीये. तू कुठल्या तारकातला, ग्रहावरचा आहेस, मला माहीत नाही. मी विचारणारही नाही, पण तुझ्या जन्माला मीच कारणीभूत असल्याने तुझ्या विश्वात मला तुला परत पाठवायचंय. तुमचा हेतू काय, हेही मला जाणून घ्यायचं नाही. माझा तुझ्यावर पूर्ण विश्वास आहे."

डॉ.बनसोडे उठले आणि पूर्णत: स्फटिकांपासून बनवलेली काचेची छोटी चौकोनी पेटी त्यांनी आणली. या स्फटिकातून फक्त अतिनील प्रारणच जाऊ शकत होती.

डॉ.बनसोडे पुन्हा टेबलाजवळ आले. स्फटिकाची पेटी ठेवताच त्यांनी उजवा तळहात पुढे केला आणि म्हणाले,

"चल बेटा, ये. मी तुला तुझ्या पूर्वीच्या अवस्थेत नेतो." आश्चर्य म्हणजे तो अश्मजीव वळवळला आणि हळूच डॉ.बनसोडेंच्या उजव्या हातात विसावला. ते जे काही बोलत होते, ते तरंग तो पकडत होता. त्याला समजत होतं. डॉ.बनसोडेंच्या प्रत्येक कृतीला तो प्रतिसाद देत होता.

डॉ.बनसोडेंनी पुन्हा एक वेळ त्याला न्याहाळलं. आपल्या गालाचा स्पर्श केला; मायेचा आणि हळूच स्फटिकाच्या पेटीत ठेवलं. पेटी बंद करून सील करताच तो अश्मजीव वळवळला आणि थोड्या वेळाने शिथिल झाला. अति नील किरणांमुळे त्याच्या शरीरात ऊर्जा निर्माण होणंच थांबलं. हळूहळू तो निळ्याचा पिवळा होत करडा झाला. आकारानंही कमी कमी होत शेवटी तो सूक्ष्मसा कण झाला; अंडाकृती! डॉ.बनसोडेंचे डोळे नकळत भरून आले. स्फटिकाच्या पेटीचं प्रदीर्घ चुंबन त्यांनी घेतलं.

तीन दिवसांनी पिनाक आणि रमाला घेऊन डॉ.बनसोडे पुन्हा रायगडावर गेले होते. त्यांच्यासोबत या वेळी स्फटिकाची पेटी आणि तो अश्मही होता. पिनाकचा उत्साह दांडगा होता. अश्म जिथे सापडला, बरोबर तिथेच पिनाक त्यांना घेऊन आला. डॉ.बनसोडेंनी तिथली एक फूटभर जागा कोरली. त्यांची ही कृती पाहून पिनाकनं विचारलं,

"बाबा, तुम्ही हे काय करत आहात?"

"बेटा, तुला सापडलेला हा अश्म आहे ना, त्याला पुन्हा इथे आपण पुरून टाकू यात."

"काय हो बाबा! नको ना. किती छान आहे तो. राहील आपल्या घरात."

पिनाक हट्टानं म्हणाला.

''नाही बेटा! तुला नाही का तुझं घर आहे, तसं त्यालाही आहे. त्याच्या विश्वात त्याला जाऊ देऊ या. फक्त काही दिवस पाहुणा म्हणून तो आपल्याकडे आला होता, असं समज.'' डॉ.बनसोडे समजावत म्हणाले. पिनाक निरुत्तर झाला.

सौ. बनसोडेंच्या हे सर्वच कल्पनेपलीकडचं होतं. त्यांच्या लेखी तो फक्त दगड होता. डॉ.बनसोडेंनी हळूच अश्म तिथे ठेवला आणि त्याच्यासोबत स्फटिकाची पेटीही ठेवली आणि वरून माती लोटली. या वेळी त्यांचा कंठ दाटून आला होता. जड अंत:करणाने डॉ.बनसोडे परतले. अश्मजीवाच्या स्मृती फक्त त्यांच्याच मेंदूतच जागृत होत्या.

पिनाक म्हणाला, ''बाबा, हॉस्पिटलमध्ये त्या रात्री मी गाढ झोपलो होतो, कदाचित परत न उठण्यासाठी. तेव्हाच निळ्या आणि शांत प्रकाशानं ती खोली झळाळून उठली. तो समोर उभा होता. आकार स्पष्ट सांगता येत नाही, पण त्याचं अस्तित्व होतं. त्यानं मला न्याहाळलं. प्रेम केलं आणि शरीरातून प्रवाह सुटावा तसा तो शिरला आणि बाहेर आला. तेव्हा माझी गात्र न् गात्र पुलकित, प्रफुल्लित झाली होती.''

पिनाक बरंच काही बडबडत होता. डॉ.बनसोडे नुसतेच ऐकत होते. त्यांची नजर या वेळी अनंत अवकाशात कुणाचातरी वेध घेत होती. त्यांच्या दुसऱ्या मानसपुत्राचा!

■

कबुलीजबाब

शास्त्रीय जगतात एकच खळबळ उडाली होती.

प्रा.प्रज्ञानंद भोसले – एक नामवंत, प्रथितयश जनुकशास्त्रज्ञ, तंत्रज्ञ यांची हत्या झाली होती. त्यांच्या राहत्या घरीच त्यांच्या अंगावर जवळून गोळ्या झाडण्यात आल्या होत्या. त्यांचा मृतदेह अजूनही त्याच स्थितीत होता.

या घटनेचे दुसऱ्या क्षणालाच जागतिक स्तरावर पडसाद उमटले. खरंतर ही त्यांच्या विज्ञानक्षेत्रातल्या कार्याची पावतीच म्हणायला हवी. त्यांच्यासारख्या पापभीरू आणि जगन्मान्य व्यक्तिमत्त्वाची हत्या कोणी आणि कशासाठी केली, याबद्दल भारतात तर्कवितर्क लढवले जाऊ लागले. या घटनेचं आकाशवाणीवरूनच प्रसरण झाल्याने सर्वसामान्यांमध्ये अजून बातमी पसरली नव्हती. बी.बी.सी.नं प्रथम ही बातमी प्रसारित करून आपल्या तत्परतेची चुणूक पुन्हा एकदा दाखवली होती.

प्रा.प्रज्ञानंदांची हत्या झाली, असं कळताच प्रेस, पत्रकार, पोलीस, शास्त्रज्ञ, दूरदर्शन-वाहिन्या यांची धावाधाव सुरू झाली. मांडवास्थित 'इन्स्टिट्यूट ऑफ जेनेटिक्स'च्या प्रयोगशाळेकडे सर्वांचा ओघ सुरू झाला.

प्रा.प्रज्ञानंदांची हत्या होऊन तासही उलटला नव्हता, तेवढ्यात पुन्हा एका बातमीनं सर्वांचं लक्ष वेधून खळबळ माजवून टाकली.

प्रा.प्रज्ञानंदांची हत्या करणारा दुसरा कुणीही नसून त्यांचा स्वत:चाच सहकारी डॉ.चंद्रकांत कुंभारे असल्याचं निष्पन्न झालं होतं. पुन्हा एकदा शास्त्रीय जगतात या बातमीच्या परावर्तित लहरींचे पडसाद उमटले. कारण डॉ.चंद्रकांत कुंभारे यांचं या क्षेत्रातलं योगदान आणि कार्य प्रज्ञानंदांएवढंच भरीव होतं. जागतिक पातळीवर

प्रामुख्यानं दोघांचं नाव घेतलं जायचं. डॉ.प्रज्ञानंद हे या क्षेत्रातले पायभरणी करणारे दिग्गज होते, तर डॉ.चंद्रकांत हे त्या क्षेत्राला आकार देणारे तंत्रज्ञ आणि शिल्पकार होते. या ना त्या कारणाने दोघांचंही या क्षेत्रातलं अस्तित्व नाहीसं होऊन एक मोठी पोकळी निर्माण झाल्याची शास्त्रीय जगताला जाणीव झाली होती.

डॉ.चंद्रकांत कुंभारे – वय पस्तीस, गौरवर्ण, चेहऱ्याला साजेशी देहयष्टी, रुबाबदार व्यक्तिमत्त्व. स्वत:हून मांडवा पोलीस ठाण्यात ते हजर झाले होते. तिथे उपस्थित असलेल्या इन्स्पेक्टर सुधाकर धिवरेंसमोर हळूच खिशातनं रिव्हॉल्वर काढून समोरील टेबलावर ठेवत डॉ.चंद्रकांत म्हणाले, ''इन्स्पेक्टर, मी खून केला आहे.''

'खून' शब्द ऐकताच इन्स्पेक्टर धिवरे कमालीचे हादरले. कारण काही तासांपूर्वीच प्रसिद्ध शास्त्रज्ञ प्रा.प्रज्ञानंद भोसलेंची हत्या झाल्यानं सारा पोलीस विभाग ढवळून निघाला होता. त्यांच्या हत्येची पाळंमुळं शोधण्यासाठी आत्ता कुठं पोलीस-पथकाने व्यूहरचना केली होती. अशा वेळी पुढ्यात एक तरुण येऊन इन्स्पेक्टर धिवरेंना 'मी खून केला' म्हणून सांगत होता. इन्स्पेक्टर क्षणभर गोंधळले. तशातच ते उद्‌गरले, ''खून? कुणाचा?''

''प्रा.प्रज्ञानंद भोसलेंचा.'' डॉ.चंद्रकांत शांत स्वरात म्हणाले.

इन्स्पेक्टर धिवरे पुन्हा अविश्वासाने त्या तरुणाकडे पाहत मोठ्याने उद्‌गारले, ''व्हॉट ऽऽ?''

''येस. ट्रस्ट मी इन्स्पेक्टर. मीच प्रा.प्रज्ञानंदांची हत्या केली. काही तासांपूर्वीच.''

इन्स्पेक्टर धिवरेंनी चपळाईनं बटन दाबलं. त्यासरशी चोहोबाजूंनी पोलिसांचा गराडा येऊन ठेपला. रिव्हॉल्वर जप्त करून डॉ.चंद्रकांतना ताब्यात घेतलं गेलं आणि एका खुर्चीत बसवण्यात आलं.

इन्स्पेक्टर धिवरेंनी तत्काळ वरिष्ठांना फोन करून प्रा.प्रज्ञानंद भोसल्यांच्या खुन्यानं आत्मसमर्पण केल्याचं सांगितलं आणि पुढची कार्यवाही करण्याचं सांगून फोन ठेवला.

डॉ.चंद्रकांत कमालीचे शांत होते. त्यांच्या चेहऱ्यावर कुठलाही ताण नव्हता. त्यांचं हृदय आणि श्वासोच्छ्‌वासही संथ गतीने चालत होते. कुठल्याही प्रकारचा दाब किंवा तणाव त्यांच्यावर जाणवत नव्हता. इन्स्पेक्टर धिवरेंच्या धावपळीचं त्यांना कौतुक वाटत होतं.

इन्स्पेक्टर धिवरेंनी ड्रॉवरमधनं रजिस्टर काढलं आणि डॉ.चंद्रकांतकडे पाहत प्रदीर्घ श्वास सोडला. खून करून आलेली व्यक्ती एवढी शांत बसू शकते, याचं त्यांना आश्चर्य वाटत होतं. त्यांनी विचारलं, ''आपलं नाव□?''

''डॉ.चंद्रकांत कुंभारे. इन्स्टिट्यूट ऑफ जेनेटिक्समध्येच मीही शास्त्रज्ञ म्हणून

कार्यरत आहे. सॉरी, आता 'होतो' असं म्हणायला हवं.''

इन्स्पेक्टर पुन्हा आश्चर्याने उद्गारले, ''काय? आपण स्वत: डॉ.चंद्रकांत कुंभारे?''

''होय, मी स्वत:च.'' डॉ.चंद्रकांत पुन्हा शांतपणे म्हणाले.

''आपणच मला वाटतं प्रा.प्रज्ञानंद भोसलेंबरोबर....'' इन्स्पेक्टर धिवरेंनी आठवत विचारलं.

मध्येच वाक्य खंडित करत डॉ.चंद्रकांत म्हणाले, ''होय, आम्ही दोघंही सोबत काम करत होतो.''

''मला माहीत आहे.'' इन्स्पेक्टर धिवरेंनी पुन्हा दीर्घ श्वास सोडत डॉ.चंद्रकांतकडे आशाळभूत नजरेने पाहिलं.

''काय ऽऽ? आपल्याला माहीत आहे?'' डॉ.चंद्रकांत उत्तरले.

इन्स्पेक्टर धिवरे आजूबाजूला असलेल्या पोलीस आणि अधिकाऱ्यांकडे बघत म्हणाले, ''होय, मला वाटतं या सर्वांनाच आपलं नाव ठाऊक असावं. वर्तमानपत्रात येणाऱ्या जनुकशास्त्रावरच्या तुमच्या लेखमाला, विविध प्रकारचे प्रयोग, त्यावरची रसाळ विश्लेषणं आम्ही नियमित वाचतोय. त्यामुळे आपल्या दोघांच्याही नावाला या शास्त्रीय जगतातच नव्हे, तर आपल्या समाजातही एक प्रकारचं वलय प्राप्त झालं आहे. लेख वाचल्यानंतर तुम्हाला भेटण्याची ऊर्मी दाटून यायची, पण शक्य झालं नाही. आज जेव्हा प्रत्यक्षात भेट झालीये, तेव्हा परिस्थिती ही अशी? एक गुन्हेगार म्हणून तुम्ही समोर आलेले पाहून माझ्यातल्या विज्ञानप्रेमीला हे पटवून घेणं जड जातंय.''

''चालायचंच इन्स्पेक्टर धिवरे. या दोन्ही भिन्न गोष्टी आहेत. पोलीसखात्यात असूनही तुमची विज्ञानावरची निष्ठा पाहून बरं वाटलं; समाधान वाटलं. मी गुन्हा केलाय, हे मी कबूल करतोय. त्यामुळे तुम्हाला तुमचं काम करावंच लागेल. कदाचित ही विज्ञाननिष्ठाच मी केलेल्या गुन्ह्याला कारणीभूत ठरली असावी.'' डॉ.चंद्रकांत इन्स्पेक्टर धिवरेंच्या बोलण्यातला धागा पकडत मनातलं बोलले.

''कायऽऽ? नेमकं काय म्हणायचंय तुम्हाला डॉ.चंद्रकांत?''

''तुम्हीच मघाशी म्हणालात की, मी गुन्हा केलाय हे तुम्हाला जड जातंय पटायला. म्हणून मी म्हटलं, कदाचित ही विज्ञाननिष्ठाच असावी.'' डॉ.चंद्रकांतनी खुलासा केला.

इन्स्पेक्टर धिवरे निरुत्तर झाले. डॉ.चंद्रकांतना काय म्हणायचंय, हे त्यांना कळलं होतं. पण शेवटी गुन्हा हा गुन्हाच असतो. तो कुठली निष्ठा पाहत नसतो. पुढे काय बोलावं, धिवरेंना सुचलंच नाही. ते नुसतेच डॉ.चंद्रकांतकडे पाहत राहिले. डॉ.चंद्रकांत आजूबाजूला पाहत पुढे म्हणाले,

''इन्स्पेक्टरऽऽ''

“हं” रजिस्टरमध्ये काहीतरी नोंद करत ते म्हणाले.

“मला माझा कबुलीजबाब नोंदवायचाय.” डॉ.चंद्रकांत ठासून म्हणाले.

“मी तो घेणारच आहे डॉ.चंद्रकांत. पण मी माझ्या वरिष्ठ अधिकाऱ्यांची आणि सरकारी वकिलांची वाट पाहतोय. ते आल्याआल्याच तशी विनंती आपल्याला करण्यात येईल.” धिवरेंनी त्यांचीही अगतिकता दर्शवली.

तेवढ्यात आयुक्त, उपायुक्त, सरकारी वकील, काही पत्रकार प्रा.प्रज्ञानंद भोसलेंच्या खुन्याची माहिती कळताच हजर झाले. समोर डॉ.चंद्रकांत कुंभारेंना पाहताच पोलीस आयुक्त श्री. राम किराडकर आश्चर्याने उद्गारले, “काय? डॉ.चंद्रकांत आपण?”

“होय किराडकर साहेब. आपल्याला कदाचित खरं वाटणार नाही, पण हे सत्य आहे. मीच प्रा.प्रज्ञानंदांची हत्या केलीये. हे मळभ दूर करण्यासाठीच मला माझा कबुलीजबाब द्यायचाय.” डॉ.चंद्रकांतने पुन्हा स्पष्टीकरण दिलं.

आयुक्त श्री. किराडकर खरंच क्षणभर अविश्वासाने पाहत राहिले. सोबत त्यांच्या सहकाऱ्यांचीही तीच स्थिती होती. कारण प्रा.प्रज्ञानंद भोसले आणि डॉ.चंद्रकांत कुंभारे प्रत्येकालाच माहीत होते. या काळातले त्यांचे जनन क्रियेवरचे प्रयोग विशेष गाजत असल्याने त्यांचं नाव भारतातच नव्हे तर जागतिक पातळीवरही गेलं होतं.

श्री. किराडकर क्षणभर थांबले आणि पुढे म्हणाले, “निश्चितच! आम्हाला तुमचा कबुलीजबाब घ्यायलाच हवा. नाहीतर या समाजाला पुढे तोंड देणं आम्हाला कठीण जाईल. कमीत कमी या कृत्यामागची आपली बाजू पुढं येणं अत्यावश्यक आहे.”

एव्हाना पोलीस-ठाण्यात बरीच गर्दी झाली होती.

बाहेरही आता प्रा.प्रज्ञानंद भोसलेंची हत्या त्यांचेच सहकारी डॉ.चंद्रकांत कुंभारे यांनी केल्याचं जाहीर झालं होतं. घराघरात हीच चर्चा होऊ लागली होती. डॉ.चंद्रकांत कुंभारेंच्या पत्नीच्याही कानावर ही बातमी आली. प्रथम अविश्वासानं थरथरणाऱ्या तिच्या मनाला अखेर प्रत्यय येताच कटू सत्य स्वीकारण्याखेरीज पर्याय नव्हता. तशाच स्थितीत सौ. अस्मिता कुंभारेंनी पाच वर्षांचा आपला मुलगा रोहितसमवेत पोलीस ठाण्याकडे धाव घेतली.

पोलीस ठाण्यात शांत वातावरण होतं. डॉ.चंद्रकांत कुंभारे काय बोलतात, याकडे सर्वांचं लक्ष होतं. डॉ.चंद्रकांत सांगू लागले, “प्रा.प्रज्ञानंद भोसले हे अतिशय सालस, सुस्वभावी, मनमिळावू तसेच हुशार होते. दहा वर्षांपूर्वी त्यांच्यासोबत मी काम करायला सुरुवात केली, त्या वेळी त्यांचं नाव जनुकशास्त्र आणि तंत्रज्ञानात बऱ्यापैकी होतं. देशात आणि परदेशात त्यांच्या सहकार्याने आणि सहयोगाने विविध प्रयोग चालले होते. त्यांच्या परिणामांमुळे खळबळही माजत होती. त्यांच्यासारख्या प्रसिद्ध शास्त्रज्ञाबरोबर मला काम करायला मिळालं, म्हणून मी माझं भाग्य समजतो

आणि आजही एक शास्त्रज्ञ म्हणून त्यांच्यासोबत काम केल्याचा मला सार्थ अभिमान आहे.

"ज्या वेळी त्यांच्यासोबत मी कामाला सुरुवात केली, त्या वेळी स्त्रीबीज, पुंबीज, जननपेशी, पेशीकेंद्रक, पेशी आवर्तन, गुणसूत्र, जनुकं इत्यादींवर त्यांचा सखोल अभ्यास सुरू होता. या सर्वच मानवी सूत्रांचा त्यांचा अभ्यास अगाध होता. पुढे मीही यात गुंतत गेल्याने चर्चेदरम्यान प्रा.प्रज्ञानंदांच्या ज्ञानाची कल्पना यायची. कुठल्याही विषयावर ते भरभरून बोलायचे. अगदी परिणामांसह ते तुमच्या डोळ्यांसमोर चित्र उभं करायचे. यात स्त्रीबीजं आणि पुंबीजं यावर त्यांचं संशोधन सुरू होतं. किंबहुना स्त्रीबीजाचं आकर्षण जास्त असल्याने त्यांच्या संशोधनाचा कल त्याकडे बराच होता. हे स्त्रीबीजच खऱ्या विश्वाच्या उत्पत्तीचं कारण असल्याचं ते नेहमीच सांगत असत. स्त्रीबीजात जरी काही दोष असला, तरी त्यात बदल घडवून पूर्ववत करणं शक्य असल्याचं त्यांचं मत होतं किंवा पुंबीजात जर काही उणिवा असतील, तर स्त्रीबीजात विशिष्ट बदल घडवून आणल्यास गर्भधारणा होऊ शकते, हे त्यांनी सिद्ध केलं होतं. याचा प्रत्यय मला पुढे काही वर्षांतच आला.

"स्त्रीबीज अथवा पुंबीज यांच्या गुणधर्मात बदल घडवायच्या दृष्टीनं त्यांनी काही क्रांतिकारक प्रयोग करायला सुरुवात केली होती. साधारण हे बदल कुठल्याही यंत्रांच्या साहाय्याने न करता विविध मूलकण, शक्तिकण आणि किरणांच्या साहाय्याने करण्याचं ठरवलं. त्या विषयीचा त्यांचा अभ्यास परिपूर्ण होता. इथपर्यंत माझ्या सर्व आवाक्यात होतं. पण यापुढचं मात्र माझ्या ज्ञानकक्षेबाहेरचं होतं. किरण अथवा शक्तिशाली मूलकण आणि जनुकं यांच्यात होणाऱ्या परस्परक्रियेविषयी माझं ज्ञान तोकडं होतं. नेमक्या कुठल्या मूलकणांमुळे जनुकांतले कुठले गुणधर्म बदलतात, याची मला काहीच माहिती नव्हती. पण खऱ्या अर्थानं प्रा.प्रज्ञानंदांनी जेव्हा यावर कामाला सुरुवात केली, तेव्हा मीही रस घेण्याचं ठरवलं. शेवटी मी त्यांचा साहाय्यकच होतो. त्यातली जटिल प्रक्रिया बघून मात्र माझा समजण्याचा वेग मंदावत गेला.

"प्रा.प्रज्ञानंदांनी सर्वच प्रकारचे – अल्फाकण, बीटाकण, गॅमाकिरणं, न्युट्रॉन, प्रोटॉन, इलेक्ट्रॉन, आयन, किरणोत्सर्गी मूलद्रव्यं यांसारखे मूलकण घेतले. आनुवंशिक लक्षणं पुढच्या पिढीत नेणाऱ्या सुतासारख्या सूक्ष्म घटकांतल्या म्हणजेच डी.एन.ए.-सारख्या गुणसूत्रांवर होणाऱ्या परिणामांची नोंद घेण्यास सुरुवात केली. मुख्य म्हणजे हे सर्व किरणांचे स्रोत त्यांनी विविध ठिकाणी शोधून काढले. तिथे जाऊन, वेगवेगळे शक्तिशाली मूलकण घेऊन वेगवेगळ्या मात्रांना (Dose) स्त्रीबीजांडे आणि पुंबीजांडे प्रज्वलित करून जनुकांवर होणाऱ्या बदलांचा अभ्यास ते करू लागले. यामध्ये माझा सहभाग फक्त प्रयोगात मदत करणं हा होता. जनुकांमध्ये कुठल्या मूलकणांमुळे

कुठला बदल झाला याचं पृथ्थक्करण फक्त प्रा.प्रज्ञानंदच करू शकत होते. ठरावीक पातळीपर्यंतच मला ही परिमाणं समजत होती.

"अखंडपणे पुढची दोन वर्षं यावर प्रयोग होऊ लागले. त्यासाठी लक्षावधी स्त्रीबीजांडं आणि विविध पेशी आम्ही वापरल्या. यात प्रामुख्याने एक मात्र आढळून आलं, ते म्हणजे शक्तिशाली मूलकणांचा मारा करून गुणसूत्रांतल्या साखळ्या तोडता येत होत्या. पण साखळ्या हव्या तशा जोडता येत नसल्यानं पूर्वस्थिती किंवा हवी ती स्थिती प्राप्त करता येत नव्हती. म्हणूनच विशिष्ट गुणधर्मांची जनुकं मिळवता येत नव्हती. त्यातही प्रा.प्रज्ञानंद बाजी मारून गेले. त्यांनी मूलकणांचं वर्गीकरण करून विशिष्ट प्रकारची शक्ती आणि तीव्रता असणारे कण शोधून त्यांच्या गुणधर्मांचं वर्गीकरण केलं. यात जड आयन्स (Heavy ions) परिणामकारक ठरतात, असं सिद्ध केलं. कारण जड आयन्सचं वस्तुमान जास्त असतं. कुठल्याही पदार्थात ते किती आतपर्यंत गेले हे त्यांची शक्ती ठरवत असल्याने प्रामुख्याने शक्ती हे नियंत्रणाचं साधन झालं. त्यामुळे स्त्रीबीजांडाच्या कुठल्याही भागात हा बदल घडवून आणणं शक्य झालं.

"या सर्वच संशोधनावर बरीच माहिती, परिमाणं गोळा होऊन त्यांचं पृथ्थक्करणही झालं होतं. वेळोवेळी या संदर्भातली माहिती आणि लेख मी स्थानिक वर्तमानपत्रांमधून दिले. आम्हाला समाजात बरीच प्रतिष्ठा मिळाली. शिवाय चांगल्या शास्त्रीय नियतकालिकांमध्ये संशोधन प्रकाशित केल्याने जागतिक पातळीवरही आमचं नाव झालं.

"दरम्यान प्रा.प्रज्ञानंदांबरोबर पाच वर्षांचा काळ लोटून गेला होता. मला भरपूर शिकायला मिळालं होतं. माझं स्वत:चं कौटुंबिक जीवनही समाधानी होतं. माझी बायकोही सुस्वभावी होती. आमचं एकमेकांवर निर्व्याज प्रेम होतं. पण अपत्यप्राप्ती न झाल्याने माझी बायको उदास झाली होती. मला त्याचं फारसं काही वाटत नव्हतं. पण तरीही काही प्रसंगी नैराश्य यायचं. डॉक्टरांकडून चेकअप केलं होतं. दोष माझ्यात होता. काहीही करण्यासारखं नव्हतं. किमान मलातरी.

"एके दिवशी प्रा.प्रज्ञानंदांनी हा विषय काढला. आमच्या केसमध्ये अस्मिताच्या बीजांडावर क्ष शक्तीच्या साधारण लक्षावधी इलेक्ट्रॉन कणांचा मारा केला असता तर, त्यात असा बदल झाला असताा की, माझ्यातल्या उणिवाही सहजपणे त्यात सामावल्या गेल्या असत्या, असं ते म्हणाले. खरंतर मी या गोष्टीनं हर्षभरित झालो. पत्नीही सुखावली.

"आम्ही स्वत:वरच प्रयोग करून घेण्याचा निर्णय घेतला.

"वर्षातच मला पुत्ररत्न प्राप्त झालं. अशक्यप्राय गोष्ट प्रा.प्रज्ञानंदांमुळे शक्य झाली. स्त्री-पुरुष जातीला हे वरदानच ठरलं होतं. कुठल्याही शस्त्रक्रियेविना अथवा

त्रासाविना स्त्री-पुरुषातल्या उणिवांवर मात करून प्रा.प्रज्ञानंद गर्भधारणा घडवून आणू शकत होते. हेच आमच्यावर केलेल्या प्रयोगाने शंभर टक्के सिद्ध झालं होतं. हे खरंच एक समाजाभिमुख संशोधन होतं. पुत्रप्राप्तीपासून वंचित असणाऱ्यांना वरदान होतं. अशा रितीने मला पितृत्व बहाल करायला प्रा.प्रज्ञानंद कारणीभूत ठरले होते. उर्वरित आयुष्यात त्यांचं हे ऋण मी नेहमीच मानलं. आजही मानतो.''

डॉ.चंद्रकांत कुंभारे क्षणभर थांबले. समोर ठेवलेला पाण्याचा ग्लास उचलून त्यांनी तोंडाला लावला. पोलीस ठाण्याच्या त्या कक्षात शांतता होती. तिथल्या उपस्थितांना फारसं शास्त्र कळत नसलं, तरी प्रा.प्रज्ञानंद भोसले आणि डॉ.चंद्रकांत कुंभारे किती हुशार आहेत, याची प्रचिती येत होती. संशोधनाचा केवढा मोठा व्याप! सामान्याला न झेपणारा. डॉ.चंद्रकांतनी पाण्याचा ग्लास पुन्हा टेबलावर ठेवला.

तत्क्षणी श्री. किराडकर म्हणाले, ''डॉ.कुंभारेऽ एवढं सर्व सुस्थितीत असताना त्यांची हत्या करण्याची वेळ आपणावर का यावी?''

डॉ.चंद्रकांतनी समोर श्री. किराडकरांकडे पाहिलं. एक वेदनामय हास्य त्यांच्या चेहऱ्यावर उमटून गेलं.

ते म्हणाले, ''होय, खरंय तुमचं. अशी पाळी का यावी? कारण कालपर्यंत किंबहुना रात्री दोन वाजेपर्यंत मलातरी कुठं ठाऊक होतं की, मी असं काही करीन म्हणून? माझ्या स्वप्नातसुद्धा असा कधी विचार आला नाही. पण तो क्षणच तसा होता. सावधानतेचा.''

''कुठला?'' श्री. किराडकरांनी विचारलं.

''काल रात्रीचा तो क्षण! मी साधारण दीडच्या सुमाराला प्रयोगशाळेकडे जायला निघालो. तसं आम्ही रात्रंदिवस कामं करत असू. वेगवेगळ्या गर्भांचे प्रयोग चालत असल्याने मी रात्री कधीही परीक्षणाला जायचो. कारण आम्हाला वाढत्या गर्भांच्या गुणधर्मांचा अभ्यास करायचा होता. मी इन्स्टिट्यूटच्या मागच्या फाटकातनं प्रवेश केला. प्रयोगशाळेतला दिवा तेवढा चालू होता आणि तो नेहमीच चालू राहायचा. कोणी असण्याची सुतराम शक्यता नव्हती. प्रा.प्रज्ञानंद तर नाहीच नाही. कारण ते एवढ्या अपरात्री कधीही यायचे नाही. नेहमीप्रमाणेच मी प्रयोगशाळेत प्रवेश केला आणि समोरचं दृश्य पाहून थबकलो! समोर चारपाच बुरखाधारी सल्लामसलत करताना दिसले. ते कुणाशी बोलत होते, हे त्या जागेवरून दिसणं मला शक्य नव्हतं. म्हणून मी सावकाश कॉरिडॉरच्या त्या बाजूला जाऊन वेध घेतला. तत्क्षणी मला धक्काच बसला. प्रा.प्रज्ञानंद भोसले त्या पाच बुरखाधाऱ्यांशी काहीतरी कुजबुजत होते; एखादं गुपित असावं असं. मला काहीच अर्थबोध होत नव्हता. प्रा.प्रज्ञानंद आणि एवढ्या रात्री? हेही एक कोडंच होतं.

''बराच वेळ मी तसाच निरीक्षण करत राहिलो. तेही चर्चा करून एका

निर्णयाप्रत आल्याचे दिसले. कागदावर मसुदा तयार करून त्यावर सर्वांनी सह्या केल्या. कदाचित तो करार असावा आणि प्रा.प्रज्ञानंदांच्या हाती एका बुरखाधाऱ्यानं भलं मोठं पाकिट दिलं. ते मोठ्या समाधानानं प्रा.प्रज्ञानंदांनी स्वीकारलं. नंतर ते बुरखाधारी निघून गेले.

"आत जावं की नाही या द्विधा मन:स्थितीत मी अजून काही काळ तिथंच थांबलो. प्रा.प्रज्ञानंदांनी कागदाची फाईल त्यांच्या गुप्त ठिकाणी ठेवली. त्या जागी ते असं काही ठेवतात, हे मला प्रथमच कळलं. तद्नंतर भलं मोठं पाकिट उचलून त्याकडे बघत ते विकट हसले आणि बाहेर पडले.

प्रा.प्रज्ञानंद बाहेर पडल्याची खात्री होताच मी लगबगीने आत शिरलो. नेमकं प्रा.प्रज्ञानंदांनी त्या संशयास्पद व्यक्तीबरोबर काय केलं, हे जाणून घेण्याची माझी तीव्र इच्छा होती. त्या गुप्त जागेवरनं मी ती फाईल काढली आणि चाळू लागलो. प्रत्येक कागदपत्र चाळताना मी सुन्न होऊ लागलो. तो सीमेवरच्या कुठल्यातरी एका अतिरेकी संघटनेशी झालेला करार होता. कोट्यवधी डॉलर्सच्या बदल्यात प्रा.प्रज्ञानंदांनी आपलं संशोधन पणाला लावलं होतं. भावनाहीन, निष्ठुर, सशक्त गुणधर्म असलेली स्त्रीयुग्मक आणि पुंयुग्मकं त्यांनी देण्याचं ठरवलं होतं. सध्या किरणप्रक्रिया केलेली एक हजार स्त्रीयुग्मकं देण्याचं ठरलं होतं. पहिला टप्पा झाल्यानंतर दुसऱ्या टप्प्यात मोठा प्रोजेक्ट हाती घेऊन दहा हजार विशिष्ट गुणधर्म असलेली स्त्रीयुग्मकं देण्याचं ठरलं होतं.

"मी सुन्न झालो होतो. भविष्यात होऊ पाहणाऱ्या परिणामांनी मी हादरलो. माकडाच्या हाती कोलीत दिल्याचाच हा प्रकार होता. प्रा.प्रज्ञानंदांवर माझी भक्ती होती. मी त्यांना देवासमान मानत होतो. क्षणातच त्या प्रतिमेला तडा गेला. प्रा.प्रज्ञानंदांच्या या घाणेरड्या व्यवहाराची मला चीड आली. ते या थराला जातील, यावर माझा त्या क्षणीही विश्वास बसत नव्हता. पण मी माझा राहिलो नव्हतो. एका वेगळ्या जाणिवेने माझ्या मनाचा ताबा घेतला." डॉ.चंद्रकांत क्षणभर थांबले.

"मग?" उपायुक्त शिंदेचा सहज स्वर.

डॉ.चंद्रकांत त्यांच्याकडे पाहत छद्मीपणाने हसत म्हणाले, "मग काय? जे झालं ते तुम्हा सर्वांना ज्ञात आहे. प्रा.प्रज्ञानंद हे शास्त्रज्ञ म्हणून उरले नव्हते. तर ती एक प्रवृत्ती झाली होती. त्या वाईट प्रवृत्तीचाच नायनाट करण्याचं मी ठरवलं. तसाच माघारी फिरलो आणि निसर्गाला आणि देशालाही घातक ठरू पाहणाऱ्या प्रा.प्रज्ञानंद नावाच्या प्रवृत्तीची मी त्यांच्या राहत्या घरीच हत्या केली."

तिथे उपस्थित पोलीस अधिकारी, पत्रकार, सरकारी वकील सर्वच सुन्न झाले होते. वातावरणात कमालीची शांतता होती.

श्री. किराडकरांनी शांतता भेदत विचारलं.

"भावनाहीन, निष्ठुर, सशक्त असं स्त्रीयुग्मक तयार करणं शक्य आहे? आणि ते कसं?"

"ते फक्त प्रा.प्रज्ञानंदांनाच शक्य होतं. त्या विषयातला तो खरा दादा माणूस होता. कराराची काही कागदपत्रं चाळली, तेव्हा या परिणामांच्या नोंदी त्यात मला आढळल्या. गॅमासारख्या भेदक किरणांच्या संशोधनातून त्यांनी ते शोधून काढलं होतं. साधारण दोन मिलिअन इलेक्ट्रॉन व्होल्ट एवढी ऊर्जा आणि शंभर मेगा रॅड (रॅड हे शोषित प्रारणांच्या मात्रेचं एकक आहे) एवढी मात्रा दिल्यास हा गुणधर्म मिळू शकतो, असं त्यांनी सिद्ध केलं होतं. खरंतर प्रा.प्रज्ञानंद हा माणूस अफाट बुद्धिमत्तेचा! विज्ञानाला एका टोकापर्यंत नेणारा; दिशा देणारा. असे थोडेच शास्त्रज्ञ जन्मतात. हजारातनं एक, पण क्षणिक मोहापायी त्यांनी स्वत:चा घात करून घेतला. माझं म्हणाल, तर मी एका घातक प्रवृत्तीचा नाश केलाय. कारण प्रा.प्रज्ञानंद अजूनही माझ्या रोमारोमात भिनलेले आहेत."

श्री. किराडकर, उपायुक्त शिंदे, इन्स्पेक्टर धिवरे आणि इतर सर्वांनीच सुटकेचा श्वास सोडला. डॉ.चंद्रकांतनी नेमकं काय केलंय, हे कोणालाच सांगणं शक्य नव्हतं. डॉ.चंद्रकांतची बाजू मात्र प्रत्येकालाच मजबूत भासत होती.

आयुक्त श्री. किराडकर उठले आणि डॉ.चंद्रकांतच्या खांद्यावर हात ठेवत म्हणाले, "डॉ.चंद्रकांत, खरंतर ऑल ऑफ अस आर वुईथ यू! पण हे प्रकरण न्यायप्रविष्ट असल्याने तुम्हाला अटक करणं गरजेचं आहे. तुमच्यासारख्या शास्त्रज्ञाला, विज्ञान–तपस्वीला अटक करणं म्हणजे...."

मध्येच हसत डॉ.चंद्रकांत म्हणाले, "तुम्ही आपलं काम करा किराडकर. मी स्वत: गजाआड व्हायला तयार आहे. चला ऽऽ"

त्यासरशी डॉ.चंद्रकांत उठले. त्या पाठोपाठ किराडकर, शिंदे, इ. धिवरेही निघाले. गजाकडेही जाताना डॉ.चंद्रकांत कमालीचे स्थिर दिसत होते.

अस्मिता कुंभारे आपला मुलगा रोहितसमवेत धावतपळतच पोलीस ठाण्यात आली. येताना तिला धाप लागली होती. गजाआड असलेल्या डॉ.चंद्रकांतना पाहताच तिचा बांध फुटला. पळतच ती त्यांच्याकडे धावली. मागाहून त्यांचा रोहितही धावला. डॉ.चंद्रकांतनी अस्मिताला धीर दिला. तिचे अश्रू पुसले, तरी अस्मिताचे हुंदके बाहेरच पडत होते.

पण त्याच वेळी रोहितकडे पाहत असताना डॉ.चंद्रकांत हादरले. एकीकडे अस्मिता हुंदके देत रडत होती. तर दुसरीकडे रोहित डॉ.चंद्रकांतकडे नि:स्तब्ध बघत उभा होता. अगदी भावनाशून्य, निष्ठुर! आपले वडील तुरुंगात आहेत, याचं त्याला काहीही वाटत नव्हतं.

डॉ.चंद्रकांत त्याच्या त्या भावनाशून्य चेहऱ्याकडे पाहतच राहिले. म्हणजे प्रा.प्रज्ञानंदांनी यासंबंधीचा प्रथम प्रयोग त्यांच्यावरच केला होता!

डॉ.चंद्रकांत सुन्न झाले. कंठ दाटून आला. अस्मिताचे हुंदकेही क्षीणपणे ऐकू येऊ लागले. गज पकडून ते आपल्या कुटुंबाचं भविष्य शून्यात शोधू लागले.

■

मूषक

मनात नसतानाही परवा बिळातून बाहेर पडल्याचा त्याला आता पश्चात्ताप होत होता. बाहेर पडलो नसतो, तर त्या पारध्याच्या हाती आपण लागलोच नसतो आणि विकलोही गेलो नसतो. आप्त-स्वकीयांपासून दूर होऊन आज पुरते तीन दिवस होत आले. घरच्यांची काय अवस्था असेल, याची त्यानं कल्पना केली. सर्वांचे चेहरे डोळ्यांपुढून सरकून गेले. मन व्याकूळ झालं, पण या क्षणी काही इलाज नसल्याची त्याला जाणीव झाली. बिकट वर्तमान तो एका पिंजऱ्यात बसून बघू लागला. दोन धिप्पाड पाय वेगाने पुढे सरकत होते. त्याबरोबर पिंजराही हेलकावे खात होता. त्यामुळे बरीच जणं एकमेकांवर आदळत होती. तो मात्र तारेचं आवरण घट्ट पकडून इतरांची अवस्था पाहत होता. सर्वांच्याच चेहऱ्यावर भय, करुणा, भीती होती. त्याचा स्वत:चा चेहरा तो पाहू शकत नव्हता. पण तो यापेक्षा वेगळा नसेल, याचा त्यानं अंदाज केला. कारण मनानं तोही खचला होता. या साऱ्यांमध्ये तोच वयानं लहान वाटला. इतर मात्र तरुण आणि प्रौढावस्थेतले होते. लहान-मोठ्याचा इथं प्रश्नच उरला नव्हता. डोळ्यांत संकट कोसळल्याच्या खुणा स्पष्ट होत्या.

तेवढ्यात दणकन आवाज झाला. आवरण घट्ट पकडलेला त्याचा हात सहजपणे सुटला. एवढा मोठा धक्का होता की, त्यामुळे तोही कुणाच्यातरी अंगावर जोराने आदळला. पुढे त्याच्याही अंगावर दुसरा-तिसरा असं करत बरेच आदळले. श्वासोच्छ्वास कोंडला गेला. जीवाच्या आकांतानं त्या गर्दीतून तो बाहेर आला... पिंजऱ्यातच. इतक्यात समोरून दोन मानव येताना पाहून तो तसाच थबकला. त्यानं हळूच पाहिलं, ते आपसांत काहीतरी बोलत असल्याचं टिपलं. आता मात्र पूर्वीच्या मानवानं पिंजरा न घेता तो दुसऱ्याच मानवाच्या हाती असल्याचं त्याच्या लक्षात आलं. हळूहळू

पडणाऱ्या पावलांकडे तो एकटक पाहू लागला.

अत्याधुनिक आणि तेवढ्याच प्रशस्त प्रयोगशाळेत सर्वांसोबत त्यानंही प्रवेश केला. असं वातावरण तो प्रथमच पाहत होता. मोठमोठी यंत्रं पाहून त्याचं छोटसं हृदय धडधडलं. थंडीचं वातावरण असावं. तसंच इथलं वातावरण त्याला जाणवलं. अतिशय थंड. त्यानं त्याचे ओठ थरथरू लागले.

पिंजरा मुलायम जागी ठेवण्यात आला. त्यामुळे पूर्वीसारखा या वेळी कुणालाही त्रास झाला नाही. प्रथमदर्शनी तरी इथले लोक – अर्थात मानव – त्याला बरे वाटले; बाहेरच्या त्या पारध्यासारखे नाही. तिथे एक दुसरीच व्यक्ती आल्याचं त्यानं पाहिलं. गोरटेली, लांब केस असलेली, पांढरा ओव्हरकोट घातलेली स्त्री मानव! तिला पाहून त्याला बरं वाटलं. ती प्रेमळ असावी, असा त्यानं तर्क केला. पुढं तिनं हळूच हात घालून सहा-सहाच्या गटानं विभागणी करून, एकेकाची रवानगी वेगवेगळ्या कप्प्यांमध्ये केली. तोही एका सहा जणांच्या कंपूत येऊन दाखल झाला. अंधूक प्रकाश असलेल्या त्या कप्प्यांचं वातावरण पाहून तो भारावला गेला. किती वेगळं आणि सुखावह वातावरण तो अनुभवत होता! आतापर्यंत काळ्याकुट्ट बिळातच त्याचं आयुष्य गेलं होतं. आपण स्वप्नात तर नाही ना, म्हणून क्षणभर त्यानं स्वत:च्याच अस्तित्वाची खात्री करून घेतली. पण जसे सेकंदापाठोपाठ मिनिटं, तास, दिवस जाऊ लागले; तसं त्या कप्प्यांच्या परिसीमा त्याला जाणवल्या. आपण स्वच्छंदी नसून बंदिस्त असल्याचं त्याच्या लक्षात आलं. त्याच त्याच वातावरणाचा त्याला उबग आला. सगळंच कृत्रिम असल्याचं त्याला जाणवलं.

आताशी मात्र त्याच्या अवती-भवती पांढरा ओव्हरकोट घातलेले बरेच मानव आपापसात कुजबुजताना दिसू लागले. प्रत्येकाच्या हातात त्याला काही ना काही दिसत होतं. त्यांची धावपळ तो टिपू लागला. दिवसभरातला हा या मानवांचा नित्याचाच भाग असल्याचं अनुभवावरनं त्याला कळलं. पण मनात उठणाऱ्या एका प्रश्नाचं उत्तर त्याला मिळत नव्हतं.

‘या मानवांनी आम्हाला इथं का आणलंय?’

त्या दिवशी निश्चित असं कारण त्याला कळलं नसलं, तरी त्या दिशेने आता तो विचार करू लागला. त्याच्या सहा जणांच्या कंपूतल्या एकाला एका तरुण मानवानं नेल्याचं त्यानं पाहिलं. प्रथम त्याला वाटलं, आता पुन्हा सगळ्यांचं स्थलांतर. पण कप्प्याचं दार बंद झालेलं पाहून काचेच्या पात्रात ठेवलेल्या त्याच्या पहिल्या साथीदाराकडे तो पाहतच राहिला. तोही काचेच्या आवरणातून कंपूतल्या साथीदारांकडे पाहत होता आणि केविलवाणेपणाने काचेच्या आवरणावर धडका मारत होता. पहिल्या साथीदाराची केविलवाणी धडपड पाहून त्याला वाईट वाटलं. दूर दूर जात, त्याचा तो पहिला साथीदार दृष्टिआड झाला होता. त्याच्या मनात या

प्रसंगाने प्रश्नांचं काहूर उठलं. कुठं नेलं असेल त्याला? का? कशासाठी? असे असंख्य प्रश्न डोक्यात घोंगावत राहिले. तो निश्चलपणे कप्प्याच्या कडेला बसला. इतरही अंतर राखून स्तब्ध बसले होते आणि असंच आपलंही होईल का, म्हणून त्यांचे चेहरे प्रश्नार्थक झाले होते.

पाच-सहा तास तो तसाच विचार करत पडून राहिला. दार उघडल्याच्या आवाजानं तो दचकून उभा राहिला. त्याचे इतर साथीदारही असेच सावध झाले आणि काही वेळापूर्वी नेलेला त्यांच्या पहिल्या साथीदाराचा देह लोळागोळा होऊन घरंगळत तिथे आला. दार पुन्हा खाडकन बंद झालं होतं. पहिल्या साथीदाराचा निपचित देह पाहून त्याला धस्स झालं. कुणालाच त्याच्या जवळ जाण्याचं धाडस होईना. शेवटी मन घट्ट करत तोच पुढं झाला आणि इतर त्याच्या पाठोपाठ आले. पहिल्या साथीदाराचे फक्त निस्तेज डोळे उघडे होते. धाप लागावी, तसा देह वरखाली होत होता. व्याकूळ नजरेने त्यानं उपस्थित साथीदारांकडे पाहिलं. सर्वांचंच काळीज हेलावलं होतं. मानवानं याचं नेमकं काय केलं म्हणून त्यांच्या मनात प्रश्न उमटला. 'प्रतिकारशक्तीच नाहीशी व्हावी?' आणि त्याच वेळी आपण इथे का आणलो गेलो, याचं कारण त्याला मिळालं – प्रयोगासाठी! मानवांच्या तथाकथित प्रयोगांसाठी आम्हाला इथं आणलं गेलंय. विचारानेच तो विक्षिप्त हसला.

पावलांचा आवाज येताच निपचित पडलेल्या त्याच्या पहिल्या साथीदारापासून सर्व जण पांगले. साथीदार तसाच निःस्तब्ध पडून राहिला. एका काळ्या-सावळ्या मानवानं कप्प्याचं दार उघडून पडलेल्या साथीदाराकडे किरणोत्सर्ग मोजमापी सरकवली. मानवाच्या दुसऱ्या हातात मोठं मीटर होतं. आजूबाजूला मोजमापी फिरवून मानव मीटरचं निरीक्षण करू लागला. मानवाची ही कृती तो न्याहाळू लागला. त्याच वेळी मानवाच्या हातातल्या यंत्राकडेही त्याचं लक्ष होतं. पडलेल्या त्याच्या साथीदाराला मोजमापीचा स्पर्श होताच मीटरवरचा काटा वेगानं पुढे सरकल्याचं त्याला दिसलं आणि मानवाच्या चेहऱ्यावरचं विकट हास्यही त्यानं टिपलं. मानवाचं समाधान झाल्यानं तो पुन्हा दार बंद करून निघून गेला, पण मानवाच्या या कृतीनं त्याच्या लक्षात आलं की, आपल्या साथीदाराच्या शरीरात भयंकर काहीतरी घडतंय. त्याच्या मलूल देहाकडे पाहून याला काय मदत करावी, असा प्रश्न त्याच्या मनात उभा राहिला. आपण तरी काय करू शकतो? कमकुवत प्राणी काय करू शकतात? त्याच्या सीमा त्याला जाणवल्या आणि मनात मानवाविषयीचा राग साचू लागला.

हल्ली कप्प्याचं दार नुसतं वाजलं तरी त्याच्यासकट सर्वांचीच शरीरं थरारून उठत असत. ही माणसं कधी कुणाला नेतील, याची शाश्वती राहिली नव्हती. प्रत्येकालाच या वाटेनं जावं लागणार, म्हणून सर्वच नर्व्हस होते. त्यातच रात्रीच्या घटनेने तर सर्वांची मनं अधिकच खचली होती. आणि तो? स्वतः इतका खंबीर

असताना तोही असाहाय्य झाला होता.

पहिल्या साथीदाराची अशी अवस्था पाहत असतानाच रात्री गाढ झोपेत दाराच्याच आवाजानं ते उठले. या वेळी मात्र एक स्त्री मानव त्यांच्या पुढ्यात होती. तिनं हळूच हात घालून त्याच्या दुसऱ्या साथीदाराला उचललं पांढऱ्या मुठीत. स्वत:चा जीव मुटकून आपल्या साथीदारांना तो शेवटचंच पाहून घेत असल्याचा भास त्याला झाला. या वेळी मात्र त्याला राहावलं नाही. दार कधी बंद झालं, हेही त्याला कळलं नाही. ती स्त्री मानव नेत असलेल्या त्याच्या दुसऱ्या साथीदाराकडेच तो एकटक पाहत राहिला. त्याला ओरडावंसं वाटलं. तो ओरडलाही जीवाच्या आकांतानं, पण त्याच्या तोंडून काहीच बाहेर आलं नाही. पहाट झाली, तरी तो तसाच पडून होता. पुन्हा दार उघडलं गेलं. या वेळी कुणीही उठलं नाही. तोही तसाच पडून राहिला. पुन्हा एक देह पडल्याच्या आवाजाच्या व्यतिरिक्त काहीही घडलं नाही. सर्वांना अपेक्षितच असावं. विचार करकरून त्यालाही थकवा जाणवू लागला. तरी तो उठला. मानवानं त्याच्या दुसऱ्या साथीदाराचं काय केलं, म्हणून जवळ जाऊन त्यानं पाहिलं आणि ते पाहून त्याचं काळीज फाटलं! दुसऱ्या साथीदाराचं रक्तानं माखलेलं शरीर पाहून तो सुन्न झाला. स्वत:चंच हृदय बंद पडत असल्याचा भास त्याला झाला. आपल्या साथीदाराची अवस्था पाहून त्याचा कंठ दाटून आला. दुसऱ्या साथीदाराच्या देहाकडे तो जाणार तेवढ्यात ट्रॉली ढकलत एक पोरगेटला मानव हातात प्लॅस्टिकची पिशवी घेऊन आला. पोरगेटल्या मानवानं आपलं नाक दाबत त्याच्या दुसऱ्या साथीदाराचं शेपूट धरून खसकन ओढलं आणि पिशवीत टाकून गाठ मारली. दुसऱ्या साथीदाराचे रात्रीसारखेच 'डोळे बंद तोंड उघडं' पाहून त्याला पुन्हा भडभडून आलं. क्षणात त्याच्या साथीदाराचं अस्तित्वच नाहीसं झालं होतं.

त्याचं मन विषण्ण झालं. बाहेरच्या मुक्त जगाची आठवण येत होती. हे बंदिस्त जीवन आता त्याला नकोसं झालं होतं. मानवानं आता त्याच्यावरही प्रयोग करून त्याची लवकर सुटका करावी, म्हणून तो वाट पाहू लागला. मनानं तो मुळीच कमकुवत नव्हता. पण या प्रसंगांनी तो झाला होता. त्याचं मन स्वत:शीच बंड करून उठू लागलं; विचार करू लागलं 'का? का? या मानवानं आम्हाला वेठीला धरलंय. मानव इतका स्वार्थी का? स्वत:च्या प्रगतीसाठी, उत्कर्षासाठी आमचीच आहुती का? त्यांच्या लेखी आम्हाला किंमतच नाही? त्यांच्यासारखेच आम्हीही प्राणी. एक जीव. आमच्याही धमन्यांमधनं रक्त वाहतं. मानवासारखंच. आम्हालाही इजा होतेय, दुखतं, खुपतं, लागतं. मग एवढ्या निर्घृणपणे आमची हत्या का? आम्ही बोलू शकत नाही, भावना व्यक्त करू शकत नाही. हा आमचा दोष? की निसर्गानंच आम्हाला असं केलंय? मानव हुशार आहे, पण आमच्याशिवाय त्याची उत्क्रांती अपूर्णच आहे, हेही मला कळतंय. मानवानं मात्र एकदातरी आमच्या व्यतिरिक्त

प्राथमिक प्रयोग मानवावरच करून पाहावेत. आमच्या भावनांचं आकलन त्यांना होईल. पण ते तसं करणार नाहीत. त्याच्याएवढा स्वार्थी प्राणी या विश्वात नाही. म्हणून मला या मानवाचा राग आहे. प्रचंड राग आहे. जर निसर्गानं मला बुद्धी आणि संधी दिली, तर मीही प्रथम प्रयोग या मानवावरच करीन. आमच्या उत्क्रांतीसाठी त्यांचाच उपयोग करीन.'

कितीतरी वेळ तो विचार करत राहिला. पण स्वत:चा कमकुवतपणा लक्षात येताच मानवापुढे आपण जाऊ शकत नाही, त्यांच्यावर प्रयोग करण्याची स्वप्नंच आपण पाहू शकतो, या विचारानं तो उदास झाला. त्याच्या इतर साथीदारांकडे त्यानं पाहिलं. ते भयभीत होऊन दूर पाहत होते. हल्ली हे नेहमीचंच झालं होतं. त्यानंही तिकडं पाहिलं. तीन मानव झपाझप त्यांच्याकडेच येताना त्यानं पाहिले. दोन प्रसंगांनी त्याचं मन घट्ट झालं होतं. प्रत्येक वेळी मानव आला की, तो स्वत:ला प्रयोगासाठी तयार ठेवू लागला. या वेळीही तो तसाच बिनधास्त राहिला. त्याचे इतर साथीदार मात्र चीऽचीऽ करत अस्वस्थपणे तिथल्या तिथे फेऱ्या मारू लागले. त्यांच्या केविलवाण्या फेऱ्या पाहून त्याला अतीव दु:ख झालं.

तिघा मानवांपैकी कुणीही दार उघडण्याची तसदी घेतली नाही. अस्वस्थपणे फेऱ्या मारणाऱ्या साथीदाराची शेपूट त्यातल्या एकानं जाळीतूनच पकडली आणि खसकन ताणली. दुसऱ्याच क्षणी तिसरा साथीदार त्याला वरती लटकलेला दिसला. दुसऱ्या मानवानं एक भरलेलं इंजेक्शन जाळीतूनच त्याच्या शरीरात खुपसून रितं केलं. त्यामुळे तिसरा साथीदार आकांतानं ओरडताना त्याला दिसला. तो स्वत: वर मान करून तिसऱ्या साथीदाराचा वासलेला जबडा पाहत होता. तिघंही मानव मोठ्यानं हसत, बडबडत निघून गेले. त्यांचा तिसरा साथीदार मात्र तळमळत राहिला. लोळागोळा होऊन घरंगळत राहिला. त्याची घालमेल बघून तो अस्वस्थ झाला. नंतर त्याच्या तिसऱ्या साथीदाराची तळमळ कमी होऊन तो स्थिर झाला, पण त्याच्या अंगावर उठणारे फोड पाहून मात्र तो गलितगात्र झाला. मघाशी दिलेल्या इंजेक्शनची रासायनिक प्रक्रिया! त्याला राहवलं नाही. त्यानं तिसऱ्या साथीदाराला सहानुभूतीनं न्याहाळलं. त्याच्याच शरीराएवढ्या आकाराचे फोड उठलेले पाहून त्याला मानवाची चीड आली. 'हे असले कसले जीवघेणे प्रयोग हे मानव करतात!' त्याला तिरस्कार वाटला. एक नंबरचा शत्रू म्हणून त्याच्या मनात मानवानं स्थान निर्माण झालं. पण या मानवाला आपल्याला काहीच धडा शिकविता येणार नाही, म्हणून तोही अस्वस्थपणे फेऱ्या मारत राहिला आणि येणाऱ्या-जाणाऱ्या प्रत्येक मानवाला निरखत राहिला.

दोन दिवसांनंतर मात्र त्याच्या इतर दोघा साथीदारांबरोबर त्यालाही नेण्यात आलं. स्वच्छता करून एका छोट्याशा, पण वेगवेगळी उपकरणं असलेल्या खोलीत त्यांना आणल्याचं त्यानं पाहिलं. या वेळेतही त्यानं सर्व पाहून घेतलं. पुढे तिघेही वेगवेगळ्या

टेबलावर विभागले गेले होते. टेबलांवर एका मुलायम जागी त्याला झोपवण्यात आलं. प्रखर लाईटचा झोत त्याच्यावर टाकताच त्यानं आपले डोळे बंद केले. त्याला सूर्याची आठवण झाली. कित्येक दिवसांनी एवढा प्रखर उजेड तो अनुभवत होता. त्यानं आपले डोळे हळूहळू उघडले. दोघं स्त्री मानव त्याचे हात आणि पाय पकडून उभे होते. डोळे उघडताच हास्य करणारा, मोठाले पांढरे केस आणि डोळ्यावर चष्मा असलेला गोरटेला मानव त्यानं पाहिला. त्या मानवानं त्याच्या डोक्यावर हळूच टिचकी मारत, काहीतरी पुटपुटल्याचं त्याला जाणवलं. भाषा कळणं शक्यच नव्हतं.

पण आपल्याला पाहून हा मानव मात्र आनंदित झाला, एवढंच त्याला कळलं होतं. इतरांनी हसून दाद दिल्याचंही त्यानं पाहिलं. त्याला आता कुणाचीच भीती वाटत नव्हती. भीतीच्या पलीकडेच तो गेला होता. आता हा समोरचा पांढऱ्या केसांचा मानव त्याच्यावर काय करतो, याची त्याला उत्सुकता होती. शेवटपर्यंत तो प्रतिसाद देणार होता. शरीरानं नाही तर मनानं. शेवटच्या क्षणापर्यंत तो पाठपुरावा करणार होता.

पृष्ठभागात काहीतरी टोचल्याचं त्याला जाणवलं. त्यानं त्याला ग्लानी आली. समोरच्या पांढऱ्या केसांचा मानव धूसर होत गेला. सर्वच गात्रं शिथिल होत गेली. पुढं त्याला काहीच कळलं नाही.

बराच वेळ झाला असावा. त्याला हळूहळू शुद्ध येऊ लागली. डोळे जड झाले होते. कष्टानं डोळे उघडण्याचा त्यानं प्रयत्न केला. त्याला अंधूकसं दिसू लागलं, पण डोळ्यांचा जडपणा होता तसाच राहिला. कधी नव्हे ते डोकं ठणकत होतं. मेंदूतच काहीतरी वळवळत असल्याचा भास झाला. डोक्याला काही झालं का, म्हणून त्यानं हात उचलण्याचा प्रयत्न केला. पण तेवढ्या सहजपणे त्याला हात उचलता आला नाही. तो तसाच पडून राहिला. आता त्याला स्पष्ट दिसू लागलं होतं. डोकं दुखायचं थांबून जडपणा आला होता. त्यानं नजर फिरवली. एका वेगळ्याच ठिकाणी आपल्याला हलवण्यात आल्याचं त्याला कळलं. साथीदारांची त्याला आठवण झाली. तेही इथेच असावेत, असा अंदाज त्यानं बांधला.

तो आता बऱ्यापैकी हातपाय हलवू लागला. स्वत:त आत्मविश्वास येताच उठून बसला. त्याचं डोकं थोडं जड झालं होतं. आपल्या डोक्यावर त्यानं हात फिरवला. छोटासा प्लग हाती लागताच त्यानं तो ओढून पाहिला. तत्क्षणी जीवघेणी कळ त्याच्या मेंदूतून उठली. म्हणजे मानवानं त्याच्या मेंदूत काहीतरी रोपण करून नवीन प्रयोगाला सुरुवात केली होती. मेंदूत काय असेल, हे त्याच्या कल्पनेबाहेरचं होतं. पण तरीही हा प्रयोग मानव स्वत:च्याच उपभोगासाठी करत असणार, याची त्याला खात्री होती. त्याचा चौथा साथीदार अजूनपर्यंत बेशुद्धावस्थेतच होता. पाचव्याची अवस्था बिकट होऊन असंबद्ध हालचाली वाढल्याचं त्याच्या लक्षात

आलं. 'आपली अशी अवस्था नाही. याचा अर्थ आपण निभावलो की काय? म्हणजे पुढचा प्रयोग आनंदानं आपल्यावर करायला हा मानव पुन्हा तयार!'

एकदम प्रकाशाचा झोत वाढला. प्रथम डोळ्याला त्रास झाला म्हणून त्यानं डोळे गच्च बंद करून घेतले. डोळ्यांपुढे अंधार संचारला. कानात पावलांचे ध्वनी उमटले. त्यानं हळूहळू डोळे उघडले. समोर पांढऱ्या कपड्यातलं मानवांचं टोळकं उभं असलेलं त्याला दिसलं. ज्याने त्याला डोक्यावर टिचकी मारली होती, त्या पांढऱ्या केसांच्या मानवाला त्यानं ओळखलं. तोच खरा प्रमुख होता. तो उठून बसलेला पाहून सगळ्यांनीच त्याचं कौतुक केलं आणि त्याच्या चौथ्या-पाचव्या साथीदारांची रवानगी दुसरीकडे करण्यात आली. कुठे, हे त्या मानवालाच माहीत होतं. तो मात्र ही शेवटची भेट म्हणूनच पाहत होता.

तोच आता या मानवांसाठी महत्त्वाचं सॅम्पल झाला होता. म्हणूनच कौतुकापाठोपाठ त्याची विशेष काळजी घेण्यात येत होती. मानवाच्या या प्रयोगाचा आपणच अपेक्षित परिणाम आहोत, हे त्यानं हेरलं. नाहीतर यांनी मलाही असंच कचऱ्याच्या पेटीत टाकलं असतं. काळजी घेण्याचं तेही एक कारण असावं.

आता तो सगळ्यांचंच आकर्षण बनला होता. वेगवेगळे मानव त्याला आनंदानं न्याहाळू लागले, निरीक्षण करू लागले. त्याची शारीरिक चाचणी घेऊ लागले आणि नाजूकपणे हाताळू लागले. मानवाच्या या क्षणिक प्रेमानं तो मुळीच मोहरून गेला नाही की मानवाबाबतचं त्याचं मत बदललं नाही. ज्या क्षणी आपण त्यांच्यासाठी निरुपयोगी होऊ, त्या वेळी ते आपली शेपूट धरून असेच फेकून देतील, याची त्याला खात्री होती. म्हणून मानवाविषयीचं त्याचं मत सहजासहजी बदलणार नव्हतं. पण आता त्यालाही मानवाच्या या प्रयोगात रस वाटू लागला. नेमकं ते आपल्याकडून काय काय करून घेणार आहेत, याची त्याला उत्सुकता होती. किंबहुना मानवाला जेवढी उत्सुकता होती, त्यापेक्षा काकणभर त्याला स्वत:लाच जास्त होती.

दिवसभर पुन्हा एकदा वेगवेगळ्या जीवघेण्या चाचण्यांमधून तो भरडून निघाला होता. अंतिम टप्प्यात मानवाचा प्रयोग येऊन ठेपला असल्याचं त्याला वाटलं. कारण त्याला एका वेगळ्याच खोलीत आणण्यात आलं होतं. पांढऱ्या केसाच्या मानवाशेजारी सारेच येऊन बसले होते. सर्व मानवांची दृष्टी त्याच्यावरच खिळलेली होती. आज तोच केंद्रस्थानी होता. प्रयोगाच्या परिणामांची अपेक्षा आज त्याच्याकडून होती. आजूबाजूला अंधार. मध्यस्थानी त्याच्यावरच तेवढा प्रकाश होता. तो बावरला, पण क्षणभरच! तेवढ्यात समोरचा पडदा बाजूला झाला. रंगीबेरंगी प्रकाशात त्याला मानवाकृती दिसली. तो मानवासारखाच होता, याची पुन्हा पुन्हा पाहून त्यानं खात्री करून घेतली; पण तो मानवासारखंच बोलत, चालत नसलेला पाहून त्याला आश्चर्य वाटलं. की मानवाने स्वत:चीच निर्जीव प्रतिकृती बनवली होती? यंत्रमानव!

मानवावर त्याचा राग होता. पण या वेळी त्याला कौतुकही वाटलं. मानव खरोखरच हुशार आहे, म्हणून तर आम्हा प्राण्यांवर हुकमत गाजवतोय! समोरचा यंत्रमानव पाहून त्यानं विचार केला. 'खरंच! याच्यात आणि माझ्यात काय फरक? तो यंत्र आणि मी जाणिवा असलेला निर्जीव देह. त्याच्यासारखाच. मानवाने वेठीस धरलेला. हा तर माझा खरा मित्र, दोस्त, सखा आहे.'

"ये मित्रा. माझ्याजवळ ये! आपण दोघं एकाच वाटेवरचे वाटसरू आहोत. ये!"

त्याच्या मेंदूत विचारांचे तरंग उठले आणि त्या क्षणी तो आश्चर्याने पाहतच राहिला. यंत्रमानव संथपणे पावलं टाकत त्याच्याच आज्ञेचं पालन करत असलेला पाहून तो आश्चर्यचकित झाला. त्यानं स्वत:ला सावरलं. यंत्रमानव त्याच्याजवळच येत होता. त्याच वेळी त्यानं आजूबाजूला बसलेल्या मानवी शास्त्रज्ञांवर नजर फिरवली. त्यांचे चेहरे आनंदाने फुलून गेलेले त्याला दिसले. अपेक्षित पण तेवढाच भारदस्त परिणाम त्यांच्या प्रयोगात मानवांना मिळाला होता. यंत्रमानव त्याच्याजवळ येऊन थांबला होता. पण मानवी शास्त्रज्ञ अपेक्षित परिणाम मिळूनही तसेच थांबलेले पाहून त्याला शंका आली. यांना कदाचित आपल्याकडून अजून परिणामांची अपेक्षा असावी. तो सावध झाला.

त्याच वेळी त्यानं ठरवलं की, आपण यापुढे कुठलाही प्रतिसाद देणं योग्य नाही. तो जसे विचार करत होता, तसाच तो यंत्रमानव वागत होता, याची त्याला खात्री पटली होती. पण तो विचार करतोय हे जाणून घेणं, हाच त्यांचा मूळ संशोधनाचा विषय असल्याचं त्यानं पांढऱ्या केसांच्या शास्त्रज्ञाच्या गोंधळावरून ताडलं. मानवाचा हाच कुटिल डाव त्याला हाणून पाडायचा होता. 'आपण विचार करतोय, हे मानवाला मुळीच कळायला नको. जर का हे त्यांना कळलं, तर माझ्या मनात, मेंदूत चालणारं विचारांचं काहूर हे मानव सहज काढू शकतील आणि माझ्या मेंदूतल्या त्यांच्याविषयीच्या कटू माहितीने ते बिथरतील, सावध होतील' आणि हेच त्याला नको होतं.

बराच वेळ सर्वांनी वाट पाहिली. पुढे यंत्रमानवावर काहीच परिणाम झाल्याचं आढळलं नाही. तोही तसाच स्तब्ध पडून राहिला. कुठलीही प्रतिक्रिया न देता खोलीतले सर्व दिवे लावण्यात आले. अत्यानंदानं सर्वांनीच एकमेकांना प्रयोगाच्या यशाच्या शुभेच्छा दिल्या. मानवासाठी नवीन पर्व घेऊन येणाऱ्या या प्रयोगात प्रसिद्ध न्यूरोबायोलॉजिस्ट डॉ.फटांगरेबरोबरच त्यांच्या टीमचा मोठा वाटा आणि परिश्रम असल्याचं बोललं गेलं. तोही निपचित पडला असला, तरी सर्वांचे हावभाव टिपत होता. विशेषत: पांढऱ्या केसाच्या शास्त्रज्ञाचे. त्यानेच त्याच्यावर प्रयोग केला होता. तो शास्त्रज्ञ इतरांशी भरभरून बोलत असल्याचं त्यानं पाहिलं. त्यावरूनच या प्रयोगात काहीतरी तथ्य असल्याचं त्याला जाणवलं. शास्त्रज्ञ त्याच्याजवळ येऊन

पुन्हा त्याच्या डोक्यावर टिचकी मारत म्हणाला, "दॅट्स लाईक अ गुड रॅट!" मोठ्यानं हसला. ते हास्य त्याला विकट आणि तेवढंच भेसूर वाटलं. अतिशय मानानं त्याला उचलून एका वेगळ्या कक्षात ठेवण्यात आलं. एवढ्या वेळात त्यानं मात्र सर्व निरीक्षण करून घेतलं.

रात्र बरीच झाली होती. त्यानं आजूबाजूला कानोसा घेतला. सर्वत्र शांत होतं. कुठल्याही मानवाची हालचाल त्याला जाणवली नाही. सुदैवाने त्याला ज्या अत्याधुनिक पिंजऱ्यात ठेवलं होतं, त्याचं दार उघडंच राहिलं होतं. आनंदाच्या भरात ते लावायलाच मानव विसरले होते. त्यांचाही दोष नसल्याचं त्याच्या लक्षात आलं. यंत्रमानवाची हालचाल पाहून सुरुवातीला तो गर्भगळित झाला होता. नंतर मात्र त्याची उत्सुकता शिगेला पोहोचली होती. एकट्यानंच त्याला यंत्रमानवाच्या हालचाली बघायच्या होत्या. त्यानुसारच तो आपली पुढची दिशा ठरवणार होता. पण पिंजऱ्याचं दार उघडलेलं पाहून इथून मुक्त होण्याचं त्याच्या मनात आलं. ही एक संधीच होती. क्षणात त्यानं ते विचार झटकले. योग्य वेळी या संधीचा फायदा तो निश्चितपणे घेणार होता.

त्यानं टुणकन उडी मारली. चालू उपकरणांचा घरघर आवाज येतच होता. त्याला अशक्तपणा जाणवला. या प्रयोगात त्याची बरीच शक्ती खर्ची पडली होती. तसाच तो समोरच्या दारातनं खोलीत आला. सकाळी आपण याच खोलीत होतो का, म्हणून तो आठवू लागला. यंत्रमानवाचा शोध तो घेऊ पाहत होता. पण त्याला योग्य स्थळच सापडत नव्हतं. मानवानं त्याच्या मनातले खेळ ओळखले होते की काय? तो शहारला. तेवढ्यात डोक्यावर असलेल्या प्लगची त्याला आठवण झाली. त्याच्या मेंदूत विचारांचे लोट उठले. 'मित्रा, दोस्ता, कुठे आहेस तू? ये ना माझ्याजवळ. मला तुझी खूप आठवण येतेय.'

क्षणात खोली विविध रंगांनी प्रकाशमान झाली. हळूहळू यंत्रमानव पावलं टाकत त्याच्याकडे येऊ लागला.

त्यानं तो आनंदानं उड्या मारू लागला. यंत्रमानवाकडून एका पाठोपाठ एक अशी तो विविध कामे करून घेऊ लागला. यंत्रमानव आज्ञाधारकासारखा सर्व काही जागच्या जागी आणून देऊ लागला. नुसत्या विचारांनीच यंत्रमानवाचं तो नियंत्रण करू लागला. खाणं, पिणं सगळं जागच्या जागी होऊ लागलं. बराच वेळ तो यंत्रमानवाशी खेळत राहिला, भान हरपून! स्वत:च्या मुक्ततेचाही त्या क्षणी त्याला विसर पडला.

त्याच वेळी स्लायडींग डोअर सरकावं, तशी त्या प्रयोगशाळेची भिंत सरकली. आणि डॉ.फटांगरेंनी खोलीत पाऊल टाकलं. खोलीतलं वातावरण पाहताच त्यांना आश्चर्याचा धक्का बसला. 'सर्व बंद करून गेलो असताना यंत्रमानव, हा प्रकाश इथं कसा?' सकाळच्या मनातल्या शंकेनं अधिकच जोर धरला आणि त्यांच्या डोळ्यापुढे मूषकाचा चेहरा तरळून गेला. त्याच्या मनातल्या विचाराचं काहूर त्यांनी हेरलं.

डॉ.फटांगरे घाबरले होते. घामानं त्यांचं अंग थबथबलं होतं. वेगानं ते आतल्या खोलीत गेले. मूषकाला ठेवलं होतं, त्या पिंजऱ्याकडे धावले. तो तिथे नसल्याचं पाहून मात्र ते धास्तावले. कुणीतरी शक्तीच काढून घ्यावी, तसं त्यांना झालं. त्यांच्या तत्काळ लक्षात आलं. धडपडतच पुन्हा ते यंत्रमानवाच्या खोलीत आले आणि समोरचं दृश्य पाहून ते जागच्या जागी थिजले. तो म्हणजे मूषक उभा होता. एका वेगळ्याच पावित्र्यात! त्याचे डोळे लालसर होऊन आग ओकत होते. मूषकाचा हा पवित्रा पाहून डॉ.फटांगरेंची पावलंच जड झाली. एक क्षण दारातून बाहेर पडावं म्हणून त्यांनी विचार केला. पण त्याच वेळी यंत्रमानवानं हालचाल करून दार बंद केलं होतं. सगळं नियंत्रण मूषक करतोय, हे त्यांच्या लक्षात आलं. ते काहीच करू शकत नव्हते. एक प्रसिद्ध शास्त्रज्ञ असहाय, केविलवाणा, आपल्याच प्रयोगाच्या परिणामाविरुद्ध उभा होता. आपल्याच प्रयोगानं आव्हान उभं केलेलं पाहून त्यांचं अवसानच गळालं होतं. डॉ.फटांगरेंच्या मनात आलं, 'आजपर्यंत आपण ज्याचा विचार केला, पाठपुरावा केला, ते शेवटी खरंच ठरलं. हा मूषक विचार करतोय. आपल्या प्रयोगाचा हाच तर खरा परिणाम होता. हेच तर आपल्याला हवं होतं. मग आपण घाबरलोय का?' त्यांना कळत होतं, पण सांगता येत नव्हतं. खरंतर हे परिणाम मानवासाठी उपयुक्त होते. शरीराने पूर्ण अपंग, अर्धांगवायू असलेल्या मानवांसाठी हे संशोधन योगदान ठरणार होतं. किती परिश्रमानं आपण हा प्रयोग केला. त्यात हाच मूषक परिणामकारक ठरला. बेमालूमपणे त्याच्या मेंदूत, विचारांवर चालणारी यंत्रणा निर्माण केली आणि ती रिमोटनी यंत्रमानवाला जोडली. त्याचाच परिणाम म्हणून हा मूषक स्वत:च या यंत्रमानवाला नियंत्रित करतोय आणि हुकमत गाजवतोय. माझ्या हातात काहीही नाही. मूषक स्वतंत्र आहे. डॉ.फटांगरे घाबरून मूषकाकडे पाहू लागले. या घडीला तो आपल्याविषयी काय विचार करतोय, हे डॉ.फटांगरेंना कळत नव्हतं. त्याचा अवतार पाहून मात्र ते धास्तावले होते. त्यांच्या घशाला कोरड पडली. जीभ जड झाली. हृदय धडधडू लागलं. अंग कापू लागलं. काय करावं सुचत नव्हतं. त्यांचं संशोधन त्यांच्यावर उलटू पाहत होतं. जोरानं ओरडावं, तरी आवाज निघत नव्हता.

मूषक मात्र शांतपणे, पण तेवढ्याच रागाने त्याच्यावर आणि त्याच्या साथीदारांवर प्रयोग करणाऱ्या मानवाकडे पाहत होता. एकेका साथीदारांचे चेहरे, हालअपेष्टा त्याच्या डोळ्यांपुढून सरकून गेल्या. तो मनातच हसला. तरी त्याचे पडसाद यंत्रमानवावर उमटले. 'मानवानं केलेला प्रयोग मी मानवावरच करणार! माझी सुप्त इच्छा. पूर्वापार आमच्यावर अत्याचार करत आलेल्या हे मानवा, आता परिणामांना सामोरा जाण्यास सज्ज हो!!' मनात उठलेले तरंग मेंदूपर्यंत पोचू लागले. विकट हास्य त्यानं खोलीत फेकलं. डोळ्यांत आग दिसू लागली. त्याच्या कानात आप्तस्वकीयांच्या किंकाळ्या

ऐकू येऊ लागल्या, त्यामुळे तो रागानं बेभान होऊ लागला.

मेंदूत विचार उठले, ''मित्रा, ऊठ आणि या समोरच्या मानवाचा देह फाड. मलाही या मानवाच्या देहाचा अभ्यास करायचाय. माझ्या बांधवांसाठी. आमच्या उत्कर्षासाठी. ऊठ.''

आज्ञा होताच यंत्रमानवानं डॉ.फटांगरेंकडे पाऊल टाकलं. एका हातात डिसेक्शन साहित्य होतं. यंत्रमानव येत असलेला पाहून डॉ.फटांगरे सुन्न झाले. मदतीच्या अपेक्षेने त्यांनी इकडं-तिकडं पाहिलं, पण ते व्यर्थ होतं. आवाज ठार बसला होता. पायात त्राण नव्हते. ते धाडकन खाली पडले.

तसं यंत्रमानवानं त्यांना उचलून टेबलावर ठेवलं. कपडे खसकन ओढले. प्रतिकार करण्याची ताकदच उरली नव्हती. मूषकांचीच ऑपरेशन टेबलावरची अवस्था ते अनुभवत होते. विदारक! देह निश्चल झाला होता. फक्त डोळे तेवढे उघडे होते; मूषकाकडे व्याकुळतेने पाहत असलेले. पण तो हसत होता. समोरच्या मानवाचे डोळे पाहून त्याला समाधान वाटत होतं. आप्तस्वकीयांची अशीच केविलवाणी नजर त्यानं अनुभवली होती. तेवढ्यात एक मोठी किंकाळी निघून आतल्या आत विरत गेली. यंत्रमानवानं पूर्ण मानवी देहाची शस्त्रक्रिया केली होती. मूषक हळूच तिथे आला. कितीतरी वेळ तो त्या देहाचं निरीक्षण करत राहिला. त्याच्या लक्षात आलं, 'हे अशक्य आहे. फक्त एका मानवाच्या देहाची शस्त्रक्रिया करून आपण आपल्या बांधवांचा मुळीच उत्कर्ष करू शकणार नाही. त्याची कुवत त्याला कळली. मानव कसाही असला, तरी तो श्रेष्ठच आहे. कोट्यवधी वर्षं मेहनत करून त्यानं स्वत:ला विकसित केलं आहे; प्रगती केली आहे. आपली उत्क्रांती क्षणात होणं अशक्य! कोट्यवधी वर्षं त्यासाठी लागतील.'

पण त्याचं स्वत:चं समाधान झालं होतं. दोन निश्चल देहांना तो पाहत होता. यंत्रमानव आणि दुसरा डॉ.फटांगरेंचा मृतदेह. विचारांनी आणि उत्तेजनानं त्याला प्रचंड ताण आला होता. थकवाही आला होता. हे मानवविश्वच वेगळं असल्याचं त्याला पटलं. 'आपण मुक्त होणंच चांगलं आणि मुक्त होण्याची हीच संधी आहे. पुन्हा मानवाच्या तावडीत सापडण्याअगोदर आपण आपल्याच विश्वात मुक्तपणे राहावं' असा विचार करून शेवटचा हुकूम त्यानं यंत्रमानवाला केला.

''मित्रा, दार उघड. मला जायचंय माझ्या जगात; माझ्या लोकांत.'' यंत्रमानवानं दार उघडलं. यंत्रमानवाकडे पाहत तो हसला. ''किती आज्ञाधारक आहेस रे तू! संकटकाळी तूच मला उपयोगी आलास. खरंतर या मानवापेक्षा तूच मला श्रेष्ठ. येतो मी.''

वेगानं तो बाहेर पडला. आतापर्यंत कोंडलेला श्वास त्यानं मुक्तपणे सोडला.

■

वटवाघूळ

आशिष काळे आपल्या आई-वडिलांसोबत प्रसिद्ध न्युरोसर्जन डॉ.निकेश रानडे यांच्यासमोर अपेक्षेने बसला होता.

डॉक्टरांनी पुन्हा एकदा आशिषचे रिपोर्ट्स चाळून काढले आणि धीरगंभीरपणे क्षणभर डोळे मिटून ते विचार करू लागले.

डॉ.रानडेंची गंभीर मुद्रा पाहून आशिषच्या आई-वडिलांचीही घालमेल होऊ लागली.

आशिष मात्र शांत होता. त्याला होणाऱ्या त्रासाची त्याला जाणीव होती. डोळे उघडून आशिषच्या आई-वडिलांकडे पाहत डॉक्टर गंभीरपणे म्हणाले, "सॉरी मि.काळे! आशिषला रेटिनिटिस पिग्मेटा या व्याधीनं जखडलंय."

आशिषचे वडील म्हणाले, "नेमकं काय झालंय आमच्या आशिषला डॉक्टर? हे रेटिनिटिस पिग्मेटा आहे तरी काय?"

डॉ.रानडे म्हणाले, "काय आहे मि.काळे, या व्याधीमध्ये दिवसागणिक माणसाची दृष्टी धूसर होत जाते आणि शेवटी त्याचं जीवन अंधकारमय होतं."

डॉ.रानडेंनी व्याधीचा खुलासा करताच, या अनपेक्षित आघाताने आशिषचे आई-वडील हादरले. आशिषच्या आई रडायलाच लागल्या.

आशिषवरही हा वज्राघातच होता. तोही सुन्न झाला. पण त्याने कुठलीही प्रतिक्रिया व्यक्त केली नाही. कारण आतून तोही उन्मळून पडला होता.

मि.काळे अपेक्षेने उत्तरले, "पण डॉक्टर, यावर काही उपाय असतील ना?"

"नाही, मि.काळे. कुठलाही उपाय नाही, कारण ही व्याधी लाखातनं एखाद्याला होण्याची शक्यता असते. यात प्रामुख्याने डोळ्यांना रक्तपुरवठा करणाऱ्या रक्तवाहिन्याच अशक्त होऊन चेचल्या जातात. त्यामुळे दृष्टीही नाहीशी होते."

"माझ्याच आशिषच्या का हो हे वाट्याला यावं? लाखातनं तोच सापडला

का? एकुलता एक मुलगा आहे माझा तो.'' आशिषच्या आई अश्रू पुसत अगतिकपणे म्हणाल्या.

आशिष मात्र आईची पाठ थोपटत होता. त्यानं धीरानं घेतलं होतं.

''मिसेस काळे, या सर्व प्रारब्धाच्या गोष्टी आहेत. तुम्हीच अशा उन्मळून पडलात, तर आशिषला धीर कोणी द्यायचा?'' डॉ.रानडे म्हणाले.

मि.काळे थोड्याशा अपेक्षेने आणि अधीरतेने म्हणाले, ''डॉक्टर, काही ऑपरेशन वगैरे... जर का तो पर्याय असेल, तर तोही मार्ग आम्ही अवलंबू. कितीही खर्च आला तरी.''

यावर डॉ.रानडे संयम राखत आणि समोरच्याला न दुखावता म्हणाले, ''मि.काळे, ऑपरेशनचाही उपयोग नाही. कारण रक्तपुरवठा करणाऱ्या वाहिन्यांचं ट्रान्सप्लांटेशनच होऊ शकत नाही. यावर जगात कुठंही उपचार नाहीत. मला असं वाटतं, तुम्ही दोघांनीही आशिषच्या मागे भक्कमपणे उभं राहावं. त्याचं मनोबल वाढवावं.'' डॉ. रानडेंनी सर्वांकडे पाहत सांगितलं.

श्री. आणि सौ. काळे क्षणभर अबोल झाले. आशिषच या शांततेची कोंडी फोडत प्रथम बोलला, ''आई-बाबा, डॉक्टर म्हणतात ते खरं आहे. डॉक्टर, पण मी हे आव्हान पेलणार आहे. माझ्या मनाची तयारी मी करणार आहे, नव्हे करावीच लागणार आहे. कारण आता पर्याय नाहीच. मी फक्त आंधळा होतो आहे. निसर्गानं मला तरीही जगण्याची संधी दिली आहे; नाही का आई-बाबा?''

आशिषच्या या सकारात्मक दृष्टिकोनानं आणि अकाली प्रगल्भतेने डॉ. रानडे प्रोत्साहित झाले होते.

सौ. काळे अश्रू पुसत म्हणाल्या, ''होय रे बाळा! आम्ही तुझ्या पाठीशी आहोत. त्या जगातही तुला यशाच्या पाऊलवाटा दाखवू.''

मि.काळे खुर्चीतनं उठत, हात जोडत म्हणाले, ''येतो डॉक्टर! तुम्ही भरपूर मदत केलीत. आशिषचं भावविश्व उभारण्यासाठी हिंमत दिलीत, पण तरीही तुम्हाला कधी असा एखादा उपाय करावासा वाटला, तर आम्हाला सांगा.''

''जरूर मि.काळे!'' डॉ.रानडे सहजपणे बोलले.

श्री. काळे हात जोडून मागे वळले. तेव्हाच आशिष आणि सौ. काळेही उठले आणि बाहेर पडले. डॉ. रानडे मात्र तिघांकडे दृष्टिआड होईपर्यंत पाहतच राहिले.

साधारण पंधराव्या वर्षीच आशिषला डोळ्यांचा त्रास जाणवायला लागला होता. मग वर्ष-दीड वर्षातच आशिषनं आजूबाजूचं दिसत नसल्याची तक्रार केली, तेव्हा त्याच्या आई-वडलांना त्याच्या गांभीर्याची जाणीव झाली.

त्यांनी शहरातल्या तज्ज्ञ डॉक्टरांना दाखवलं. त्यांच्याकडूनही निराशावादीच वक्तव्यं आली; पण कुठल्यातरी तज्ज्ञ न्युरोसर्जनला दाखवण्याचा सल्ला मात्र त्यांनी

दिला. त्यानुसार काळे दांपत्य आशिषला घेऊन डॉ. रानड्यांकडे दाखल झाले होते.

डॉ.रानड्यांनी आशिषची चिकित्सा करताच त्यांना केस बरीच गुंतागुंतीची वाटली, त्यामुळे त्यांनी लागलीच विविध चाचण्या करून घ्यायला सांगितल्या.

डॉ.रानड्यांनी त्याच्या सी.टी. स्कॅन, टोमोग्राफी या अद्ययावत तपासण्या केल्या. त्यातच डॉ.रानड्यांना ती बाब आढळली होती; लाखात एकाला होणारी. मेंदूच्या दृष्टिक्षेपातून डोळ्यांपर्यंत रक्त वाहून नेणाऱ्या वाहिन्याच अशक्त झाल्या होत्या. त्यामुळे अंधत्व अटळच होतं. आशिषचा हाच वैद्यकीय अहवाल डॉ.रानड्यांनी आशिषच्या समोरच श्री. आणि सौ. काळ्यांना हळुवारपणे समजावून सांगितला.

आई-वडील आणि डॉक्टरांसमोर त्यानं दर्शविलं नाही, तरी आशिष आतून उन्मळून पडला होता. आताशी त्याचं वय होतं, सतरा-अठरा वर्षाचं! नुकतंच उमलण्याचं, अभ्यास, खेळ, वाचन, भटकंती करण्याचं!

इतकी सुंदर सृष्टी अंधारात विलीन होणार होती. मन स्वीकारायला तयार नव्हतं. तो स्वतःच आतल्याआत रडत होता. सलग दोन-तीन महिने विचारानं त्याला झोपच आली नव्हती. दृष्टिविना ही सृष्टी त्याच्या कल्पनेपलीकडची होती. काय करावं? त्याला काहीच सुचत नव्हतं.

शेवटी मनाशी जपलेलं आशिषच्या आजूबाजूचं जग साधारण एका वर्षातच हळूहळू दृष्टिआड झालं होतं! अगदी टप्प्याटप्प्याने. वयाच्या सतराव्या वर्षीच डोळ्यांपुढे काळोख पसरला होता.

या व्याधीमुळे आशिषचं आयुष्य क्षणात बदलून गेलं. त्याच्या मोकळ्या वागण्यावर, फिरण्यावर निर्बंध आले. खऱ्या अर्थानं त्याचं मानसिक द्वंद्व सुरू झालं. तो एका ठिकाणी निपचित पडून राहायचा. प्रत्येक वेळी त्याला आई-वडिलांचा आधार घ्यावा लागे.

आई-वडिलांनीही त्याला सर्वस्व बहाल केलं होतं. त्याच्या मनावर ताण येणार नाही, याची ते काळजी घ्यायचे.

पण शेवटी या सर्व गोष्टींना मर्यादा होत्या. विचारानं तो झोपेतच ओरडून उठायचा. तेव्हाही डोळ्यांपुढे काळोखच असे. अति विचारानं शेवटी त्याचं मानसिक संतुलन बिघडलं होतं.

मि.काळेंनी पुन्हा आशिषला डॉ.रानड्यांच्या अद्ययावत रुग्णालयात दाखल केलं.

श्री. व सौ. काळे खूपच अगतिकतेने म्हणाले, "डॉक्टर, नाही बघवत हो मुलाचे हाल! अतिशय हरहुन्नरी मुलगा. काळ्या डोहात फेकल्यासारखा झाला आहे. काहीतरी करा डॉक्टर प्लीज."

डॉ. रानडे म्हणाले, "घाबरू नका मि.काळे ! थोड्या मानसिक ताणामुळे

त्याला त्रास होतो आहे. हे जे ट्रान्झिशन आहे, ते तो अजून स्वीकारू शकत नसल्याने मनावर ताण येतो. तो लवकरच बरा होईल. घाबरू नका.''

सौ. काळे डबडबलेल्या डोळ्यांनी पुन्हा विनवत म्हणाल्या, ''डॉक्टर, त्याच्या दृष्टीसाठी काहीच करता येणार नाही का हो?''

डॉ. रानड्यांनी सौ. काळेंच्या वक्तव्यावर फक्त अर्थपूर्ण पाहिलं. त्यांच्याजवळही उत्तर नव्हतं. तरीही त्यांनी न बोलताच सौ. काळेंचा खांदा आश्वासकपूर्ण दाबला आणि ते तडक आशिषच्या खोलीतनं बाहेर पडले.

सौ. काळेंना डॉ. रानडेंच्या आश्वासक स्पर्शानं बरं वाटलं. कुठेतरी तो त्यांना यशस्वीतेचा मार्ग दाखवत होता.

डॉ. रानडे अस्वस्थपणे आपल्या केबीनमध्ये येऊन बसले. थोडा वेळ ते शांतपणे बसून राहिले. कुठलाही विचार न करता. पण आशिष आणि त्याच्या आई-वडलांचे चेहरे त्यांच्या डोळ्यांपुढून सरकून जात होते. त्यानं ते जास्तच व्यथित होऊ लागले. व्याकूळपणे त्यांनी आजूबाजूला पाहिलं. तेवढ्यात मोबाइल वाजला.

मोबाइलचं हिरवं बटन दाबताच त्यांनी तो कानाला लावला.

''हॅलो, डॉ. रानडे हिअर.''

''हॅलोऽऽ ओळखलं का?'' पलीकडून प्रश्नार्थक आवाज.

डॉ. रानड्यांना आवाज ओळखीचा वाटत होता, पण लक्षात येत नव्हता. पलीकडून पुन्हा आवाज आला.

''अरे महाराज, देवा ओळखलं नाही का?''

डॉ. रानड्यांच्या डोक्यात लख्खकन प्रकाश पडला. असे शब्द फक्त एकच जण वापरत होता. त्यांचा लहानपणाचा मित्र. डॉ. रानडे उत्साहाने उत्तरले.

''अरे शक्या! सॉरी डॉ. शंकर पाटोळे.''

''इट्स ऑल राईट! शक्याच परफेक्ट आहे रे!''

डॉ. शंकर पाटोळेंनी मनातलं सांगितलं.

''तू शक्याच आहेस रे! पण मोठा शास्त्रज्ञ झालास म्हणून आपलं थोडं जपून बोललो. एवढंच. पण तुझा फोन म्हणजे रिअली सरप्राईझ टू मी हं!'' डॉ. रानडे उत्साहानं बोलले. डॉ. शंकर पाटोळेंचा आवाज ऐकून त्यांना बरं वाटलं होतं.

''ए गप रे! म्हणे मोठा झालो. कसलं डोंबलं. आपण सगळे सारखेच आहोत. तू काही कमी नाहीस लेका. तुझं नाव ऐकतोय मी प्रसिद्ध न्युरोसर्जन म्हणून.'' डॉ. शंकरनीही म्हटलं.

''नेमका कुठुन बोलतोयस तू? अमेरिकेहून की मुंबईहून?''

''अरे, अमेरिकेहून नाही रे, भारतातूनच बोलतोय. अगदी तुझ्या शेजारून. म्हणजे खंडाळ्याहून.'' डॉ. शंकरनी सांगितलं.

"काय म्हणतोयस काय? म्हणजे तू चक्क भारतात आहेस! व्हिजीटला आला आहेस की काय? नाही, म्हणजे खंडाळ्याला मौजमजा करायला!" डॉ. रानडे थोडी फिरकी घेत म्हणाले होते.

"नाही. तसं काही नाही. मी खरंच खंडाळ्याला आलोय. कायमचाच. इथं एका जैवतंत्रज्ञान-प्रयोगशाळेत रुजू झालोय. पण आय एम व्हेरी सॉरी टू से धिस की, मला भारतात येऊन जवळजवळ वर्ष झालंय." डॉ. शंकरनी कबुली दिली.

या वाक्यावर डॉ. रानडे जवळजवळ ओरडलेच आणि म्हणाले,

"एक वर्ष झालं तू इथे आला आहेस? अनबिलीव्हेबल! मला वाटलं तू अमेरिकेतच आहेस आणि तिथेच 'स्थायिक होणार' " पुढे लटका राग दाखवत ते म्हणाले, "शक्या, इट्स नॉट फेअर. मित्र विसरलास तू? एक वर्ष झालं तरी तुला आम्हाला फोन करावासा वाटला नाही? तेही भारतात येऊन? एरव्ही अमेरिकेतून बऱ्याच वेळा फोन करायचास. रिअली नॉट फेअर."

"ये निकेश, असा रागावू नकोस यार! आय एम व्हेरी सॉरी. खरंच वेळ झाला नाही."

"माहितीये, मोठा शास्त्रज्ञ आहेस ना तू! गुंतला असशील एखाद्या प्रयोगात. लहानपणापासून ओळखतोय मी तुला."

पलीकडून थोडावेळ स्तब्धता. नुसताच श्वासोच्छ्वास. डॉ. शंकर बोलले.

"खरं आहे निकेश तुझं. एका महत्त्वाच्या प्रयोगात मी गुंतलो होतो. एक वर्षापासून ठरवतोय तुला फोन करावा, पण सवडच मिळाली नाही. शिवाय या प्रयोगाच्या यशाची नशा अनुभवल्याशिवाय मला कुणालाही भेटायचं नव्हतं. कारण तो प्रयोगच तसा होता."

"कुठला प्रयोग शंकर? वाटलंच मला, तू असा स्वस्थ बसणार नाहीस. नाहीतरी स्वत:ला हरवून बसण्याची सवयच आहे तुला!" डॉ. रानडे भूतकाळात जाऊन सांगत होते.

"प्रयोग! होय. प्रथम मी तुलाच सांगणार आहे. निकेश, मला आनंद वाटतोय की, तो प्राथमिक स्तरावर यशस्वी झालाय. पण त्याला पूर्ण यशस्वी करण्यात मला तुझी मदत लागणार आहे." डॉ. शंकरनी सरळ सांगितलं.

"माझी?" डॉ. रानडे आश्चर्याने उद्गारत पुढे म्हणाले, "माझी काय मदत होऊ शकतेय तुला शंकर? मी असा कापाकापी करणारा माणूस."

"त्याचीच मला गरज आहे. तू एक प्रसिद्ध न्युरोसर्जन आहेस आणि माझा मित्रही. प्रथम माझा प्रयोग यशस्वी झाला तेव्हा मला तुझीच आठवण झालीये." डॉ. शंकरनी कबुली दिली.

डॉ. रानड्यांनी सरळच प्रश्नाला हात घालत विचारलं, "शंकर, तुला माझ्याकडून

नेमकं काय अपेक्षित आहे? सांग, मी काय करायचंय? आय ॲम देअर विथ यू.''

''थँक्स फॉर युअर काईंड हेल्प. मला तुझ्याकडून एका पेशंटची गरज आहे.''

''कुठल्या पद्धतीचा?'' डॉ.रानड्यांनी विचारलं.

''अकाली अंधत्व आलेला.'' डॉ.शंकरनी अपेक्षा सांगितली.

'अंधत्व' हा शब्द कानी पडताच डॉ. रानडे सावरून बसले. या वेळी त्यांच्या डोळ्यांपुढे आशिष येऊन गेला. आदल्याच दिवशी त्याला इथे दाखल करून घेण्यात आलं होतं.

डॉ. रानडे उत्साहात म्हणाले, ''हो! आहे तर! तसा तो माझा चार वर्षांपासूनच पेशंट आहे. रेटिनिटीस पिग्मेटचा रुग्ण आहे तो. त्याचं वय साधारण अठरा वर्षं आहे. अ स्मार्ट बॉय! पण त्याला पुन्हा वेगळ्याच कारणासाठी दाखल करून घेतलंय. जीवन एकदम अंधकारमय झाल्यामुळे त्याचं थोडं मानसिक संतुलन बिघडलं आहे. बट ही विल बी ऑलराईट व्हेरी सून.''

''व्हेरी गुड निकेश! खंरतर माझ्या प्रयोगासाठी अशाच यंग चॅपची गरज आहे. मी मेंदूला उद्दीपित करणारी ऑडिओ आणि व्हिजनरी सिस्टिम विकसित केली आहे. त्याचाच प्रयोग मानवावर करायचा आहे. प्राण्यांवर तो यशस्वी झालाय. निकेश, तुला सांगतो, अंध लोकांसाठी हे संशोधन क्रांतिकारी ठरणार आहे. मी खूपच आशावादी आहे.''

डॉ. शंकरना आशा निर्माण झाली होती. पुढे विचार करत ते म्हणाले, ''निकेश, पण त्याचे आई-वडील तयार होतील? आफ्टर ऑल धिस इज ॲन एक्सपेरिमेंट. दोन्हीही शक्यता आहेत.''

डॉ.रानडे त्यावर विचार करत म्हणाले, ''त्याच्या वडलांसमोर मी हा पर्याय ठेवतो. शेवटी निर्णय त्यांनी घ्यायचा.'' डॉ.रानड्यांनी वस्तुस्थितीही विशद केली.

''अगदी बरोबर आहे. तू त्यांना विचार. ॲंड लेट मी नो ॲज सून ॲज पॉसिबल. जर का हो म्हणाले, तर तू त्यांना माझ्या प्रयोगशाळेत घेऊन ये.''

''ठीक आहे. नो प्रॉब्लेम; पण एक मिनिट शंकर.''

''येस!''

''पेशंट मिळवून देणं ही काही माझी मदत होऊ शकत नाही. मी अजून काय करावं?''

''स्पष्ट आहे निकेश. तू प्रसिद्ध न्युरोसर्जन आहेस. ऑपरेशन तू करणार आहेस.''

''काय? मी?''

''होय तूच. कारण तुझ्या योग्यतेचा डॉक्टर माझ्यातरी पाहण्यात नाही.''

''ओ के.'' डॉ.रानडे नकळत उत्तरले.

"ओ. के. ऑल राईट. आय विल गेट बॅक टू यू व्हेरी सून."

त्यांच्या डोळ्यांपुढून डॉ.शंकरची छबी तरळून गेली. डॉ.शंकर आंतरराष्ट्रीय पातळीवरचे अग्रगण्य शास्त्रज्ञ म्हणून परिचित होते. खडतर परिस्थितीतून बुद्धीच्या जोरावर त्यांनी अमेरिकेपर्यंत मजल मारली होती, याचा त्यांच्या मित्रमंडळींना सार्थ अभिमान होता.

डॉ. रानड्यांच्या मरगळलेल्या मनाला डॉ.शंकरच्या भेटीने स्फूर्ती मिळाली होती.

श्री. आणि सौ. काळे यांच्यासमोर ठेवायला आता डॉ.रानड्यांना पर्याय उपलब्ध झाला होता.

नर्सला पाठवून डॉ.रानड्यांनी मि.काळ्यांना बोलावून घेतलं.

"आशिषसाठी एक पर्याय खुला आहे!" डॉ.रानड्यांनी सांगितलं.

'पर्याय' शब्द ऐकताच मि.काळ्यांचा चेहरा खुलला.

ते अजीजीने म्हणाले, "कुठला डॉक्ट? तुम्ही फक्त सांगा. मी तयारच असेन."

"सध्या मलाही माहीत नाही, पण प्रसिद्ध शास्त्रज्ञ डॉ.शंकर पाटोळे यांचा तो प्रयोग आहे. तुमची इच्छा असल्यास आपण स्वत: त्यांच्या प्रयोगशाळेत जाऊ आणि चर्चा करू."

मि.काळे मध्येच वाक्य खंडित करत उत्तरले, "मी तयार आहे डॉक्टर. विज्ञानानं मला संधी उपलब्ध करून दिली आहे. मी त्याचा फायदा घेईन. चला डॉक्टर!"

डॉ.रानड्यांनाही मि.काळ्यांचं अप्रूप वाटत होतं. मुलासाठी वाट्टेल ते कष्ट करण्याची त्यांची तयारी दिसत होती.

डॉ.रानडे म्हणाले, "एक मिनिट मि.काळे, डॉ.शंकरशी बोलून घेतो."

नंबर दाबून त्यांनी मोबाईल कानाला लावला आणि खंडाळ्याचा पत्ता घेतला.

"इन्स्टिट्यूट ऑफ बायोटेक्नॉलॉजी, टायगर हिल, १०३, खंडाळा." डॉ.शंकर म्हणाले.

"ठीक आहे. दीड वाजेपर्यंत आम्ही पोहोचतो." डॉ.रानड्यांनी मोबाईल बंद केला.

डॉ.रानड्यांनी आशिषला पुन्हा एकदा तपासून घेतलं. आता तो झोपी गेला होता. काही इंजेक्शन्स त्याला दिली होती.

डॉ.रानडे आणि मि.काळे डॉ.रानड्यांच्याच गाडीनं खंडाळ्याला निघाले. कुठंतरी डॉ.शंकर पाटोळ्यांच्या रूपानं काळ्यांना आशेचा किरण दिसला होता.

मोटार आता खंडाळ्याला लागली होती. वळणावळणाचा गर्द झाडीचा रस्ता गेल्यानंतर झाडाझुडपातच लपलेली एक पांढरी इमारत त्यांना दिसली. मुख्य फाटकातनं आत शिरताच दोन मिनिटं चालल्यानंतर छोटी बैठी प्रयोगशाळा

डॉ.रानड्यांना दिसली. तिथल्या काचेच्या तावदानातनं प्रवेश करताच भव्य प्रयोगशाळा दिसली. तिथे चंचुपात्रांमध्ये विविध प्राणी आणि पक्ष्यांचे नमुने होते. मोठाली उपकरणं आणि यंत्रं होती. सूक्ष्मदर्शिका होत्या. विविध बाटल्यांमध्ये प्राण्यांचे अवयव होते, सापळे होते आणि प्रयोगशाळा वातानुकूलित असूनही एक प्रकारचा विशिष्ट दर्प येत होता. डॉ.रानडे ही प्रयोगशाळा बघून आश्चर्यचकित झाले. मि.काळे तर आयुष्यात प्रथमच अशी प्रयोगशाळा बघत होते.

एका भिंतीलगतच्या कप्प्यातून अचानकपणे ओव्हरकोट घातलेले हसतमुख डॉ.शंकर पाटोळे सामोरे आले.

आपल्या गडगडाटी आवाजात ते म्हणाले, ''याऽ याऽ डॉ.निकेश रानडे. वेलकम टू माय लॅबोरेटरी!''

मि.काळे मित्रांचं हे अनोखं मीलन पाहत होते. डॉ.रानड्यांच्या लक्षात येताच त्यांनी मि.काळ्यांची डॉ.पाटोळ्यांशी ओळख करून दिली.

एका टेबलाभोवती ते तिघंही बसले.

प्रयोगशाळेतच चर्चा, मीटिंग यांसाठी एक छोटीशी रूम होती.

डॉ.रानडे एवढी अद्ययावत प्रयोगशाळा बघून भारावले होते. अगदी अमेरिका युरोपमधल्या तोडीची ती होती!

डॉ.शंकरकडे पाहत ते म्हणाले, ''अमेरिकेतली सुबत्ता आणि तिथली अद्ययावत प्रयोगशाळा सोडून तू आलास, याचंच आश्चर्य वाटायला लागलं आहे.''

डॉ.शंकर यावर जोराने हसत म्हणाले, ''शेवटी आपला देश तो आपलाच ना? इथल्या संशोधनाचं आव्हान मला स्वीकारायचं होतं, म्हणून तर परत आलो.''

डॉ.शंकर आपल्या प्रयोगाबद्दल सांगू लागले, ''वटवाघूळ या पक्ष्यानं मला नेहमीच कोड्यात टाकलं आहे आणि अचंबित केलं आहे. अगदी लहानपणापासून खेडेगावात मी त्यांच्यासोबतच मोठा झालो.'' डॉ.रानड्यांकडे पाहत ते पुढे म्हणाले, ''निकेश, तुला आठवतं, कॉलेजमध्ये असताना विद्यापीठात एक व्याख्याते आले होते.''

''हो, ते प्राणिशास्त्रातले नोबेल पुरस्कारविजेते होते. मला वाटतं, वटवाघळांच्या कार्यप्रणालीवर त्यांनी प्रकाश टाकला होता.''

''एक्झॅक्टली! त्या व्याख्यानानं मीही खूपच प्रभावित झालो होतो. एकूण एक मुद्द्यांचा परामर्श त्यांनी घेतला होता. वटवाघळाची शारीरिक रचना, त्याचे पंख, नाक, दिवसाचं वागणं, रात्रीचं भक्ष्य शोधणं, दिसत नसतानाही इकोलोकेशनच्या (Echolocation) साहाय्याने प्रतिमा निर्माण करणं, उपजतच मिळालेल्या एका अवयवच्या साहाय्याने अंधारातही भ्रमण करणं इ. गोष्टींची पारदर्शिकांच्या आधाराने त्यांनी उकल केली होती आणि तीच माझ्या मनाला भिडली होती.''

मि.काळे थोडेसे चुळबुळले आणि प्रथमच त्यांनी विचारलं, ''डॉ.शंकर, वटवाघळाच्या कुठल्या नैसर्गिक अवयवाविषयी त्यांनी सांगितलं? नाही म्हणजे तशी फारशी माहिती मला नाही!''

डॉ.शंकर मि.काळ्यांकडे पाहत म्हणाले,

''आवाजाचं पृथक्करण करून प्रतिमा निर्माण करण्याची नैसर्गिक देणगी! म्हणजेच वटवाघळे आवाजाच्या माध्यमातून बघू शकतात. म्हणूनच वटवाघूळ हे रात्री, काळोख असताना आणि पहाटेच्या वेळी चपळ असतं. त्याचे हे अवयव अतिशय सक्षम आणि संवेदनशील असतात. त्यामुळे वटवाघळे दूरदूरच्या अंतरावरच्या वस्तू रडारप्रमाणे सेन्स करू शकतात.''

''पण रडारमध्ये तर अतिसूक्ष्म तरंगांचा वापर केलेला असतो.'' मि.काळ्यांनी आपल्याजवळची माहिती सांगितली.

डॉ.शंकर म्हणाले, ''वटवाघळातही नैसर्गिकरित्या हेच होतं. काही वटवाघळांमध्ये तर आश्चर्यकारक नेव्हिगेशन सिस्टिम विकसित झालेली आहे. त्यालाच 'इकोलोकेशन' असं म्हणतात.''

''पण ही क्रिया वटवाघळात नेमकी कशी होते?'' डॉ.रानड्यांचा सहज ओघवता प्रश्न.

वटवाघळांमध्येही मानवाप्रमाणेच फुफ्फुसापासून येणारा हवेचा झोत कंपित स्वरतंतू (Vocal Chord) मधून जात असल्याने ध्वनी निर्माण करतो. हेच हवेचे चढउतार विशिष्ट स्वर आणि ध्वनी निर्माण करतात. वटवाघळंही असेच ध्वनी निर्माण करून बाहेर टाकतात आणि त्याच वेळी एखाद्या वस्तूपासून परावर्तित झालेला प्रतिध्वनी अतिशय काळजीपूर्वक ऐकतात. पुढे याच प्रतिध्वनीचे आपल्या मेंदूत पृथक्करण करून वस्तूंचे ठिकाण, अंतर, दिशा, आकार याबद्दलची प्रतिमा वटवाघळं निर्माण करतात. वटवाघळं मानवाच्या श्रवण क्षमतेपेक्षा अतिशय उच्च स्वरांचे प्रतिध्वनी निर्माण करतात. त्यामुळे त्यांची ग्रहणक्षमता अतिशय सक्षम आणि तेवढीच संवेदशील असते.'' डॉ.शंकरनी खोलात जाऊन सांगितलं.

''त्यामुळे प्रतिध्वनीच्या तीव्रतेच्या आधारे ते वस्तूचा आकार आणि नेमकी दिशा ठरवतात. छोट्या आणि मोठ्या वस्तूची माहिती ही ध्वनीच्या तीव्रतेवर अवलंबून असते आणि भौतिकशास्त्रातल्या डॉप्लर परिणामाच्या नियमानुसार वटवाघळं दिशा ठरवतात. यात जर का वस्तू त्याच्यापासून लांब जात असेल, तर पोचणारा प्रतिध्वनीचा चढ कमी असतो आणि वस्तू जवळ येत असेल, तर पोचणारा प्रतिध्वनीचा चढ उच्चतम असतो. हा जो प्रतिध्वनीचा फरक आहे, त्यालाच 'डॉप्लर परिणाम' म्हणतात.''

डॉ.रानड्यांना आपल्या मित्राबद्दल अभिमान वाटला. ते म्हणाले, ''शंकर,

तुझ्या या अभ्यासाची मला जाणीव आणि आदर आहे. पण नेमकं तू यात काय केलं आहेस? आय मीन, आशिषसाठी तू कुठला प्रयोग करणार आहेस?''

''तेच आता मी सांगणार आहे. म्हणूनच मी संशोधनाची पार्श्वभूमी विस्ताराने सांगितली. या वटवाघळाच्या विषयानं मीही पुरता झपाटला गेलो होतो. अमेरिकेत असताना मी वटवाघळांच्या संदर्भात खूप सखोल अभ्यास केला आणि गेल्या वर्षी इथे आल्यापासून सतत याच विषयाचा अभ्यास करतो आहे.''

''याचा अर्थ तू गेल्या वर्षभरात फक्त वटवाघळांवरच संशोधन करतो आहेस. मग काही स्पेसिज विकसित केल्यास का?'' डॉ.रानडे म्हणाले.

डॉ.शंकरनी डॉ.रानड्यांकडे अर्थपूर्ण पाहिलं. मि.काळेही आता उत्साहाने त्यांच्याकडे पाहत होते.

डॉ.शंकर म्हणाले, ''मला वाटतं, मी प्रत्यक्षातच दाखवतो. या!''

तिघंही उठले. समोरच्याच एका-पॅसेजमध्ये जाऊन डॉ.शंकरनी उजवीकडे एक कळ दाबली. त्यासरशी भिंत सरकली गेली. डॉ.रानडे आणि मि.काळे क्षणभर दचकले. काही कळण्याच्या आतच ते अजून एका छोटेखानी वातानुकूलित प्रयोगशाळेत होते. बाहेरच्यापेक्षा इथलं वातावरण अजून थंड होतं. सर्वदूर काचेच्या तावदानातून वटवाघळांचे एकूण सहाशे-सातशे नमुने होते. काहींचे अवयव छोट्या-छोट्या टेस्टट्यूबमध्ये ठेवले होते. त्यामुळे प्रथम येणाऱ्याला तिथलं वातावरण भयावह वाटत होतं. चोहोबाजूंनी वटवाघळं अंगावर आल्यासारखा भास होत होता.

''हे बघ निकेश, माझं संशोधन! वेगवेगळ्या वटवाघळांचा अभ्यास करून निर्माण केलेले हे अवयव आहेत.'' त्यातल्या एका चंचुपात्राकडे निर्देश करत ते म्हणाले, ''हा अतिशय महत्त्वाचा प्रयोग आहे. वटवाघळाची ध्वनी प्रक्षेपित आणि ग्रहण करणारी ही सिस्टिम, तर त्याची प्रतिमा निर्माण करणारे हे अवयव.'' डॉ.शंकर म्हणाले.

''प्रतिमा निर्माण करणारे अवयव म्हणजे?'' डॉ.रानड्यांचा स्वाभाविक प्रश्न.

''म्हणजे मी नुसते प्रक्षेपक आणि ग्रहण करणारेच अवयव विकसित केले नाहीत, तर पुढे जाऊन मेंदूत प्रतिमा निर्माण करणारी पद्धतही विकसित केली आहे.'' डॉ.शंकर शांतपणे म्हणाले.

''काय म्हणतोस शंकर? याचा अर्थ ध्वनिमार्फत दृश्य निर्माण करणारी यंत्रणा, असंच ना?''

''होय. अगदी बरोबर. वटवाघळं ध्वनिलहरी प्रक्षेपित करतात आणि प्रतिध्वनी ग्रहण करून त्या वस्तूची प्रतिमा निर्माण करतात. मीही तेच केलं. वस्तूपासून आलेला प्रतिध्वनी मी दृश्य स्वरूपात रूपांतरित करून त्याची मानवी मेंदूशी सांगड घातली. कारण शेवटी हे संशोधन मला मानवासाठी वापरायचं होतं. तोच माझा हेतू होता. अंध व्यक्तींना ध्वनिमार्फत मेंदूत दृश्यरूप निर्माण करून देणं, म्हणजे ते

सर्वसामान्यांसारखं जगू शकतील. काम करू शकतील.''

''ते कसं काय?'' डॉ.रानड्यांचा उत्सुकतेनंच प्रश्न.

शेवटच्या वाक्यानं मि.काळ्यांचा चेहराही उजळला होता.

''सरळ आहे! मानवी मेंदूचे मुख्यत्वेकरून प्रमस्तिष्क, मस्तिष्कस्तंभ आणि निमस्तिष्क असे भाग आहेत. त्यात प्रमस्तिष्क बाह्यकात असलेल्या दृष्टिअर्थबोधन क्षेत्रामध्ये वटवाघळाची ध्वनियंत्रणा बसवून त्याच्यापासून येणारे तरंगलहरींचे प्रवाह आणि प्रभावांतरमध्ये रूपांतर करून, एका विशिष्ट तंत्रामार्फत दृष्टिक्षेत्राला जोडले आहे. एरव्ही नाहीतरी मानव डोळ्यांमार्फत वस्तूचं निरीक्षण करून मेंदूच्या दृष्टिक्षेत्राला संदेश पाठवतो आणि मगच दृश्याचं अर्थबोधन करतो. मेंदूपर्यंत प्रतिमा गेलीच नाही, तर डोळे असूनही काहीच फायदा नाही. मी हीच मानवी संवेदन श्रवणयंत्रणा वापरून खुबीने वटवाघळाच्या संवेदन आणि तेवढ्याच सक्षम ध्वनियंत्रणेचा उपयोग करून दृष्टिक्षेत्रास जोडली आहेत. म्हणजेच आंधळा माणूस कानांचा उपयोग करून साऱ्या सृष्टीचा अनुभव घेऊ शकेल.'' डॉ.शंकरनी मुद्द्याला हात घातला होता.

डॉ. रानडे आणि मि. काळे या कल्पनेने हैराण झाले. आताशी मात्र डॉ. शंकर मोठ्या शास्त्रज्ञासोबतच गूढ आणि रहस्यमयही वाटायला लागले. कारण त्यांच्या डोळ्यांतही वटवाघुळाची झलक दिसत होती.

मि.काळे उत्सुकतेने म्हणाले, ''हा प्रयोग प्रथमच कुठल्यातरी प्राण्यावर करत आहात काय?''

''नाही. मानवावर प्रथमच करतो आहे. त्याआधी मी उंदरावर केला आहे. अगदी यशस्वी! आता फक्त मला मानवावर प्रयोग करायचा आहे. बस्स!''

मि.काळे अगतिक होत उत्तरले, ''मी तयार आहे डॉ.शंकर. तुमच्या रूपाने मला माझ्या आशिषसाठी ही सृष्टी दिसणार आहे. मी ही संधी घेईन.''

''पण मि.काळे, हा एक प्रयोग आहे हे माहिती आहे ना?'' डॉ.रानड्यांनी आठवण करून दिली.

''ठाऊक आहे डॉक्टर! जिथं मार्गच नसतो, तिथे विज्ञानाला संधी द्यायची असते. आणि मी ती देणार. अगदी प्राथमिक प्रयोग असला तरी. मी ही जोखीम घ्यायला तयार आहे.'' मि.काळे ठामपणे म्हणाले.

डॉ.शंकर तरीही जाणीव करून देत म्हणाले, ''मि.काळे, हा प्रयोग आहे. मानवावर प्रथमच होणारा. तो अयशस्वीही होऊ शकतो. तुमच्या आशिषचा जीवही जाऊ शकतो.''

''चालेल डॉ.शंकर. मी समजेन की, माझ्या मुलानं पुढची पिढी अंध होण्यापासून वाचवण्यासाठी बलिदान दिलं.'' मि.काळे सद्‌गदित होत म्हणाले.

डॉ.रानडेही त्यांच्या निर्णयाने चकित झाले.

डॉ.शंकर मि.काळेंच्या खांद्यावर हात ठेवत आश्वासक उत्तरले, "मि.काळे, तुमचा हा विश्वासच मला बळ देईल. आय विल ट्राय माय लेव्हल बेस्ट. थँक्स फॉर ट्रस्टिंग मी."

तेवढ्यात तिथे एका काचतावदानातून स्त्री बाहेर आली. अचानक समोर उभी राहिलेली पाहून डॉ. रानडे आणि मि. काळे काहीसे घाबरले. कारण ते प्रयोगशाळेत प्रथमच मानवी रूप पाहत होते. डॉ. शंकरचं आताशी सर्वच विचित्र आणि रहस्यमय भासायला लागलं होतं. डॉ. शंकर म्हणाले, "निकेश, या डॉ. शांतीश्री पागे. माझी साहाय्यक. यांनीच ती व्हिजनरी सिस्टीम विकसित केलीये आणि शांतीश्री हे डॉ. रानडे. उद्याच्या आपल्या प्रयोगात महत्त्वाची शस्त्रक्रिया करणार आहेत. आणि हे मि. काळे. यांच्या मुलावर आपल्याला प्रयोग करायचाय."

डॉ. शांतीश्रीने हसतच नमस्कार केला. डॉ. शांतीश्री अतिशय लाघवी आणि सुंदर दिसत होत्या. पांढरा कोट त्यांना शोभून दिसत होता.

आल्या तशाच त्या काचेच्या तावदानात नाहिशा झाल्या. पुन्हा एकदा चर्चा करून डॉ. रानडे आणि डॉ. शंकरने दिवस आणि वेळ ठरवली. कारण आशिष तिथेच ॲडमिट होता.

रात्री उशिराने डॉ. रानडे आणि मि. काळे संस्थेबाहेर पडले होते. खंडाळ्याच्या मुख्य रस्त्याला यायला त्यांना दहा मिनिटं गेली. पुढे एक्स्प्रेस हायवेने डॉ. रानड्यांनी मोटार वेगाने न्यायला सुरुवात केली. त्यांच्या डोक्यात डॉ. शंकरचं ते वटवाघूळ फिरत होतं. तर मि. काळे आसमंतात पाहत होते. अल्हाददायक हवेने त्यांना बरं वाटत होतं. आकाशातले तारे आता मि. काळेंना आशेने खुणावत होते.

तिसऱ्या दिवशीच सकाळी महत्त्वाच्या प्रयोगाला सुरुवात झाली होती. रानडे हॉस्पिटलमध्ये या प्रयोगाची गुप्तता पाळण्यात आली होती. कारण शेवटी हा प्रयोग असल्याने त्याचे परिणाम काय असतील याची शाश्वती कुणालाच नव्हती.

डॉ. रानडे, डॉ. शंकर, डॉ. शांतीश्री आणि हॉस्पिटलचा स्टाफ सकाळी सात वाजल्यापासून ऑपरेशन थिएटरमध्ये कार्यमग्न होते. डॉ. रानडे आंतरराष्ट्रीय ख्यातीचे शल्यविशारद होते आणि ते नेहमीच महत्त्वाच्या शस्त्रक्रिया सकाळी करत. डॉ. शंकरचा प्रयोग यशस्वी करण्याची मोठी जबाबदारी त्यांच्यावर येऊन पडली होती.

घड्याळाचा काटा पुढे सरकत होता. श्री. आणि सौ. काळे अधिरता, काळजी, दबाव, भीती, घालमेल घेऊन ऑपरेशन थिएटरबाहेर बसले होते. एक एक क्षण त्यांना युगासारखा वाटत होता. प्रयोगाच्या माध्यमातून मि. काळेंनी जुगारच खेळला होता. 'ही जोखीम आपण घेतली नसती तर? आहे त्याच परिस्थितीत आशिषला राहू दिलं असतं तर?' असे जरतरचे प्रश्न मनात शंका घेऊन उमटत होते. त्यानं ते जास्तच अस्वस्थ झाले. क्षणात त्यांनी आपले नकारात्मक विचार झटकले.

परिचारिका आणि साहाय्यक डॉक्टरांची धावपळ सुरू होती. विविध उपकरणांची ने-आण होत होती.

सौ. काळे नुसत्याच आशाळभूतपण पाहत होत्या. विचारायचीही त्यांना भीती वाटत होती. मुलाच्या आठवणीने त्यांना भरून येत होतं. मि. काळे मध्येच उठून ऑपरेशन थिएटरजवळ जाऊन अंदाज घेत आणि तसेच येरझाऱ्या मारीत.

आठ तास उलटून गेले होते. अजूनही लाल दिवा धोक्याचा इशारा देतच होता. आताशी श्री. आणि सौ. काळेंना थकवा आला होता. डोळ्यांवर झापड येऊ पाहत होती. बाहेर अंधारून आलं होतं. तरी ऑपरेशन चालूच होतं.

बरोबर तेराव्या तासाला लाल दिवा विझला होता. डॉ. रानडे, डॉ. शंकर आणि डॉ. शांतीश्री एकाच वेळी गंभीर चेहऱ्याने बाहेर पडले. त्यांना पाहून सौ. काळेंच्या छातीत धस्स झालं. मि. काळे मात्र लगबगीने त्यांना समोरे गेले.

डॉ.रानडे मि.काळ्यांना म्हणाले, ''ऑपरेशन तर यशस्वी झालं आहे. लेट्स सी व्हॉट हॅपन्स फरदर.''

डॉ.रानड्यांच्या आवाजात थकवा आणि तणाव जाणवत होता. सलग तेरा तास त्यांनी ऑपरेशन केलं होतं. त्यामुळे त्यांचा चेहरा तणावग्रस्त दिसत होता.

''डॉक्टर, आणि प्रयोग?'' मि.काळ्यांनी काळजीने विचारलं. डॉ.रानड्यांनी डॉ.शंकरकडे हेतुपूर्वक पाहिलं. डॉ.शंकर प्रत्युत्तरादाखल म्हणाले, ''आशिषच्या मेंदूत मी तयार केलेल्या श्रवण आणि दृष्टिक्षेप करणाऱ्या अवयवांचं रोपण केलं आहे. तो प्रयोग यशस्वी झाला की नाही, हे आशिष शुद्धीवर आल्यानंतर म्हणजे साधारण ४८ तासांनंतरच कळेल.''

डॉ. रानडे, डॉ. शंकर, डॉ. शांतीही बाहेर पडले. या वेळी रात्रीचे नऊ वाजले होते. ते सर्वच थकले होते.

सर्व जण प्रचंड तणावाखाली होते. शेवटी तिसऱ्या दिवशी आशिष शुद्धीवर आला, त्यामुळे सर्वांनाच हायसं वाटलं. श्री. आणि सौ.काळेंना आभाळ ठेंगणं झालं होतं, पण डॉ.शंकर मात्र अजूनही व्यथित होते. कारण त्यांच्या प्रयोगाचे परिणाम अजून मिळायचे होते.

चौथ्या दिवशी आशिषला थोडाही आवाज सहन होत नव्हता. प्रयोगाच्या दृष्टीने ही जमेची बाजू होती. म्हणून डॉ.शंकरना प्रयोगाच्या यशस्वितेची खात्री पटू लागली.

सातव्या दिवशी मात्र आशिषनं प्रतिसाद दिला. आई-वडिलांना ओळखून छोट्या-छोट्या गोष्टींचीही दखल त्याने घेतली. त्यानं बाहेरच्या जगातल्या प्रतिमांचं आकलन होत असल्याचं सांगताच मानवासाठी योगदान ठरणारा प्रयोग यशस्वी झाला होता!

श्री. आणि सौ. काळ्यांनी मात्र कुठल्याही भावना व्यक्त न करता डॉ.शंकरचे हात हातात घेतले. आभार मानायला त्यांना शब्दच नव्हते.

डॉ.शंकरनी पुन्हा एकदा आशिषला तपासलं आणि त्याच्या निस्तेज डोळ्यांत पाहिलं. त्या वेळी त्यांना डोळ्यांत हालचाल जाणवताच वटवाघळाचा चेहरा मोठा होत प्रतिबिंबित झाला. त्यांनी आपले डोळे गच्च दाबून घेतले.

या वेळी डॉ.शंकर तडकपणे बाहेर पडले. आशिषच्या डोळ्यांत पाहिलेलं वटवाघळाचं प्रतिबिंब हा भास होता की वस्तुस्थिती, हे ते अजूनही ठरवू शकले नव्हते. त्यानं ते शहारले होते, एवढं मात्र निश्चित! आशिष महिन्याभरातच सर्वसाधारण मुलांसारखं वावरायला लागला होता. आतातर त्याने पूर्वीचे सर्व छंद जोपासायला सुरुवात केली. हा मुलगा अंध आहे, हे कुणालाच सांगून खरं वाटत नव्हतं. या सृष्टीचे सर्व देखावे, हालचाली त्याच्या श्रवणयंत्रामार्फत मेंदूत उमटत होत्या. क्रिकेट, फुटबॉलसोबतच वाचनाचाही छंद त्याने जोपासला होता.

एव्हाना आशिष मोटारही चालवायला शिकला. तो एक पट्टीचा चालक असल्याचं जाणवत होतं. साधारण दोन महिन्यांनी एका रात्री आशिष मोटार घेऊन बाहेर पडला. पुण्याहून तासाभरात तो लोणावळ्याला पोहोचला, तेव्हा रात्रीचे साडेदहा वाजले होते. त्या किर्रर्र झाडीत फक्त आशिषच्याच मोटारीचं अस्तित्व जाणवत होतं. काही मिनिटांतच आशिष जैवतंत्रज्ञान संस्थेच्या आवारात होता. आशिष तसा इथे प्रथमच येत होता, पण त्याला सर्व माहिती असल्यासारखा तो चालला होता.

तिथे आजूबाजूला प्रचंड झाडी होती. डोळे असणाऱ्याला तरी काही दिसू शकलं नसतं. झाडांमध्ये फडफड होत होती. ती सर्व वटवाघळं होती. आशिष क्षणभर थबकला. आवाजाच्या दिशेनं कान दिला. वैचारिक देवाण-घेवाण झाली आणि पायवाटेने पुढे चालत तो प्रयोगशाळेत दाखल झाला. तिथे चोहोबाजूंनी चंचुपात्रांमध्ये असंख्य वटवाघळांचे नमुने होते. क्षणभरच त्यांच्याकडे त्यानं पाहिलं. त्याच्या डोळ्यांत चकाकी येऊन गेली आणि फडफडही झाली.

पाठमोरे बसलेले डॉ.शंकर एका विशिष्ट वटवाघळाची चिरफाड करत होते. आजूबाजूला पाच-सहा वटवाघळं निपचित पडलेली होती. आशिष त्यांच्यामागे येऊन हळूच उभा राहिला.

कुणाचंतरी अस्तित्व जाणवताच प्रयोगात मग्न असलेल्या डॉ.शंकरनी मागे वळून पाहिलं आणि आश्चर्याने उद्गारले, "अरे! आशिष तू? आणि हा असा अचानक? न सांगता? एवढ्या रात्री?"

बोलण्यात डॉ.शंकरची आणि आशिषची सहजच नजरानजर झाली आणि ते हादरलेच. जणू मागच्यासारखा वटवाघळंच प्रतिबिंबित होत पुढे येत होती. थोडं मागे होत डॉ.शंकर ओरडले, "कोण आहेस तू? का आला आहेस?"

या वेळी आशिष हसला. अगदी भेसूर असा! डॉ.शंकरना तो वटवाघळासारखं

दात विचकत असल्याचं दिसलं आणि ते सुन्न झाले.

आशिषच्या तोंडून घोगरा आवाज निघाला.

"ओळख विसरलास वाटतं? माझ्या हजारो बांधवांची हत्या करून कुणाची उन्नती करत होतास? मानवाची? अजून किती वटवाघळं मारशील? तू मलाही मारलंस. पण या इसमाच्या मेंदूत माझ्या चेतावृत्ती तू जाग्या ठेवल्यास, हीच तू चूक केलीस. हे तुझं दुर्दैव आणि माझं सुदैव! आता तुला सोडणार नाही. लक्षात ठेव."

हतबुद्ध होऊन डॉ.शंकर पाहतच राहिले. चूक त्यांच्या लक्षात आली. दुर्मीळ अशा रक्तपिपासू वटवाघळाच्या चेतापेशींचं रोपण आशिषच्या मेंदूत झालं होतं. त्याचे परिणाम आता ते पाहत होते आणि भोगणारही होते.

पळण्यासाठी त्यांनी पाय उचलले, पण पावलं जड झाली होती. डॉ.शंकरना दरदरून घाम फुटला होता. साक्षात मृत्यू त्यांना समोर दिसत होता.

आतातर आशिषऐवजी रक्तपिपासू वटवाघूळच येताना डॉ.शंकरना दिसलं. लाल डोळे आणि विचकलेले दात. दुसऱ्या क्षणाला आशिषने आपले सुळे डॉ.शंकरच्या मानेत रुतवले. ते काहीच प्रतिकार करू शकले नाहीत. त्यांचं शरीर दुसऱ्या क्षणी पक्षाघातासारखं लुळं पडलं. सारं शरीर एखाद्या पांढऱ्या पिशवीसारखं झालं. प्राण कधीच निघून गेले होते.

तृप्त मनाने आशिष उठला. त्यानं आजूबाजूला पाहिलं. चंचुपात्रातल्या वटवाघळांच्या चेहऱ्यावर त्याला आता समाधान दिसत होतं. त्याचंही मन शांत झालं.

बाहेर येताच पुन्हा एकदा जोरदार फडफड झाली. त्याला झाडाला उलटं लटकावंसं वाटलं. उंच उडी घेऊन तोही झाडाला लटकून राहिला. बराच वेळ! आशिषला आपण असं का लटकलो, याचं काहीच आकलन झालं नाही. त्याचं डोकं भणाणून गेलं होतं. तो हळूच झाडावरनं उतरला. त्या वेळीही असंख्य वटवाघळांची फडफड झाली. पहिल्यांदाच आशिषचं हृदय धडधडलं.

तो इथं डॉ.शंकरना भेटण्यासाठी आला होता, पण भीतीमुळे पुढे प्रयोगशाळेत जाण्याची त्याची हिंमतच झाली नाही. तो तसाच माघारी वळला. मुख्य इमारतीतून बाहेर पडून मोटारीमध्ये बसला. मोटार त्यानं वळवून फाटकातनं बाहेर काढली आणि ॲक्सिलेटरवर पाय दाबला. शक्य तेवढ्या लवकर आता त्याला पुणं गाठायचं होतं. मघाशी आपण झाडाला उलटं का लटकलो होतो, याचाच विचार तो आताही करत होता आणि त्याचं उत्तर आणि डॉ.शंकरच्या मृत्यूचं कारण आता त्याला कधीच मिळणार नव्हतं. कारण त्या रक्तपिपासू वटवाघळाच्या चेतापेशीचा सूड उगवून झाला होता.

■

अस्त्र

इन्स्पेक्टर रफिक शेख एका केसचा गुंता सोडवण्यासाठी सकाळी-सकाळीच चतु:शृंगी पोलीस-स्टेशनात येऊन बसले. रात्रपाळीचे काही पोलीस अजूनही साखरझोपेतच होते, तर काही उठून चूळ भरत होते. अजून सूर्योदय व्हायचाच होता. इन्स्पेक्टर शेख कुठल्याही वेळी येत असल्याने कुणालाही त्याचं आश्चर्य वाटलं नाही. पण ते अशा अवेळी आल्यानंतर इतरांची मात्र तारांबळ उडायची.

इन्स्पेक्टर शेख धष्टपुष्ट शरीरासोबतच अत्यंत हुशार आणि कर्तव्यदक्ष अधिकारी म्हणून परिचित होते. फार थोड्या कालावधीत त्यांनी शहरात दबदबा निर्माण केला होता. सामान्यांमध्ये त्यांची एक विशिष्ट आदरयुक्त, तर तरुणांमध्ये हिरोसारखी प्रतिमा निर्माण झाली होती. पोलीसखात्यातही वरिष्ठांची त्यांच्यावर विशेष मर्जी होती. काही महत्त्वाची कामं वरिष्ठ आत्मविश्वासपूर्वक त्यांच्यावर सोपवत असत. अत्यंत गुंतागुंतीच्या काही केसेस त्यांनी धूर्तपणे सोडवल्याने इन्स्पेक्टर शेख राजकीय वर्तुळातही परिचित झाले होते.

घरची तशी बेताचीच परिस्थिती असतानादेखील इन्स्पेक्टर शेख शास्त्रात ग्रॅज्युएट होऊन एम.पी.एस्सी. झाले आणि स्वेच्छेने पोलीसखात्यात रुजू झाले. मुळातच बुद्धिमान असल्याने आजही ते आय.पी.एस होण्याची मनीषा बाळगून होते. त्या दृष्टीने त्यांचे प्रयत्न चालूच होते. नुकतीच त्या संदर्भातली एक मौखिक परीक्षा त्यांनी दिली होती.

इन्स्पेक्टर शेख खुर्चीत बसले आणि क्षणभर आपली तीक्ष्ण नजर त्यांनी आजूबाजूला फिरवली. भोवताली गर्द झाडी असल्याने पक्षांचा चिवचिवाट सुरूच होता. त्यांची नजर काहीतरी शोध घेत होती.

तेवढ्यात त्यांनी हाक मारली, "मोरेऽऽ"

मोरे आपल्या कमरेचा बेल्ट नीटनेटका करत, गडबडीत पुढ्यात येत म्हणाला, "जी साहेबऽऽ"

"आजचे पेपर आलेत का?"

"होय साहेब. आत्ता आणतो."

शिपाई मोरे आत गेला आणि लगबगीने बाहेर येऊन हातातले पेपर टेबलावर ठेवत म्हणाला, "घ्या साहेबऽऽ"

त्यातलाच एक पेपर उचलत इन्स्पेक्टर शेख शिपाई मोरेकडे पाहत म्हणाले, "बरं, परवाच्या केसचं काय झालं? बोलला का तो?"

"नाही साहेब. मी काहीच केलं नाही म्हणतोय. हवं तर माझी डी.एन.ए. चाचणी करा म्हणे. त्या बाईनं उगाचच माझ्या चारित्र्यावर संशय घेतलाय, असंच काहीतरी सांगून राहिलाय." मोरेनी रात्रीच्या चौकशीचा रिपोर्ट दिला.

"बरं, असू दे. मी बघतो त्याच्याकडे." आणि त्यांनी उचललेला पेपर हळूच उलगडला.

शिपाई मोरे सॅल्यूट ठोकून माघारी वळला.

वर्तमानपत्राच्या मुख्य पानावरनं नजर फिरवत असताना इन्स्पेक्टर शेख एका बातमीवर येऊन थबकले. स्वत:ला सावरत ती बातमी त्यांनी पुन्हा वाचून काढली. शहरातील एका प्रसिद्ध उद्योगपतीचं निधन झालं होतं. पण त्यातल्या केवळ एका वाक्यानं इन्स्पेक्टर शेख मात्र पुन्हा विचार करायला प्रवृत्त झाले होते. सलग चार-पाच दिवस वर्तमानपत्राच्या मुख्य पानावर असेच कुणी प्रशासकीय अधिकारी, बिल्डर्स, उद्योगपती, राजकीय पुढारी अशा लोकांच्या निधनाची वार्ता येत होती. त्यातलं एक वाक्य पुन्हा पुन्हा मुद्रित झालं होतं. या वेळीही तेच वाक्य उद्‌धृत करण्यात आलं होतं. म्हणूनच इन्स्पेक्टर शेख विचारमग्न झाले होते.

हे खूनसत्र नव्हतंच, कारण तशी कुणाचीही तक्रार नव्हती. ज्यांचे मृत्यू झाले, त्यांचे एकमेकांशी दुरान्वयानेही संबंध नव्हते. शहरात तशी चर्चाही नव्हती. पण त्यांच्यातला एक धागा समान होता. प्रत्येकाचा मृत्यू हा अचानक पोटात निर्माण होणाऱ्या वेदनेमुळे झाला होता. हीच बाब इन्स्पेक्टर शेखच्या चाणाक्ष नजरेनं हेरली होती. इतरांना त्याचं गांभीर्य नसावं किंवा दखल घेण्याजोगी ती बातमीही नसावी. पण इन्स्पेक्टर शेखचं तसं नव्हतं. एखाद्या बातमीचाही ते सखोलपणे विचार करायचे. त्यातले न दिसणारे, उमजणारे कंगोरे आणि बारकावे हुडकून काढायचे. या त्यांच्या अति चिकित्सक वृत्तीने त्यांनी अतिशय गुंतागुंतीचे गुन्हे उघडकीस आणले होते.

ही बातमीही इन्स्पेक्टर शेखना सहज नजरेआड करता आली नाही. गेल्या पाच-

सहा दिवसांतल्या प्रतिष्ठित व्यक्तींच्या निधनाच्या वार्तेतल्या एका समान धाग्यानं त्यांना गुंतवून ठेवलं होतं. अस्वस्थ केलं होतं. त्यांच्या चित्तवृत्ती जाग्या झाल्या होत्या. मनात होत असलेली घालमेल थांबवण्यासाठी त्यांनी रिसीव्हर उचलला आणि ससून हॉस्पिटलमध्ये असलेल्या एका सर्जन डॉक्टर मित्राचा नंबर प्रेस केला.

"हॅलोऽऽ मी इन्स्पेक्टर शेख बोलतोय. डॉ.साकेत पाटील आहे का?"

"अरेऽ रफ्या, मीच बोलतोय."

पलीकडून एकेरी नावाचा उल्लेख झाला. यावरून इन्स्पेक्टर शेख आणि डॉ.पाटील यांच्यातलं नातं स्पष्ट झालं. ते दोघंही वर्गमित्र होते. डॉ.पाटील पुढे आनंदी स्वरात म्हणाले, "रफ्या, लेका बऱ्याच दिवसांनी फोन केलास. तसा तुझा दरारा सगळीकडे आहे बरं का! शहरात तुझ्याविषयी मी ऐकतोय आणि वाचतोही. आय ॲम प्राउड ऑफ यू! बरं जाऊ दे. सकाळी-सकाळी का फोन केलास?"

"मला वाटलंच तू धारेवर धरणार म्हणून." इन्स्पेक्टर शेख स्मित करत पुढे म्हणाले, "बरं, बिझी आहेस का?"

"होतो. सकाळीच एक तातडीची शस्त्रक्रिया केली. एका गुंडाच्या पोटातून पाच-सहा गोळ्या काढल्या. मायला गोळ्या घालायच्या तुम्ही आणि त्या काढायच्या आम्ही. शिवाय तंदुरुस्त झाल्यानंतर त्याला फासावर लटकवण्याचा प्रयत्न करणार तुम्हीच. यापेक्षा दुसरा उद्योग तरी काय आहे आम्हाला?" डॉ.पाटील जोराने हसत पुढे म्हणाले, "आय ॲम जस्ट जोकिंग! वेळ नसला तरी मी तुझ्यासाठी काढीन. बोल, काय म्हणत होतास? एनी थिंग सीरिअस?"

"तसं सीरिअस नाही, पण एक जस्ट क्युरिऑसिटी म्हणून मला माहिती हवी आहे. हवं तर ही एक चिकित्सा समज किंवा तू डॉक्टर आहेस म्हणून जाणून घेण्याची इच्छा आहे." इन्स्पेक्टर शेख क्षणभर स्तब्ध झाले आणि पुढे म्हणाले, "गेले पाच-सहा दिवस झाले. वर्तमानपत्राच्या मुख्य पानावर काही प्रतिष्ठित व्यक्तींच्या निधनाच्या बातम्या येत आहेत. पाहिल्यास का तू?"

"होऽऽ" डॉ.पाटील तत्काळ बोलले.

"त्यातल्या एका समान धाग्याने मी विचलित झालोय. प्रत्येकाचं निधन अचानक पोटात कळ उठल्याने किंवा दुखत असल्याने झाल्याची नोंद आहे. वैद्यकीय तपासणीत याची शहानिशा झालीच असेल. नेमकं काय कारण आहे, सांगू शकशील?" इ. शेखनी मनातलं सांगितलं होतं.

पलीकडून क्षणभर स्तब्धता. कदाचित काय बोलावं, याचा विचार करत असावेत.

डॉ.पाटील थोडेसे धीरगंभीर स्वरात म्हणाले,

"रफिक, तुझा या शहरात दबदबा का आहे, हे आता कळतंय. तू म्हणतोस

ते खरं आहे. निधन झालेल्या प्रत्येक व्यक्तीची केस कुठं ना कुठं हाताळली गेलीये. संबंधित डॉक्टर्स एकमेकांच्या संपर्कातही आहेत. जनमानसात याची वाच्यता नसली, तरी वैद्यकीय क्षेत्रात त्यावर गंभीरपणे चर्चा सुरू आहे. कुणालाही कारण कळत नाहीये. कुठला एखादा जिवाणू असावा का, याचीही चाचपणी सुरू आहे. पण अजूनही प्रगती नाही. अचानकपणे त्यांचा मृत्यू का होतोय, याचं कोडंच आहे. सध्यातरी त्याकडे एक नैसर्गिक मृत्यू म्हणूनच बघितलं जातं आहे. तू पोलीस-अधिकारी आहेस, म्हणूनच मी ही माहिती देण्याचं धाडस केलंय. अन्यथा आमच्या मेडिकल कौन्सिलने याविषयी कुठंही न बोलण्याचं ठरवलं आहे. कारण या मृत्यूंमागे विशिष्ट हेतू आहे, असं कळल्यानंतर समाजात गोंधळ माजेल.''

''म्हणजे तुम्हा लोकांनाही अजून कारण सापडलेलं नाहीये?'' इन्स्पेक्टर शेखनी पुन्हा विचारलं.

''नाही. अद्याप तरी नाही. वैद्यकीय परिभाषेत तो मृत्यू म्हणजे फक्त 'हृदयक्रिया बंद' एवढाच आहे. सध्यातरी त्याविषयी वेगळं काही सांगणं अवघड आहे.'' डॉ.पाटीलनी आपली असमर्थता प्रकट केली.

इन्स्पेक्टर शेख आणि डॉ.पाटील अजून इकडच्या-तिकडच्या गप्पा मारत राहिले. शेवटी इन्स्पेक्टर शेख उत्तरले, ''साकेत, ठीक आहे तर. तुला यासंदर्भात काही कळलं, तर मला कळव.''

''ठीक आहे रफिक. मी निश्चित कळवीन. कधीतरी निवांत भेटू यात.''

''जरूर!'' इन्स्पेक्टर शेखनी रिसीव्हर खाली ठेवला.

तरीही इन्स्पेक्टर शेखच्या डोक्यात तो विषय रुंजी घालतच होता. इन्स्पेक्टर शेख स्वत: विज्ञानाचे पदवीधर असल्याने विज्ञानातल्या नवनवीन घडामोडी, संशोधन जाणून घेण्यास नेहमीच उत्सुक असत. त्यातलाच हाही एक भाग होता. खरंतर संशोधक होण्याची त्यांची इच्छा होती. पण काहीतरी एक्सायटिंग करण्याच्या उर्मीतून त्यांना पोलीस खात्यात रुजू होण्यास तरुण रक्तानं उद्युक्त केलं होतं. पण आपलं वाचन, विज्ञानाचा अभ्यास करणं त्यांनी सोडलं नव्हतं. विज्ञानकथांची त्यांना विशेष आवड होती. महाराष्ट्रातल्या प्रत्येक विज्ञान-कथाकाराच्या विज्ञानकथा त्यांनी वाचून काढल्या होत्या. त्याच वेळी रहस्य आणि भयकथांनीही त्यांना वेड लावलं होतं.

ते विचारात असतानाच शिपाई मोरे येऊन उभा राहिला. सोबत अजून दोघे जण होते.

मोरे म्हणाला, ''साहेब, तो इसम अजूनही म्हणतोय की, मी निरपराधी आहे. माझ्यावर त्या बाईंनी निखालस खोटा आरोप केलेला आहे. विज्ञानाच्या कुठल्याही कसोटीला सामोरा जायला मी तयार आहे. साहेब, मलाही वाटतं तो गुन्हेगार

नसावा. निर्ढावलेला वाटत नाही.'' त्यावर इन्स्पेक्टर शेखनी मोरेकडे नखशिखान्त पाहिलं. त्यामुळे मोरेची क्षणिक चुळबुळ झाली.

इन्स्पेक्टर शेख दीर्घ श्वास सोडत म्हणाले, ''प्रत्येक अपराधी असंच म्हणतो मोरे. चल बघू यात.''

इन्स्पेक्टर शेख उठले आणि डावीकडच्या पॅसेजमधनं थेट टोकाच्या खोलीत शिरले. त्यांच्यासोबत मोरे आणि इतर शिपाईही होते.

तासाभरानं ते बाहेर आले तेव्हा इन्स्पेक्टर शेखचा चेहरा संभ्रमित होता. ते पुन्हा खुर्चीत येऊन बसले. तो इसम आता त्यांनाही निरपराध वाटू लागला होता. कारण गुन्हेगाराचं मानसशास्त्रही ते जाणू लागले होते. म्हणूनच दररोज होणाऱ्या प्रतिष्ठित व्यक्तींच्या मृत्यूची दखल त्यांच्या मनानं घेतली होती.

उद्विग्न मनानं ते समोर उभ्या असलेल्या मोरेंना म्हणाले, ''मोरे, या इसमाचं आपण नंतर बघू. तो कुठेही जात नाही. प्रथम आपण परवाच्या केससंदर्भात हिंजवडीला जाऊन येऊ. जीप काढा.'' मोरे आणि इतर दोघं शिपाई तत्काळ वळले. इन्स्पेक्टर शेखही उठले आणि बाहेर पडले. जीपमध्ये बसताच ती मुख्य रस्त्याला लागली होती.

मध्ये इन्स्पेक्टर शेखचा आठवडा बराच धावपळीत गेला. गतिमान असणाऱ्या काही केसेसही तशाच खोळंबल्या. कारण त्यांच्या वडिलांना अचानकपणे रुग्णालयात दाखल करण्यात आलं होतं. श्वसनाचा त्रास त्यांना अधून-मधून होतच होता, पण तो आता पराकोटीला गेल्याने त्यांना ससूनमध्ये दाखल करण्यात आलं होतं. वेगवेगळ्या चाचण्या होताच त्यांना तिसऱ्या टप्प्यातला फुप्फुसाचा कर्करोग झाल्याचं निदान झालं आणि अवघं कुटुंबच शोकसागरात बुडालं. नाही म्हटलं तरी इन्स्पेक्टर शेखना धक्का बसला होता. केवळ वडलांच्या प्रबळ इच्छेमुळेच ते आपल्या आयुष्याची यशस्वी वाटचाल करत आले होते. त्यांच्या विचारांचा मोठा प्रभाव इन्स्पेक्टर शेखवर होता. अशा पापभीरू आणि निर्व्यसनी माणसाला कर्करोगानं पछाडलेलं पाहून इन्स्पेक्टर शेख अचंबित झाले होते.

इन्स्पेक्टर शेखनी प्रयत्नांची पराकाष्ठा केली. त्यांना जगातली सर्वोत्तम ट्रीटमेंट मिळावी म्हणून प्रयत्न झाले. डॉ.साकेत पाटील या वेळी इन्स्पेक्टर शेखच्या पाठीशी होते. रिपोर्ट पाहून ससूनमध्येही या कर्करोगावर चिकित्सा होऊ शकते, म्हणून बळ दिलं होतं. इथंच एक अद्ययावत 'कॅन्सर रिसर्च सेंटर' कार्यरत होतं. त्याचे प्रमुख डॉ.केशव गंभीर होते. त्यांनाच भेटण्यासाठी दोघंही हजर झाले.

डॉ.गंभीर यथोचित स्वागत करत म्हणाले, ''या डॉ.पाटील. कसं काय?''

''ठीक आहे सर! एकाच रुग्णालयात असूनदेखील आपल्या भेटीगाठी क्वचितच होतात. यावरूनच हल्ली माणूस किती व्यग्र होत चाललाय याची जाणीव होते.''

इन्स्पेक्टर शेखकडे पाहत ते पुढे म्हणाले, ''बाय द वे, हे माझे मित्र इन्स्पेक्टर शेख.''

दोघांनीही स्मित करत हस्तांदोलन केलं.

डॉ.साकेत म्हणाले, ''यांच्याच वडलांच्या संदर्भात तुमच्याशी चर्चा करायचीये. त्यांना कर्करोगाचं निदान झालंय. सो वुई वॉन्ट हॅव युअर ओपिनियन.'' डॉ.पाटीलनी त्यांच्या पुढ्यात सर्व संबंधित रिपोर्ट ठेवले.

डॉ.गंभीरनी एक एक करत सर्व रिपोर्ट चाळले. चाचण्यांचे अहवाल पाहिले. बराच वेळ ते विचार करत राहिले आणि म्हणाले, ''डॉ.पाटील, खरंतर हा कर्करोग शेवटच्या टप्प्यातलाच म्हणायला हवा. पारंपरिक औषधांचा आता काहीही उपयोग नाही. पण आताचं हे युग अतिसूक्ष्मशास्त्र किंवा अब्जांशशास्त्र आणि तंत्रज्ञानाचं आहे. काही प्रायोगिक तत्त्वावरच्या चिकित्सा इथे नियमित सुरू आहेत. बऱ्याच रुग्णांवर यशस्वीही होत आहेत. आपल्या काही शास्त्रज्ञांनी उपयुक्त असे अतिसूक्ष्म कण निर्माण केले आहेत. त्यांच्या अशा अवस्थेतल्या कर्करोगावर या माध्यमाद्वारे यशस्वीपणे उपचार करता येऊ शकेल. इट्स जस्ट अ फँटॅस्टिक आयडिया! मला वाटतं घाबरण्याचं काहीही कारण नाही. ही विल गेट वेल व्हेरी सून. फक्त एक प्रघात म्हणून अशा प्रायोगिक चिकित्सेला तुमची परवानगी हवी आहे.''

इन्स्पेक्टर शेख उल्हसित होत आणि तेवढ्याच अजीजीने म्हणाले, ''डॉक्टर, माझी काहीही हरकत नाहीये. यू गो अहेड. माझ्या वडलांनी नेहमीच विज्ञानाची कास धरलेली आहे. ते स्वत:ही याला आनंदाने संमती देतील याची मला खात्री आहे. यू जस्ट गो अहेड!''

डॉ.पाटलांनी इन्स्पेक्टर शेखच्या आत्मविश्वासदर्शक चेहऱ्याकडे पाहिलं आणि हळूच त्यांचा खांदा दाबून आपल्या भावना प्रकट केल्या.

अनुमती मिळताच डॉ.गंभीर कामाला लागले. रुग्णालय असलं, तरी त्याला एका प्रयोगशाळेचं स्वरूप आलं होतं. शस्त्रक्रियेच्या खोलीत सर्व सुविधा होत्या. पुन्हा एकदा इन्स्पेक्टर शेखच्या वडलांच्या चाचण्या झाल्या. या दोन दिवसांत त्यांची प्रकृती बऱ्यापैकी खालावलेली होती. हिमोग्लोबिन कमी झालं होतं. लवकरात लवकर ट्रिटमेंट देणं गरजेचं होतं.

त्या प्रशस्त आणि अत्याधुनिक प्रयोगशाळावजा ऑपरेशन थिएटरमध्ये त्यांच्यावर उपचार करण्यात आले. प्रत्येक वेळी डॉ.पाटील इन्स्पेक्टर शेखसोबत होते. किंबहुना चिकित्सेच्या वेळीही डॉ.गंभीरनी दोघांना आत उपस्थित राहू दिलं होतं. इन्स्पेक्टर शेख बारकाईने सर्व काही बघत होते. एक द्रव्य, त्यात विरघळणारे अतिसूक्ष्म कण... कुठलीतरी मोठी यंत्रणा सज्ज होती! इंजेक्शनद्वारे शरीरात ते द्रव्य सोडण्यात आलं. पुढे बराच वेळ वेगवेगळ्या गोष्टी घडत गेल्या. डॉ.पाटील

आणि इन्स्पेक्टर शेख एक अभ्यासक म्हणून नुसतेच पाहत राहिले. कुठलीही शस्त्रक्रिया न करता कर्करोगावरची उपचारपद्धत पाहून इन्स्पेक्टर शेख अचंबित झाले. मरणाच्या दारी असणारा रुग्ण पुन्हा आपलं जीवन जगणार होता!

आणि इन्स्पेक्टर शेखच्या वडलांच्या बाबतीतही तेच घडलं. तिसऱ्या टप्प्यातला कर्करोग समूळ नाहीसा होऊन दोन-तीन दिवसातच त्यांना बरं वाटायला लागलं. चिकित्सेद्वारे बऱ्याच रुग्णांना जीवनदान मिळालेलं पाहून इन्स्पेक्टर शेखना विज्ञानाचं कौतुक वाटलं.

तो आठवडाभर इन्स्पेक्टर शेखची बऱ्यापैकी धावपळ झाली होती. रुग्णालयाच्या निमित्ताने समाजातलं खरं दुःख आणि वेदना त्यांना कळल्या होत्या आणि त्या वेदनेवर फुंकर घालणाऱ्या संशोधकांचेही त्यांनी आभार मानले होते. त्यांचे वडील पूर्णतः बरे झाले होते.

पण याच दरम्यान पुन्हा तीन-चार प्रतिष्ठित व्यक्तींचा मृत्यू झाला. त्यात प्रशासकीय अधिकाऱ्यांसोबतच न्यायाधीशही होते. मृत्यूचं कारणही समान होतं. पण या वेळी प्रामुख्याने डॉक्टरांच्या गोंधळाची स्थिती नमूद केली होती. इन्स्पेक्टर शेख पुन्हा अस्वस्थ झाले. ज्यांचे मृत्यू होत होते, ते सर्वच परिचित आणि मोठे होते. एकही सामान्य अथवा गरीब नव्हता. हळूहळू का होईना, पण समाजात दबक्या आवाजात चर्चा सुरू झाली होती. पण अजूनही हे खून आहेत, अशी तक्रार घेऊन कुणीही आलं नव्हतं. कारण सामान्यांना तसं काही वाटतच नव्हतं.

एक उत्सुकता म्हणून ज्यांचा मृत्यू झाला होता, त्या एक-दोघांकडे इन्स्पेक्टर शेख स्वतः जाऊन आले. त्यांच्या कुटुंबीयांशी सविस्तर बोलले. यातही तीच माहिती पुढे आली. अचानक पोटात प्रचंड आग पडली, तशी आग पडून धाडकन जमिनीवर पडल्याचं सांगितलं गेलं. यात कुणालाही वेगळं असं वाटत नसल्याने इन्स्पेक्टर शेखनी प्रोत्साहित करूनदेखील कुणाच्याच कुटुंबीयांनी पोलिसात तक्रार दाखल करण्यात स्वारस्य दाखवलं नव्हतं.

इन्स्पेक्टर शेखचाही नाईलाज झाला. पण या समाजात काहीतरी वेगळं घडतंय, याची खात्री त्यांना झाली.

एक-दोन दिवस असेच गेले. त्यातही दोघांचा मृत्यू असाच झाला. कुठल्याशा वर्तमानपत्रात प्रथमच याची संशयानं नोंद घेतल्याचं इन्स्पेक्टर शेखच्या वाचनात आलं. कुणीतरी पुढे येईल, असा आत्मविश्वास त्यांना होता. कारण तक्रारीशिवाय त्यांच्या तपासकामाला वेग देता येणार नव्हता.

परवा रात्री गाढ झोपेत असतानाच इन्स्पेक्टर शेखचा मोबाईल वाजला. महत्प्रयासानं त्यांनी तो कानाला लावला आणि आळस देत म्हणाले, "हॅलोऽऽ इन्स्पेक्टर शेख हिअर!"

"हॅलोऽऽ मी सब-इन्स्पेक्टर शिसोदे बोलतोय सर! इथं तात्यासाहेब गंगापुरेंचं निधन झालंय."

"काय? तात्यासाहेबांचं निधन? सायंकाळीच मी त्यांच्यासोबत होतो. कुठं झालं?" इन्स्पेक्टर शेख आश्चर्याने उद्‌गारले.

"बाणेरमधल्या त्यांच्या राहत्या घरीच. इथं बरीच गर्दी झालीये. पोलीस आयुक्त शिंदे साहेबही आलेत. त्यांनीच तुम्हाला फोन करायला सांगितला. येताय ना?"

शिसोदेंनी निरोप दिला.

"होऽऽ. आलोच मी दहा मिनिटात."

इन्स्पेक्टर शेख पुढच्या पाच मिनिटांत तयार झाले. त्यांच्या पत्नीला याची सवयच असल्याने त्या काहीही बोलल्या नाहीत. दुसऱ्या क्षणाला ते स्वत:चीच गाडी घेऊन बाणेर रस्त्यावर होते.

तात्यासाहेब गंगापुरेंच्या बंगल्यात बरीच वर्दळ होती. समाजातला प्रत्येक घटक तिथे उपस्थित होता. तात्यासाहेब शहरातली प्रमुख राजकीय व्यक्ती होते; शहराचे सर्वेसर्वा होते. त्यांच्याशिवाय कुठलाही उपक्रम राबवला जात नव्हता. प्रत्येक उत्सवात त्यांचा सहभाग असायचा. राजकीय पाठबळ असल्याने त्यांच्या नावावर प्रत्यक्ष आणि अप्रत्यक्ष अशी प्रचंड मालमत्ता होती. सर्व स्तरातले आणि समाजघटकांतले कार्यकर्ते त्यांच्या दिमतीला होते. प्रसिद्ध असल्याने एवढ्या रात्रीही त्यांच्या निधनाची वार्ता कानोकानी पसरली होती. म्हणूनच मंत्र्यांसोबतच पोलीस आयुक्त आणि प्रमुख वैद्यकीय-अधिकारीही उपस्थित झाले होते. कार्यकर्ते हातात फुलांच्या माळा घेऊन श्रद्धांजली अर्पण करत होते.

इन्स्पेक्टर शेख आल्या-आल्या आयुक्त शिंदेंना भेटले. शिंदे एक-दोघांशी गंभीरपणे विचारविनिमय करत होते. तात्यासाहेबांचं निधन कसं झालं, याची पुसटशी कुजबुज तिथं होऊ लागली. आयुक्त शिंदे इन्स्पेक्टर शेखना म्हणाले, "या! शेख, मीच तुम्हाला बोलवून घेतलं. यांना भेटा. हे आहेत पुण्याचे मुख्य शल्यचिकित्सक डॉ.मांडे. आणि हे...."

मध्येच डॉ.मांडे उत्तरले, "आय नो हिम मि. शिंदे! हे इन्स्पेक्टर शेख."

डॉ.मांडेंनी हात पुढे केला. इन्स्पेक्टर शेखनीही हस्तांदोलन केलं. आयुक्त शिंदेंकडे पाहत शेख म्हणाले,

"सर, हे झालं तरी कसं? काल सायंकाळीच मी त्यांच्यासोबत होतो."

आयुक्त शिंदेंनी अपेक्षेने डॉ.मांडेंकडे पाहिलं. डॉ.मांडे मान डोलवत म्हणाले,

"इन्स्पेक्टर शेख, काही कळत नाही. अचानक पोटात आगडोंब उठला आणि दुसऱ्या क्षणाला मृत्यू झाला. कुणालाच काही कळलं नाही."

"काय म्हणताय डॉक्टर?" क्षणात इन्स्पेक्टर शेखला गेल्या काही दिवसांमधले

मृत्यू आठवून गेले. त्याच साखळीतला हाही एक मृत्यू होता. इन्स्पेक्टर शेख डॉ.मांडेंकडे कटाक्ष टाकत म्हणाले, "डॉक्टर, एक विचारू? कारण तुम्ही शहराचे मुख्य शासकीय शल्यचिकित्सक आहात म्हणून!"

"विचारा ना." डॉ.मांडेंचा प्रतिप्रश्न.

"गेले काही दिवस असेच मृत्यू होत आहेत. यात पोटात आगडोंब उसळून मृत्यू होण्याचा समान धागा आहे. नेमकं हे आहे तरी काय?" इन्स्पेक्टर शेखनी बरेच दिवस होत असलेली मनातली घालमेल मुख्य डॉक्टरांकडे सांगितली.

डॉ.मांडेंनी तशाही स्थितीत एक दीर्घ श्वास घेतला आणि म्हणाले, "इन्स्पेक्टर शेख, तुम्ही येण्याआधी मी आणि शिंदेसाहेब त्यासंबंधीच बोलत होतो. आम्ही प्रत्येक मृतदेहाची तपासणी केलीये. एकाचं पोस्टमार्टेमही केलंय. पण हृदयक्रिया बंद एवढीच नोंद होऊ शकली. एखादा जिवाणू किंवा संसर्ग असावा, अशी आम्हाला शंका होती, पण तीही फोल ठरली. हल्ली या केसेस आम्हाला वैद्यकशास्त्रातली मिस्टरीच वाटायला लागल्या आहेत. कुठलीही साथ म्हणावी, तर तीही शक्यता नाही. शिवाय सगळी मोठी-मोठी लोकंच याला बळी पडत आहेत. आम्ही सर्वच डॉक्टर प्रयत्न करत आहोत." डॉ.मांडेंनी वस्तुस्थिती विशद करत व्यथा मांडली.

आयुक्त शिंदे तत्काळ त्यावर म्हणाले, "शेख, याकरताच मी तुम्हाला तातडीने बोलवून घेतलं. आताशी मलाही यात वेगळंच, काहीतरी विलक्षण असल्याची शंका येऊ लागलीये. निश्चित काय, मलाही या वेळी ठाऊक नाही. अजूनही वेळ गेलेली नाहीये. यातला तुम्ही सांगितलेला मृत्यूचा समान धागा कुणाच्याही लक्षात आलेला नाही. पण ही स्थिती फार काळ अशी राहील, असं वाटत नाही. उद्या-परवा याची वाच्यता होणारच. म्हणूनच अतिशय गुप्तपणे या प्रकरणाची शहानिशा करायला सुरुवात करा."

"तसं तपासाचं काम मी दहा-पंधरा दिवसांपूर्वीच सुरू केलंय सर, पण अजूनही मला धागा-दोरा सापडलेला नाही. ही नैसर्गिक घटना असेल, तर डॉक्टरच आपल्याला काय ते सांगू शकतील." इन्स्पेक्टर शेखनी माहिती दिली.

आयुक्त शिंदे इन्स्पेक्टर शेखकडे अभिमानाने पाहत राहिले. यापूर्वीही अशी गुप्ततेची कामं त्यांनी निर्धास्तपणे इन्स्पेक्टर शेखवर सोपवली होती.

सकाळ होऊ लागली, तशी वर्दळ अजूनच वाढू लागली. कार्यकर्त्यांच्या रांगा लागल्या. अंत्ययात्रेच्या तयारीला कार्यकर्ते लागले होते. शहरात बातमी वाऱ्यासारखी पसरली.

अजून गर्दी होण्याआधी आयुक्त शिंदे, डॉ.मांडे आणि इन्स्पेक्टर शेख श्रद्धांजली अर्पण करायला दिवाणखान्यात गेले. तिथेच तात्यासाहेबांचा मृतदेह ठेवला होता. डॉ.मांडे आणि शिंदे पुष्पार्पण करून मागे झाले. इन्स्पेक्टर शेखही खाली वाकले.

पुष्पार्पण करतानाच त्यांना कसलासा वास आला. परिचित असा. वेगळा; पण कुठंतरी जाणवलेला. ते दचकलेच. थोडा वेळ तिथेच घुटमळले. पुन्हा तोच वास; वर्णन न करता येण्यासारखा. इन्स्पेक्टर शेख तडक मागे वळले आणि बाहेर पडले. आता वास तिथे नव्हता, पण त्यांच्या डोक्यात त्या वासाचे तीव्र पडसाद मात्र उमटले होते. कुठंतरी या वासाचा संबंध होता. कुठं? विचारचक्र सुरू झालं. विचारांनीच पाठलाग होऊ लागला. पण लक्षात येत नव्हतं. या वासाचा मृत्यूशी संबंध होता का?

आणि इन्स्पेक्टर शेखच्या डोक्यात लख्खकन प्रकाश पडला! वासाचा धागा-दोरा सापडला होता. त्यांच्या वडलांच्या कर्करोगाच्या चिकित्सेवेळी जो वास त्यांना आला होता, त्याच्याशीच तात्यासाहेबांच्या वासाचं साम्य होतं. संशयाची सुई ससून आणि पर्यायाने डॉ.गंभीरकडे वळली होती. त्यांच्याच प्रयोगशाळावजा ऑपरेशन थिएटरमध्ये हा वास आल्याचं लक्षात येताच, इन्स्पेक्टर शेख अंत्ययात्रेतून तडक माघारी फिरले. कारण आता त्यांना तिथं थांबणं शक्य नव्हतं. त्यांनी आपला मोर्चा आता ससून रुग्णालयाकडे वळवला.

इन्स्पेक्टर शेख सरळ ससूनच्या 'कॅन्सर रिसर्च सेंटरच्या' ट्रिटमेंट रूममध्ये दाखल झाले. तिथे डॉ.गंभीर पांढरा ओव्हरकोट आणि हातात ग्लोव्ह्ज घालून कुठलातरी द्रव तयार करण्यात गुंतले होते. इन्स्पेक्टर शेखना आतमध्ये पाऊल टाकताच त्या वासाची पुन्हा एकदा प्रचिती आली आणि तात्यासाहेबांच्या मृतदेहाशेजारी आलेल्या वासाशीच त्याचं साम्य असल्याची त्यांची खात्री झाली. वास कुठल्या पद्धतीचा होता, याचं वर्णन करणं थोडं अवघड होतं; पण लिंबूपाण्याला जसा आंबट-गोड वास असतो, त्यातलाच तो होता.

इन्स्पेक्टर शेखना पाहताच डॉ.गंभीर उत्स्फूर्तपणे हातातली बाटली बाजूला ठेवत म्हणाले, ''याऽ याऽ इन्स्पेक्टर शेख. हाऊ इज युअर फादर नाऊ?''

''ही इज ऑलराईट डॉक्टर. शंभर टक्के तंदुरुस्त! ही इज नो मोअर कॅन्सर पेशंट. शेवटी ही किमया आपण साधली कशी? आणि हा वास नेमका कुठला आहे डॉक्टर?'' इन्स्पेक्टर शेखनी एकाच वेळी बरेच प्रश्न विचारून अचूक धागा पकडला आणि सहजपणे आपल्याला हवा तो प्रश्न नकळत रेटला.

''हा जो द्रव बघत आहात ना इन्स्पेक्टर शेख, त्याचाच हा वास. शिवाय या द्रवानेच ही किमया साधलीये!'' डॉ.गंभीर मागे वळले आणि काचेचं कपाट उघडून त्यातून एक बाटली त्यांनी बाहेर काढली. ती इन्स्पेक्टर शेखच्या डोळ्यापुढे धरत ते म्हणाले, ''ही पावडर पाहत आहात ना! ही साधीसुधी पावडर नाही. कॉपर ॲल्युमिनिअम ऑक्साईड, आयर्न ऑक्साईड या रासायनिक अभिक्रिया आणि संयुगातून बनवलेली अति-अतिसूक्ष्म पावडर आहे. हिचे मूळ गुणधर्मच बदललेले आहेत. जर

ही अतिसूक्ष्म पावडर पाण्यात टाकली आणि त्यातून उच्च म्हणजेच दहा मेगा हर्ट्झ (१० MHZ) एवढी कंप्रता असलेली संवहन-क्षेत्राची (Radio Frequency field) लहर पाठवली, तर त्या सूक्ष्म कणांमध्ये या लहरी शोषल्या जाऊन प्रचंड उष्णता निर्माण होते. अनुषंगाने पाण्याचं तापमान क्षणात वाढून उकळायला लागतं. हीच संकल्पना कॅन्सर चिकित्सेसाठी अतिशय प्रभावीपणे वापरली गेलीये.''

''ती कशी काय?'' इन्स्पेक्टर शेखची उत्सुकता शिगेला पोचली होती. विज्ञानाचा आविष्कारच ते पाहत होते! त्याची दुसरी बाजू त्यांनी मुद्दामच उघड केली नव्हती. कारण डॉ.गंभीरकडून प्रयोगाची पूर्ण माहिती जाणून घेतल्यानंतरच ते पुढचं पाऊल टाकणार होते.

''हे बघा, मी आता तुम्हाला प्रत्यक्षातच करून दाखवतोय.'' डॉ.गंभीरनी उत्साहाने काही उपकरणं गोळा केली. वेगाने त्यांनी एका काचेच्या नळीत पाणी भरलं आणि त्यात ती अतिसूक्ष्म पावडर टाकली आणि एका भव्य उपकरणाच्या कप्प्यात ठेवली. तेथेच उच्च संवहन कंप्रता क्षेत्र होतं. कारण ते उपकरण उच्च कंप्रता क्षेत्र निर्माण करणारं दालन होतं (Radio Frequency Oscillator). ते चालू करताच काही सेकंदातच नळीतलं पाणी उकळू लागलं.

इन्स्पेक्टर शेख आश्चर्याने पाहत म्हणाले, ''डॉ.गंभीर? या अतिसूक्ष्म कणांमध्ये एवढी प्रचंड शक्ती आहे?''

''होय! खूपच. हीच तर कल्पना कॅन्सरच्या पेशी जाळून नष्ट करण्यासाठी वापरलीये. म्हणजे असं – हेच अतिसूक्ष्म कणमिश्रित द्रव मानवी शरीरात जिथे ट्यूमर आहे तिथे सोडून, रुग्णाला उच्च संवहन कंप्रता क्षेत्रात झोपवून प्रमाणित तरंग सोडले जातात. जिथे हे अतिसूक्ष्म कण असतील तिथे या लहरी शोषल्या जाऊन तिथलं तापमान प्रचंड वाढतं आणि पर्यायाने कॅन्सरच्या पेशी जळून खाक होतात आणि समूळ नष्ट होतात. तुमच्या वडलांचा कर्करोग असाच नष्ट झालाय इन्स्पेक्टर शेख.'' डॉ.गंभीरनी स्वच्छ मनाने माहिती दिली.

''समाजासाठी तुम्ही खूपच मोठं काम केलंय डॉ.गंभीर. यू आर ग्रेट!'' इन्स्पेक्टर शेख हसत म्हणाले.

डॉ.गंभीर तत्काळ अडवत म्हणाले, ''सॉरी इन्स्पेक्टर शेख! प्लीज होल्ड ऑन. घाईघाईने मला याचं श्रेय देऊ नका. मी तो नाही. मी फक्त या तंत्राचा वापर करणारा एक डॉक्टर आहे. हे संशोधन माझं नाही. ते प्रसिद्ध शास्त्रज्ञ डॉ. दशरथ देशमाने यांचं आहे. अ जिनिअस सायंटिस्ट!''

''काय म्हणताय डॉक्टर? डॉ.देशमाने? मी स्वत: त्यांचा एक चाहता आहे.'' इन्स्पेक्टर शेख आश्चर्याने म्हणाले.

''तुम्हीच नाही इन्स्पेक्टर शेख, मीही. किंबहुना आपल्यासारखे बहुसंख्य त्यांचे

चाहते आहेत. साऱ्या देशातच नव्हे, तर आंतरराष्ट्रीय पातळीवर त्यांचं नाव आहे. तुम्हाला सांगतो, त्यांच्या या संशोधनाने लाखो कर्करोग-पीडितांना दिलासा मिळाला आहे. या समाजावर फार मोठं ऋण डॉ. देशमानेंनी करून ठेवलंय. इन्स्पेक्टर शेख, जेव्हा एखादा रुग्ण कर्करोगमुक्त होतो, तेव्हा त्याच्या चेहऱ्यावरचा आनंद नुसता पाहत राहावा! प्रत्येकाची इच्छा असते की, डॉ. देशमानेंना उदंड आयुष्य लाभो.''

''खरंय डॉक्टर, तो अनुभव मी माझ्या वडलांच्या वेळी घेतलाय.'' इन्स्पेक्टर शेख हात पुढे करत म्हणाले, ''थँक्स फॉर द इन्फर्मेशन डॉ.गंभीर. फार महत्त्वाची माहिती तुम्ही मला दिलीत. निघतो मी.''

''ठीक आहे इन्स्पेक्टर शेख. पण कुठं निघालात?''

''डॉ.देशमानेंकडे. आता मला त्यांना भेटायलाच हवं, कारण मीही त्यांचा एक चाहता आहे.''

''जरूर भेटा इन्स्पेक्टर शेख! आय ॲम शुअर, यू विल बी चार्ज्ड. बेस्ट लक!''

''थँक्स!'' इन्स्पेक्टर शेख ट्रिटमेंट-रूममधनं बाहेर पडले. डॉ.गंभीर क्षणभर स्तब्धपणे पाहत राहिले. अजूनही इन्स्पेक्टर शेखच्या बुटांचे आवाज त्यांच्या कानात प्रतिध्वनित होत होते.

इन्स्पेक्टर शेख गाडीत बसले, तेव्हा बाहेर अंधारून आलं होतं. या वेळी ते एकटेच असल्याने स्वत:च ड्राईव्ह करत होते. गाडी विद्यापीठाच्या भौतिकशास्त्र-विभागाकडे जाऊ लागली.

इन्स्पेक्टर शेख कमालीचे अस्वस्थ झाले होते. डॉ.देशमानेंसारख्या आंतरराष्ट्रीय दर्जाच्या आणि समाजाभिमुख शास्त्रज्ञानं असं का करावं, हा विचार त्यांना छळत होता. आता डॉ.देशमाने त्यांच्या नजरेत प्रथम क्रमांकाचे संशयित झाले होते. गेले पंधरा दिवस अनामिक आणि नैसर्गिक मृत्यूची जी साखळी निर्माण झाली, त्यात डॉ.देशमानेंचा सहभाग असल्याची खात्री इन्स्पेक्टर शेखना झाली; पण त्यांच्या बाबतीत असा विचार करायला त्यांचं मन धजावत नव्हतं.

समोरच्या बगिच्याला वळसा घालून इन्स्पेक्टर शेखनी गाडी पार्क केली आणि तडकपणे बाजूच्या दरवाजाने ते डॉ. देशमानेंच्या प्रयोगशाळेत दाखल झाले.

प्रयोगशाळा खूपच अद्ययावत होती. तिच्यात मोठमोठी उपकरणं होती. इलेक्ट्रॉन प्रवेगकही होता. सर्वच कप्पे काचेच्या तावदानांचे होते. त्यामुळे समोरचं सहजपणे दिसत होतं. पण तिथे कुठेही डॉ.देशमाने दिसत नव्हते. इन्स्पेक्टर शेख एक स्लाइड डोअर हळूच बाजूला करत आतल्या प्रयोगशाळेत शिरले. तिथेच एका मोठ्या उपकरणाशेजारी डॉ.देशमाने प्रयोग करण्यात गुंतले होते. त्यांना पाहताच एक विलक्षण बुद्धिमत्ता असलेला चेहरा इन्स्पेक्टर शेखच्या दृष्टिपथात आला. त्यांच्या शरीराची ठेवण अगदी नीटनेटकी होती आणि त्यांचा चेहरा कमालीचा आकर्षक होता!

डॉ.देशमानेंच्या लक्षात येताच ते उत्स्फूर्तपणे म्हणाले, ''याऽ याऽ इन्स्पेक्टर शेख. वेलकम!'' शेजारच्याच खुर्चीकडे निर्देश करत ते म्हणाले, ''बसा.''

इन्स्पेक्टर शेख आपला नामोल्लेख झालेला पाहून आश्चर्याने उत्तरले, ''सर, तुम्ही मला ओळखता? सो सरप्राईझ!''

''तुमच्यासारख्या शूर अधिकाऱ्याला कोण ओळखणार नाही इन्स्पेक्टर शेख! या देशात फक्त बोटावर मोजण्याइतपत प्रामाणिक पोलीस-अधिकारी आहेत. त्यांपैकीच तुम्ही एक आहात. म्हणून मला माहीत आहे.'' डॉ.देशमानेंनी स्वच्छपणे सांगितलं.

इन्स्पेक्टर शेख क्षणभर ओशाळले आणि म्हणाले, ''सर, तुमच्यासारख्या महान शास्त्रज्ञाची अशी कॉम्प्लिमेंट मिळणं म्हणजे मी स्वत:ला भाग्यवान समजतो!''

''ही कॉम्प्लिमेंट नाहीये इन्स्पेक्टर शेख, ही वस्तुस्थिती आहे. तुमच्यासारखे अधिकारी आहेत, म्हणून तर हा समाज टिकून आहे. नाहीतर लांडीलबाडी करणाऱ्यांची संख्या इथे कमी नाही. एनी वे. तुम्ही इथं का आलात, म्हणून मी विचारणार नाही. कारण तुमच्यासारखा अधिकारी माग काढत का येऊ शकतो, याची जाणीव मला आहे.'' डॉ.देशमाने स्मित करत उत्तरले.

त्यांच्या या वाक्यावर इन्स्पेक्टर शेख क्षणभर स्तब्ध राहिले; घुटमळले; काय बोलावं विचार करू लागले.

शेवटी ते महत्प्रयासानं म्हणाले, ''सर, लाखो कर्करोग्यांना जीवनदान देणाऱ्या संशोधनाचा तुम्ही दुरुपयोग का केलात? मला समजत नाहीये. ज्या संशोधनाचा हेतू जीव वाचवण्यासाठी होता, त्याचाच उपयोग तुम्ही कुणाचा जीव घेण्यासाठी कसा करू शकलात?'' इन्स्पेक्टर शेख दु:खावेगाने बोलत होते.

डॉ.देशमानेंनी शांतपणे इन्स्पेक्टर शेखकडे पाहिलं आणि हळूच खांद्यावर हात ठेवत म्हणाले, ''इन्स्पेक्टर शेख, तुमच्या माझ्याप्रतीच्या भावना मी समजू शकतो. माझ्या दृष्टीने तरी मी केलेलं संशोधन सत्कारणीच लागलं आहे. ज्यांचे मृत्यू झाले, त्यांना कधी ना कधी मृत्यू येणारच होता. फक्त माझ्या शोधामुळे त्यांना लवकर आला एवढंच! आणि तीही निसर्गाचीच इच्छा असावी. ज्यांचे मृत्यू झाले, ते जगण्याच्या लायकीचे नव्हते. इन्स्पेक्टर शेख, तुम्ही बघाल, तर त्यातला एकूण एक माणूस हा भ्रष्ट आणि नालायक होता. गोरगरिबांचा पैसा लुबाडून मोठी झालेली ती धेंडं होती. त्यांच्यासारख्या प्रवृत्तींमुळेच समाजाची प्रगती होऊ शकली नाही. तुमचा तात्यासाहेब हा काही देवमाणूस नव्हता. स्वत:ची तुंबडी भरून त्याने या शहराची वाट लावली होती. माझ्या मते निसर्गानेच त्यांना योग्य न्याय दिलाय!'' डॉ.देशमाने त्वेषाने बोलत होते. भ्रष्ट प्रशासन आणि लोकांविषयी त्यांच्या मनात प्रचंड चीड होती. तीच शब्दरूपात बाहेर पडत होती.

इन्स्पेक्टर शेखच्याही लक्षात आलं. त्यांनाही हे ठाऊक होतं. ज्यांचे मृत्यू झाले, ते सर्वच प्रतिष्ठित आणि संस्कारित गुंड होते; समाजाला पोखरणारे! डॉ. देशमानेंसारख्या शास्त्रज्ञाची घालमेल आणि कुचंबणा त्यांना दिसत होती, पण तरीही कायदा हा अंतिम होता.

इन्स्पेक्टर शेखची द्विधा मन:स्थिती पाहून डॉ.देशमाने उत्तरले, ''इन्स्पेक्टर शेख, तुम्ही एक प्रामाणिक आणि कर्तव्यदक्ष अधिकारी आहात. मला तुमच्यासमोर गुन्हा कबूल करायला काहीच अडचण नाही. मी माझा गुन्हा कबूल करतोय. तुम्ही मला अटक करू शकता.''

इन्स्पेक्टर शेख आवेगाने त्यांचे हात पकडत म्हणाले,

''नाही, सर! या देशातल्या कोट्यवधी गोरगरीब जनतेला तुमची गरज आहे. तुमच्यासारखा शास्त्रज्ञ काही मोजक्या गुंडांमुळे वाया जाता कामा नये. तुमच्या संशोधनाचा उपयोग अजून समाजाला व्हायचाय. सर, आय विल सॅक्रिफाय मायसेल्फ. मी तुमचा खूप आदर करतो. माझ्या वडलांना जीवनदान दिलंत म्हणून नाही, तर तुम्ही इथल्या गरीब जनतेला नवीन संजीवनी दिल्याबद्दल!'' इन्स्पेक्टर शेख सद्‌गदित झाले. पुढे म्हणाले, ''सर! एक विचारू?''

''विचारा ना!''

''हे अति-अतिसूक्ष्म कण तुम्ही तयार कसे केले आणि त्याचा दुरुपयोग नेमका कसा केलात?''

डॉ.देशमाने स्वत:शीच हसले आणि इन्स्पेक्टर शेखकडे पाहत म्हणाले, ''या माझ्या मागे. मी प्रत्यक्षच दाखवतो.''

दोघंही उठले आणि अजून आतल्या प्रयोगशाळेत गेले. तिथे एक भव्य इलेक्ट्रॉन प्रवेगक चालू होता. अंधारात एका काचेच्या नळीवर निळाशार इलेक्ट्रॉन बीमचा झोत पडत होता. त्याचाच परावर्तित प्रकाश खोलीत होता. इलेक्ट्रॉनमुळे पाण्यातल्या रसायनाचे रूपांतर अतिसूक्ष्म कणांमध्ये होऊन तळाशी जमा होत होते.

डॉ.देशमाने उत्तरले, ''ते बघा इन्स्पेक्टर शेख, कॉपर ॲल्युमिनिअम ऑक्साईडचा रासायनिक द्रव घेऊन त्यावर उच्च शक्तीच्या इलेक्ट्रॉनचा मारा केला तर त्याचे अतिसूक्ष्म कण तयार होत आहेत. हजारो प्रयोगातून मी हे सिद्ध केलंय. बाकीचं तुम्हाला डॉ.गंभीरनी सांगितलेलंच आहे. जी पद्धत चिकित्सेसाठी वापरली, तीच पद्धत मी जास्त प्रमाणात पावडर घेऊन दुरुपयोगासाठी वापरली. अतिसूक्ष्म कण मी बेमालूमपणे पोटात ढकलण्याची व्यवस्था केली आणि बाहेरूनच अति शक्तिशाली दोलन उपकरणाच्या (Oscillator) साहाय्याने उच्च कंप्रता असलेल्या लहरी सोडल्या. क्षणात त्याचे परिणाम दिसून आले. प्रत्यक्षात मला कुठंही जाण्याची तसदी घ्यावी लागली नाही. सर्वकाही इथूनच मी नियंत्रित केलंय.''

"म्हणजे संशोधनाचा उपयोग तुम्ही अस्त्रासारखाच केलात सर!" डॉ.देशमाने आश्चर्याने पाहत राहिले. त्यांच्या चेहऱ्यावरचे हावभाव बदलले.

अंतर्मुख होत ते म्हणाले, "काय? अस्त्र?" डॉ.देशमाने प्रथमच हादरले.

"होय सर! अस्त्र. जेवढा प्रभावी उपयोग तुम्ही समाजासाठी केलात, तेवढीच किंबहुना संशोधनाची जास्तच विध्वंसक बाजू समाजापुढे आणलीये सर, विचार करा, जर का हे विध्वंसक संशोधन अस्त्ररूपाने अतिरेक्यांच्या हाती पडलं तर? सगळेच तुमच्यासारखा विधायक वापर करणार नाहीत सर." इन्स्पेक्टर शेखनी मोठाच प्रश्न निर्माण केला होता.

वस्तुस्थितीचं भान येताच डॉ.देशमाने हवालदिल होऊन मटकन खालीच बसले. भावनेच्या भरात आपण काय करून बसलोय, याची त्यांना प्रथमच जाणीव झाली. संशोधनाची दुसरी बाजू एवढी भयानक होती! माकडाच्या हाती कोलीत दिल्याचाच हा प्रकार होता. डॉ.देशमाने हताशपणे इन्स्पेक्टर शेखकडे पाहत राहिले.

इन्स्पेक्टर शेख पुढे येत म्हणाले, "सर, माझी तुम्हाला एक नम्र विनंती आहे. तुम्ही आम्हाला हवे आहात. या समाजाला तुमची गरज आहे. अनवधानाने वापरलेला विध्वंसक मार्ग तुम्ही थांबवा. जे झालं ते झालं. विसरून जा. मी बघतो काय करायचं ते. पण या समाजाला तुमच्यासारख्या शास्त्रज्ञांची नितांत गरज आहे, याचा विसर पडू देऊ नका. फालतू लोकांमुळे तुमच्यासारखा हिरा आम्हाला गमवायचा नाहीये. येतो सर!"

इन्स्पेक्टर शेखनी पुन्हा आदरयुक्त हात जोडले. डॉ.देशमानेंनीही सुन्नपणे निरोप घेतला. एक प्रामाणिक माणूस केवळ समाजासाठी बेईमान होऊन जाताना डॉ.देशमाने पाहत होते. डॉ.देशमानेंना इन्स्पेक्टर शेखनी सोडून दिलं होतं.

डॉ.देशमाने बराच वेळ तसेच बसून राहिले; सुन्न; अबोल. इन्स्पेक्टर शेख केव्हाच निघून गेले होते; पण जाताना ते एक निर्वात पोकळी निर्माण करून गेले होते आणि त्यात देशमाने सापडले होते; गुदमरल्या अवस्थेत. प्राणवायूच काढून घेतल्याची जाणीव! विघातक अस्त्राची आठवण होताच त्यांच्या डोळ्यांतून घळाघळा अश्रू वाहू लागले.

दुसऱ्या दिवशी सकाळीच इन्स्पेक्टर शेखनी वर्तमानपत्र हाती घेतलं आणि पहिल्या पानावरची बातमी आणि फोटो पाहून ते हादरलेच! डॉ.देशमानेंच्या निधनाची ती वार्ता होती. इन्स्पेक्टर शेख कमालीचे अस्वस्थ झाले; दु:खी झाले. त्यांचाही मृत्यू पोटात अचानक आग पडल्यामुळेच झाला होता. समाजाच्या सर्व स्तरांतून हळहळ व्यक्त केली जात होती. आंतरराष्ट्रीय पातळीवरही त्याचे पडसाद उमटले होते. डॉक्टरांच्या लेखी हाही एक नैसर्गिक मृत्यूच होता. त्यांच्यानंतर आता असा मृत्यू

कुणालाही येणार नव्हता आणि हे फक्त इन्स्पेक्टर शेखना माहीत होतं. इन्स्पेक्टर शेखनी साश्रू नयनांनी डॉ.देशमानेंना त्रिवार मुजरा केला होता. कारण विध्वंसक अस्त्राची जाणीव होताच डॉ.देशमानेंसारख्या महान आणि संवेदनशील शास्त्रज्ञाने शेवटी स्वत:लाच संपवणं पसंत केलं होतं. संशोधनाची दुसरी बाजू त्यांना प्रकर्षाने जाणवली होती. जाताजाताही त्यांनी समाजावर अनंत उपकारच केले होते!

■

न्याय

डॉ.नीलेश साबळे — तिशीतले, गोरे, सुंदर, सुदृढ असे तरुण जनुकशास्त्रज्ञ केबिनमधनं बाहेर पडत मुख्य प्रयोगशाळेत येत म्हणाले, "नीलिका, केलास का तू तो डी.एन.ए. वेगळा?"

"नाही रे. अजून तर पेशीच्या अंतरंगातच शिरतेय!" नीलिका अतिसूक्ष्मदर्शिकेला डोळे लावून तशीच म्हणाली.

"बघू बरं! पेशी तर नीट मिळाली का?"

"एक मिनिट हं. तशी ती जवळजवळ मिळालेलीच आहे." काचेच्या बारीक पापुद्र्यावर एका मानवी पेशीचा डोळ्याला सहज न दिसणारा तुकडा होता. सूक्ष्मदर्शिकेखाली काच चकाकत होती; एखाद्या स्फटिकासारखी, पण पेशी नाही. स्लाईड पुन्हा जुळवत नीलिका म्हणाली,

"हो. मला वाटतं ही पेशी आपल्या अभ्यासासाठी पुरेशी आहे."

नीलिका, डॉ.नीलिका साबळे — ज्येष्ठ जनुकशास्त्रज्ञ. डोळ्यावर आलेले आपले केस मानेला झटका देऊन मागे घेत म्हणाली होती. तजेलदार चेहरा, बोलके डोळे, चेहऱ्याला शोभणारी नाकाची ठेवण, रंग सावळा, बांधेसूद अंगकाठी, कुणाचंही पटकन लक्ष वेधून घेणारी आकर्षक देहबोली आणि हसरा चेहरा! डॉ.नीलेश साबळेंचीच पत्नी. पस्तिशीतली. तशी ती डॉ.नीलेशपेक्षा मोठी. दोघांचंही जीवन संशोधनाला समर्पित.

डॉ.नीलिका हसत बाजूला झाली, तसे डॉ.नीलेश सूक्ष्मदर्शिकेला डोळा लावत म्हणाले, "ठीक आहे नीलिका. चांगली पेशी मिळाली की! बघ, केंद्रक, केंद्रकी, रंगद्रव्ये, तंतुकणिका, रायबोझोम, तारक केंद्र, पेशीद्रव्य, गॉल्गो काय, रिक्तिका,

केंद्रकीय छिद्र सगळंच छान दिसतंय. ओ.के. आता असं कर....''

डॉ.नीलिकाने डॉ.नीलेशकडे या वेळी फक्त सूचकतेने पाहिलं. डॉ.नीलेश संशोधनाला कुठल्या क्षणाला वळण देईल, याची शाश्वती तिला नव्हती. त्याच्या डोक्यातून अफलातून कल्पना निघतात, याची कल्पना तिला होती. म्हणून ती नुसतीच तोंडाचा चंबू करून तो पुढे काय बोलतोय याची वाट पाहू लागली.

''आनुवांशिक गुणधर्मांचा आराखडा डिऑक्सिरायबोन्यूक्लिक ॲसिड या वेणीसारख्या गुंफलेल्या रचनेत रेणूंच्या स्वरूपात असतो. यात आता आपण खूप काम केलंय. बहुतांश आराखडाही जाणून घेतलाय. ए.टी.सी. आणि जी या अक्षरांनी तयार होणाऱ्या काही वाक्यांच्या रचनेचे नियम समजून घेऊन लांबलचक डी.एन.ए. शृंखलेमध्ये हव्या असणाऱ्या जनुकाची विशिष्ट जागाही आता आपण शोधू लागलो आहोत. याच अनुषंगाने मला वाटतं, तू या पेशीच्या केंद्रकात शिरून एकशे छत्तिसावा डी.एन.ए. वेगळा कर.'' डॉ.नीलेशनी दिशा दाखवली.

''मी ते जरूर करते. पण तुझा नेमका हेतू काय?'' डॉ.नीलिकाने उत्सुकतेने विचारलं.

त्यावर डॉ.नीलेश तत्काळ उत्तरला, ''मला तो विशिष्ट नंबरचा डी.एन.ए. दुसऱ्या एका मानवी पेशीच्या केंद्रकात घालून त्याचा अभ्यास करायचाय.''

''म्हणजे तुला दुसऱ्यांच्या जनुकात ढवळाढवळ करायची आहे, असं म्हण ना!'' डॉ.नीलिका सरळ म्हणाली.

''तसं नाही गं! शेवटी हे प्रयोग आपण करत आहोत, ते मानवाच्या कल्याणासाठीच! यू नो ऑल धिस बेटर. तू स्वत: प्रसिद्ध जनुकशास्त्रज्ञ आहेस.'' डॉ.नीलेश समजावत म्हणाले.

''पण हे सर्व निसर्गाविरुद्ध आहे, असं नाही वाटत तुला?'' डॉ.नीलिकाचा पिच्छा.

''अगं, पण निसर्गाविरुद्ध अशी जोखीम घेऊन प्रयोग केले नाहीत, तर प्रगती कशी होणार?''

''मानवाला छळणाऱ्या काही रोगांचा मुकाबला करायचा असेल, तर जनुकांत ढवळाढवळ केल्याशिवाय पर्याय नाही. तुलाही हे ठाऊक आहे. अमेरिकेत असताना जिनोम प्रकल्पात तूही सामील होतीस. त्यातनं जनुकांत असलेल्या काही डी.एन.ए.मध्ये बिघाड झाल्यामुळे मानवाला विशिष्ट रोगांना सामोरं जावं लागतं, हे सिद्ध झालंय. त्याच्या पुढच्या टप्प्यात आपण आहोत.'' डॉ.नीलेश पुन्हा समजावत म्हणाला होता.

डॉ. नीलिकेच्या खांद्यावर हात ठेवत पुढे म्हणाला, ''कम ऑन नीलिका, तूही एक शास्त्रज्ञ आहेस. डी.एन.ए.च्या वेगवेगळ्या तंत्रांमध्ये तू विशारद आहेस. कदाचित तुझ्या मनाला पटत नसेल, पण मानवासाठी आपण हे करू यात.

ओ.के.?''

डॉ.नीलेशच्या शेवटच्या 'ओ.के.' शब्दाला नीलिका खुदकन हसली. डॉ.नीलेशचं हेच भाबडेपण तिला आवडायचं. कामावरची त्याची निष्ठा देवासारखी होती.

ती हसत म्हणाली, ''ठीक आहे बाबा! तुझ्या मनात काय असतं हे कधीकधी मला कळतच नाही बघ! करून देते. दोन तासात तुला हवा तो डी.एन.ए. तुझ्याजवळ असेल. खूश?''

खट्याळपणे डॉ.नीलिकाने त्याला हळूच चिमटा काढला. त्यावर तो फक्त खिदळला.

''मी वाट पाहतोय!'' म्हणून डॉ.नीलेश केबिनमध्ये निघून गेला.

डॉ.नीलिका पुन्हा सूक्ष्मदर्शिकेजवळ आली. तिनं पुन्हा तिच्या पद्धतीने पेशींचं अवलोकन केलं. आता तिला केंद्रकात शिरून डी.एन.ए.चा वेध घ्यायचा होता. एका विशिष्ट प्रयोगाद्वारे तिला डी.एन.ए. वेगळा करायचा होता. त्यासाठी इलेक्ट्रॉन सूक्ष्मदर्शिकेची गरज होती.

सूक्ष्मदर्शिकेखाली ठेवलेली काचेची चकती तिनं काढली आणि डॉ.नीलिका भव्य इलेक्ट्रॉन सूक्ष्मदर्शिकेजवळ आली. शेजारीच जेल इलेक्ट्रोफोरेसिस नावाचं उपकरण होतं. त्याच्याच साहाय्याने तिला डी.एन.ए. वेगळा करायचा होता.

प्रथम डॉ.नीलिकाने प्रथिनांच्या बाजूने जाऊन त्या तुकड्याशी जुळणारा जनुकाचा क्रम आनुवांशिक संकेताचा वापर केला व शोधक रेणू मिळवला. त्याच्याच साहाय्याने नीलेशला हवा असलेला जनुक आणि डी.एन.ए. डॉ.नीलिका मिळवून देणार होती.

पुढे डॉ.नीलिकाने अतिशय शिताफीने जेल इलेक्ट्रोफोरेसिस तंत्र आणि शोधक रेणूच्या साहाय्याने एका टीपकागदावर डी.एन.ए. वेगळा केला आणि ती लागलीच डॉ.नीलेशकडे धावली.

''नीलेश, हे घे तुला हवा असलेला डी.एन.ए.'' वाचनात मग्न असलेले डॉ.नीलेश पाहतच राहिले. ही पद्धत अतिशय क्लिष्ट होती. पण डॉ.नीलिकाचं त्यात विशेष प्राविण्य असल्याचं त्यांना ज्ञात होतं. त्यांची पत्नी असली, तरी तिच्या बुद्धीचा त्यांना सार्थ अभिमान होता. ते तत्काळ उठले आणि म्हणाले, ''थँक्स नीलिका! चल.'' आणि ती दोघं शेजारीच असलेल्या एका वेगळ्या प्रयोगशाळेत आली. ती प्रयोगशाळाही अद्ययावत यंत्रं आणि उपकरणांनी सज्ज होती. छोट्या-छोट्या काचेच्या रूम्स होत्या. ठरावीक पद्धतीचे प्रयोग तिथे केले जात होते. विशिष्ट तापमान, दाब असणाऱ्याही प्रयोगशाळा होत्या. बरेच शास्त्रज्ञ तिथे रात्रंदिवस काम करत असत. त्यातल्या एका काचकप्प्यात दोघंही आले. तिथे डॉ.नीलेशचा आधीपासूनच एक प्रयोग सुरूच होता. त्यांनी डॉ.नीलिकाने आणलेला डी.एन.ए. सूक्ष्म काचेच्या नळीत टिपला आणि इंजेक्शनद्वारे दुसऱ्या एका पेशीच्या केंद्रकात टोचला. ही प्रोसेस

डॉ.नीलेशने पुढच्या दहा मिनिटांतच केली होती.

पेशी असलेली छोटीशी नळी डॉ.नीलेशनी उचलली आणि तिथेच एक लोखंडी गज असलेला कप्पा उघडला. ती शीतपेटी होती. तिथे बऱ्याच काचेच्या नळ्या होत्या. तिथे ती नळी ठेवत म्हणाले, ''नीलिका, या शीतकप्यात ही नळी काही दिवस राहू देत. योग्य वेळी आपण ती वापरू.''

''कुठं?'' डॉ.नीलिकाचा साहजिक प्रश्न.

''वेळ आली की मी सांगेन! कारण मलाही या वेळी ठाऊक नाही.''

दोघंही प्रयोगशाळेबाहेर पडून त्यांच्या केबिनमध्ये आले. डॉ.नीलिकाही इतर कामांमध्ये व्यग्र झाली.

डॉ.नीलेश मात्र केबिनमध्ये येऊन काही संदर्भग्रंथ चाळत राहिले. मानवी पेशीच्या केंद्रकात असलेल्या जनुकं आणि गुणसूत्रांवर त्यांचं सखोल संशोधन सुरू होतं. प्रत्येक डी.एन.ए.चा अभ्यास करून त्यांचे गुणधर्म ते पाहत होते. जैवतंत्रज्ञान आणि जनुकशास्त्रातले ते एक अग्रगण्य शास्त्रज्ञ होते. जिनोम प्रकल्पात भारतातर्फे दोघांचाही अधिकृत सहभाग मानला गेला होता.

रात्री उशिरा दोघंही घरी परतले. घरी फक्त डॉ.नीलेशची आई होती, मीराबाई — पन्नाशीतलं वय, चेहरा तजेलदार, पण तरुणपणीच अकाली जबाबदारी पडल्याने चेहऱ्यावर पोक्तपणाचे संकेत. आपल्या आईवर डॉ.नीलेशचं विलक्षण प्रेम होतं. तीही माऊली अतिशय निष्पाप मनाची होती. आयुष्यात भरून पावल्याची तृप्त भावना! डॉ.नीलिकासारखी उच्चविद्याविभूषित सून मिळाली, म्हणून तिला अभिमान होता. डॉ.नीलिकाही अतिशय सेवाभावी वृत्तीची असल्याने त्यांचे सूर चटकन जुळले होते. आयुष्यात जी काही ससेहोलपट झाली, ती मात्र या आयुष्याच्या उत्तरार्धात भरून निघाली होती.

ज्या पद्धतीने डॉ.नीलेशच्या वडलांचा मृत्यू झाला होता, तो मात्र त्या माऊलीच्या मनात शेवटपर्यंत राहिला होता. ते असं काही करतील, अशी अपेक्षाच तिला नव्हती. तो फार मोठा धक्का होता. कमीतकमी डॉ.नीलेशच्या पोटी त्यांनी जन्म घ्यावा, असा एक भाबडा विचार तिच्या मनात नेहमी यायचा. पण तो व्यक्त न करता ती फक्त तिच्या मनातच ठेवायची.

अजूनतरी डॉ.नीलेश आणि डॉ.नीलिका यांच्या वेलीवर फूल उमललेलं नव्हतं. दोघंही प्रसिद्ध शास्त्रज्ञ असल्याने ती माऊली गप्प होती. पण तिचं लक्ष मात्र होतं. ती आतुरतेनं वाट पाहत होती.

डॉ.नीलेश आणि डॉ.नीलिका यांच्या लग्नाला चार-पाच वर्षं होऊन गेली होती. पण अजूनतरी पुत्रप्राप्ती नव्हती. कामाच्या व्यापात ती त्यांनी होऊ दिली नव्हती की नैसर्गिक प्रक्रियेतच होऊ शकली नव्हती, याबद्दल दोघांनाच ठाऊक होतं.

दोनच दिवसांनी डॉ.नीलेशच्या वडलांचा स्मृतिदिन आणि श्राद्ध होतं. कर्मकांडांवर त्यांचा विश्वास नव्हता. पण आईसाठी ते दोघंही मनोभावे सर्व काही करायचे, आईचं मन सहसा ते दुखवायचे नाहीत. सर्व धार्मिक विधी त्यांनी त्या दिवशी करून घेतले आणि त्यांचे वडील श्री. नाना साबळे यांच्या तसबिरीसमोर येऊन उभे राहिले. तसबिरीत त्यांची स्वत:चीही प्रतिमा उमटू लागली. काही क्षणासाठी त्यांनी डोळे मिटले आणि लहानपणीचा काळ स्मृतिपटलावर अवतरू लागला.

डॉ.नीलेशचं मूळ गाव तसं रनाळे, जिल्हा नंदूरबार. त्या वेळी ते साधारण सात वर्षांचे होते. तसं जाणतं वय. तरीही बालपणच. आजूबाजूच्या वातावरणाचं गांभीर्य नसलेलं. भर दुपारची वेळ. ऊन रखरखत होतं. कुणीतरी धावतपळत येऊन म्हणालं, "नानानं आत्महत्या केलीये." गावात एकच बोभाटा झाला आणि तो नीलेशच्या घरापर्यंतही आला. त्या वेळी नीलेश ओसरीतच खेळत होता. पण आत्महत्येचा अर्थ त्याला कळत नव्हता.

मागच्या दारी असलेल्या आईच्या कानावर हे स्वर पडताच ती भोवळ येऊन खाली पडली. नीलेशला काहीही सुचलं नाही. तो कावराबावरा झाला. शेजारच्यांना बोलावलं. त्यांनी धावपळ करून आईला शुद्धीवर आणलं. त्या वेळी त्या माऊलीने फोडलेला हंबरडा ऐकून नीलेश गलितगात्र झाला. त्याला काहीच सुचेना. आई रडतीये म्हटल्यानंतर तोही रडायला लागला. काही भाऊबंदकीतलेही येऊन दाखल झाले. नीलेशचे दोघं-तिघं चुलते धावपळ करत होते. संपूर्ण गाव शेताकडे पळू लागले. नीलेशची आईही स्वत:ला सावरत उठली आणि जड पावलाने शेताकडे पळू लागली. नीलेशही ओढल्यासारखा पळू लागला. त्याच्यापाठी इतर नातेवाईक होते. काही धीर देत होते.

पाच कि.मी. अंतरावर असलेल्या कोरडवाहू शेतातल्या एका झाडावर नानाचं प्रेत लटकत होतं. मीराबाई आवेगानं धावली आणि तिनं भान हरपून पायांना धरत पुन्हा एकदा आसमंत हादरवून सोडणारा हंबरडा फोडला.

"धनीऽऽ धनीऽऽ हे काय केलंत हो? का म्हणून केलंत? असं तर कधी तुमच्या मनातपण नव्हतं."

मीराबाईचा आक्रोश पाहून प्रत्येकाचेच श्वास रोखले गेले. मीराबाईला आवरणं कठीण होतं. नीलेश मात्र निश्चल होता. आपल्या वडलांचा निश्चल देह पाहून मात्र तो अबोल झाला. त्याला कळतच नव्हतं. आई रडत होती, म्हणून तोही रडत होता. नीलेशला छातीशी धरून मीराबाई ओक्साबोक्शी रडू लागली.

रनाळ्याचे सरपंच, ग्रामसेवक, पाटील लागलीच आले होते. नाना साबळेंचं प्रेत खाली उतरवण्याआधी पोलिसांना बोलवण्यात आलं. त्यांनी रीतसर पंचनामा केला.

मीराबाई बोलण्याच्या स्थितीत नसल्याने पोलीस काहीही न विचारता परत गेले.

गावकऱ्यांच्या मदतीने नानाचं प्रेत उतरवून गावात आणण्यात आलं. प्रत्येकाच्या मनात एकच प्रश्न होता, 'नानानं आत्महत्या का केलीये?' तशी कुजबुजही सुरू झाली.

नाना ज्या समाजातला होता, त्यात माणसाचं मृत्यूनंतर दफन करत असत. दफनविधी आटोपून गावकरी पांगले होते; मनात प्रश्नचिन्ह घेऊन. एवढ्या मोठ्या दिलाच्या माणसानं आत्महत्या करावी, याचं आश्चर्य सर्वांनाच वाटत होतं.

मीराबाईची ती रात्र अतिशय तळमळीत गेली. मोजकेच नातेवाईक सोडले, तर तिथं फारसं कुणीही नव्हतं. नीलेश मात्र आपल्या आईच्या कुशीतच होता. अचानक गेलेल्या नवऱ्याच्या बाईची काय व्यथा असते, हे मीराबाईकडे बघून कळत होतं. मिणमिणणाऱ्या दिव्यात फक्त मीराबाई आणि नीलेशचं भकास अस्तित्व घरात त्या वेळी दिसत होतं. आजूबाजूला फक्त काळ्या छाया होत्या; पोकळ दिलासा देणाऱ्या. तिसऱ्या दिवशी वर्तमानपत्रामध्ये 'रनाळे गावात अजून एका शेतकऱ्याची कर्जाला कंटाळून आत्महत्या' म्हणून बातमी आली. जिल्हा आणि राज्य पातळीवर पुन्हा एकदा हळहळ व्यक्त करण्यात आली. सरकारने गांभीर्याने दखल घेऊन तत्काळ पावलं उचलण्याचं पुन्हा एकदा आश्वासन दिलं. पालकमंत्रीही मीराबाईंना येऊन भेटून गेले आणि नीलेशच्या शिक्षणाचा खर्च सरकारतर्फे केला जाईल, म्हणून आश्वासन देऊन गेले.

हळूहळू गाव पूर्वपदावर येऊ लागलं. नानाचा मृत्यू स्मरणातून जाऊ लागला होता. मीराबाईही सावरू पाहत होती. शेतीचा आणि नीलेशच्या भविष्याचा विचार तिच्या मनात होता. त्याला धीरानं वाढवायचा विचार तिने पक्का केला. तशी पावलंही तिनं उचलली होती. ती स्वत: शेतात जाऊ लागली, पण हळूहळू तिला परिस्थितीची जाणीव होऊ लागली.

सहानुभूती दाखवणारे बेरकी नातेवाईक आणि भाऊबंदकीचं खरं स्वरूप दिसू लागलं. प्रथम कर्जाचे वाटेकरी असणाऱ्या सख्ख्या भावांनी नकार दिला. मीराबाईने शेती विकून कर्ज फेडण्याचा विचार करताच तिघा भावांनी मिळून ती शेती हिसकावून घेतली. वारसाहक्काने आलेली शेती गावातल्या तलाठ्याला हाताशी धरून लबाडीने त्यांच्या नावावर करून घेतली होती. मीराबाईंनी काकुळतीला येऊन विनवण्या केल्या होत्या. गावकऱ्यांना मदतीचं आवाहन केलं होतं, पण कुणीही पुढे आलं नव्हतं. मीराबाईंची स्थिती फारच वाईट झाली होती; एखाद्याला वाळीत टाकल्यासारखी. माणूस नसला तर एकट्या बाईचे हा समाज कसे हाल करतो हे दिसत होतं.

पण मीराबाईने मनाचा ठाम निर्धार केला. एका पहाटेच नीलेशला घेऊन तिनं गाव सोडलं. प्रथम ती तालुका आणि जिल्ह्याच्या ठिकाणी नंदुरबारला आली. रस्त्यावरच्या पथारीवर काही दिवस भीक मागून मीराबाईनं नीलेशचं पोट भरलं. पण

हा मार्ग नाही, याची जाणीव तिला झाली. नीलेशला शिक्षण देऊन मोठं करणं हा तिचा खरा हेतू होता. कारण नीलेश हुशार आहे, हे तिला ठाऊक होतं. तिनं कंबर कसली. स्वत: काम करून पोट भरण्याचा निर्णय घेतला. हळूहळू तिला कामं मिळू लागली. धुणीभांडी, स्वयंपाकाची कामं ती करू लागली. मीराबाईंचा स्वभाव अतिशय मायाळू असल्याने तिची प्रत्येकाशीच जवळीक निर्माण झाली. तिचा विश्वास वाढला. मिळालेल्या पैशांतून तिनं एक झोपडी बांधून घेतली. स्वत:चं घर मिळालं होतं. नीलेशला तिनं चांगल्या शाळेत दाखल केलं. या वर्षांत तिला एकही नातेवाईक भेटायला आला नव्हता.

अशी बरीच वर्षं गेली. मीराबाई कामाच्या जोरावर आत्मविश्वासानं उभी राहिली.

दहावी-बारावीत नीलेश बोर्डात आला होता. एका झोपडीत राहणारा विद्यार्थी प्रथम आल्याचं पाहून समाजाच्या सर्व स्तरांतून त्याचा सत्कार झाला आणि मदत मिळू लागली. सगळीच मदत न स्वीकारता नीलेशने शिष्यवृत्तीच्या माध्यमातून मिळणारी मदतच स्वीकारली होती.

त्याचा मुंबईतल्या नामवंत आय.आय.टी.च्या जनुकीय अभियांत्रिकी शाखेत नंबर लागला होता. तिथल्या प्रवेशपरीक्षेमध्ये तो भारतात प्रथम आला होता. जनुकशास्त्राची त्याला विशेष आवड असल्याने त्याने हे क्षेत्र निवडलं होतं. पुढचं शिक्षण वेगानं सुरू झालं होतं.

डॉ.नीलेशनी हळूच डोळे उघडले. समोर पाहिलं. त्याच्या वडलांचा हसरा चेहरा प्रतीत होत होता. झाडाला लटकलेला देह अजूनही डोळ्यांपुढे रेंगाळत होता आणि त्याच वेळी स्मृतिपटलावर अजूनही बरेच कटू प्रसंग रेंगाळत होते. त्यांच्या डोळ्यांच्या कडा ओलावल्या होत्या. एवढा हसतमुख माणूस आत्महत्येचा कसा विचार करू शकतो, यावर त्यांचा विश्वास बसत नव्हता. ते मागे वळले. समोर भिंतीवर मनोभावे मढवलेला मीराबाईंचा फोटो होता. त्या माऊलीची छबी पाहून त्यांनी स्मित केलं. दीर्घ श्वास सोडला आणि अजून काही काळ गतस्मृतीत गेले.

नीलेशला मुंबईतल्या आय.आय.टी.च्या जनुकीय शाखेत प्रवेश मिळाल्यानंतर मीराबाईही नंदुरबारहून मुंबईला आल्या होत्या. तिथे लोकांची कामं करून त्या नीलेशच्या शिक्षणाला हातभार लावू लागल्या.

पुढे प्रथम क्रमांकाने अभियांत्रिकीची पदवी घेतल्यानंतर नीलेशला अमेरिकेतील एम.आय.टी.त एम.एस.साठी प्रवेश मिळाला. तेथे यशस्वी झाल्यानंतर तेथेच संशोधन करून त्यानं पीएच.डी. मिळवली. एम.आय.टी.त अतिशय उच्च पातळीवर जनुकीय क्षेत्रात संशोधन चालू असल्याने नीलेशला त्याचा फायदा झाला. एम.आय.टी.त

असतानाच पोस्ट डॉक्टरेटसाठी आलेल्या डॉ.नीलिका कानडेशी त्यांची ओळख झाली. किंबहुना दोघांनाही अतिमहत्त्वाच्या जिनोम प्रकल्पातही काम करण्याची संधी मिळालेली होती. डॉ.नीलिका अतिशय हुशार आणि डी.एन.ए. फूट प्रिंटिंगच्या विविध विकसित तंत्रामधली तज्ज्ञ होती. तिचं योगदान म्हणूनच जिनोम प्रकल्पात महत्त्वाचं मानलं गेलं होतं. डॉ.नीलेश त्या प्रकल्पाचा मोठा आधार होता. एवढ्या लहान वयात त्याची भरारी पाहून डॉ.नीलिका अचंबित झाली होती. ती त्याच्यापेक्षा वयाने मोठी होती, पण त्याची बौद्धिक पातळी एवढी उच्च होती की, त्यामुळे वयाची ज्येष्ठता सहजपणे गळून पडायची.

ओळख आणि प्रयोगातल्या नेहमीच्या सहवासानं दोघंही एकत्र आले. मनाची खात्री पटताच अतिशय प्रगल्भतेनं त्यांनी एकमेकांचा स्वीकार केला. दोघंही समर्पित शास्त्रज्ञ असल्याने कुठंही अडचण आली नव्हती.

या दरम्यान मीराबाईंच्याही दोन फेऱ्या अमेरिकेत झाल्या होत्या. डॉ.नीलिका सून म्हणून मिळाल्याने त्या स्वत:ला धन्य मानत होत्या.

एका क्षणी दोघांनीही भारतात परतण्याचा निर्णय घेतला. मुंबईतल्या जनुकीय तंत्रज्ञान संस्थेतले संचालक डॉ.बिपिन देसाईंनी त्यांना बोलावून घेतलं होतं. या संधीचा विचार करून दोघंही भारतात परतले होते. इथेही त्यांचं विज्ञानातलं योगदान प्रचंड होतं.

भारतात आल्याआल्या त्यांनी लग्न करून घेतलं आणि पुन्हा जोमाने संशोधनाला सुरुवात केली. अत्याधुनिक प्रयोगशाळा विकसित करून प्रभावी यंत्रणा आणि उपकरणंही डॉ.नीलेशनी मिळवली. त्यासाठी संचालक डॉ.देसाईंनी संपूर्ण मदत केली होती. आता मुंबईत राहून संशोधन करणं काय आणि अमेरिकेत राहून संशोधन करणं काय, फारसा फरक नव्हता. इथंही त्यांनी जिनोम प्रकल्पाचा काही भाग पुढे सुरू ठेवला होता. शिवाय जनुकीय चिकित्सेसाठीचा अभ्यास त्यांनी सुरू केला होता.

भारतात येऊन त्यांना आज चार-पाच वर्षं झाली होती. या कालावधीत दोघांचंही नाव भारतात बऱ्यापैकी झालं होतं.

मीराबाई सातत्याने डॉ.नीलेशसोबतच होत्या. थकल्या होत्या, पण उत्साह अजूनही होता. डॉ.नीलेश आणि डॉ.नीलिका अतिशय मनोभावे त्यांची काळजी घ्यायचे.

डॉ.नीलेशला त्यांच्या वडिलांच्या स्मृतिदिनी हे सर्व आठवलं होतं. आईने घेतलेल्या कष्टाची जाण डॉ.नीलेशनाच नाही, तर डॉ.नीलिकालाही होती. एक स्त्री जिद्दीने काय करू शकते, याचं हे मूर्तिमंत उदाहरण होतं. त्या एक आदर्श माता होत्या.

डॉ.नीलेश पुन्हा आपल्या वडिलांच्या तसबिरीकडे वळले आणि त्यांनी नमस्कार केला. तेवढ्यात मागून पाठीवर मायेचा हात पडला. त्यांनी दचकून पाहिलं. मीराबाईंना पाहून ते म्हणाले, "आईऽऽ तू?"

"का रे? वडलांची आठवण आली?" मीराबाई डॉ.नीलेशच्या मनाचा ठाव घेत म्हणाल्या.

"हुंऽऽ आज नानांचा स्मृतिदिन आहे ना? म्हणून लहानपणचे दिवस आठवले. तुझी ससेहोलपट डोळ्यांपुढे आली. आई, हे सगळं कुठल्या प्रेरणेनं केलंस गं तू? आप्तस्वकीय आणि भाऊबंदकीने लाथाडूनसुद्धा खंबीरपणे उभी राहिलीस. तू नसतीस, तर मी कुठं असतो?" डॉ.नीलेश सद्गदित होत म्हणाले.

मीराबाईंनी हळूच त्यांच्या डोक्यावर हात ठेवला आणि म्हणाल्या, "चल, जाऊ दे. गतायुष्याच्या वाईट गोष्टी उगाळायच्या नसतात. चांगल्या तेवढ्याच जपून ठेवायच्या. बाळा, खरं सांगू, तुझ्यामुळेच मी हे सगळं करू शकले. तूच माझी प्रेरणा होतास. बरं, मरू देत भूतकाळ. त्यामुळे आजचा सुवर्णकाळ खराब करू नकोस." डॉ.नीलेशकडे पाहत त्या पुढे म्हणाल्या, "नीलेश, तुझ्या लग्नाला किती वर्षं झालीत रे?"

"का गं आई? पाच वर्षं झाली असतील."

"एक सांगू? रागावणार नाहीस ना?" मीराबाई म्हणाल्या.

"तुझ्यावर का म्हणून रागावू? बोल." डॉ.नीलेश आपल्या आईकडे कौतुकाने पाहत म्हणाले.

"बाळा, तुम्ही दोघंही सुजाण आहात. मोठे शास्त्रज्ञ आहात. व्यग्र आहात, तेही समजू शकते. तरीही माणसाने निसर्गाविरुद्ध जाऊ नये. लग्नानंतरची एक-दोन वर्षं ठीक आहे. एवढी वर्षं कुणाचं आगमन आपण होऊन थांबवू नये." मीराबाई अप्रत्यक्षपणे म्हणाल्या.

"नेमकं कशाबद्दल बोलतेस तू?" डॉ.नीलेश न समजून म्हणाले.

"अरे, तुला होणाऱ्या बाळाबद्दल! तुम्ही दोघांनीही शांतपणे विचार करायला हवा. निसर्ग कुणाची वाट बघत नसतो पोरा. तुम्हाला वाटत असेल की, तुम्ही वेळ देऊ शकणार नाही, तरी मी आहे ना! करीन त्याचा सांभाळ. पण तुम्ही दोघांनीही याचा विचार करावा." मीराबाई पुन्हा एकदा अपेक्षा व्यक्त करून त्यांच्या खोलीतून निघून गेल्या.

डॉ.नीलेश क्षणभर अंतर्मुख होऊन तसेच स्तब्ध उभे राहिले. कामाच्या व्यापात आईच्या मनाचा आपण विचारच केला नाही, याचं त्यांना नवल वाटलं. दिवसभर हा विषय त्यांच्या डोक्यात रेंगाळत राहिला.

रात्री बिछान्यावर पडल्यापडल्या नीलिका म्हणाली, "नीलेश! आई म्हणत

होत्या ते खरंच नाही का?''

"काय?'' डॉ.नीलेश आश्चर्याने पाहत म्हणाले.

"सकाळचं तुम्हा दोघांचं बोलणं मी ऐकलंय. त्यांची अपेक्षा रास्तच आहे.''

"हो ना! मी कुठे नाही म्हणतोय. तुला माहितेय फक्त दोन वर्षं आपण नियोजन केलंय. पुढे आपण काहीही पाळलेलं नाहीये नीलिका.'' डॉ.नीलेश आठवत म्हणाले.

"बरोबर. पण त्या दृष्टीने आपण गंभीर विचारही केला नाही. कामात आपण गर्क आहोत. शेवटी शास्त्रज्ञ असले, तरी मी एक स्त्री आहे नीलेश. आई व्हावं, ही माझीही प्रबळ आणि नैसर्गिक इच्छा आहे. ती मला आता थांबवता येणार नाही.'' डॉ.नीलिका आतून बोलत होती. वातावरणात गंभीरता येत असल्याचं जाणवताच डॉ.नीलेशनी हळूच डॉ.नीलिकेला जवळ घेतलं आणि तिच्या चेहऱ्याकडे पाहत म्हणाले,"कम ऑन नीलिका! मी समजू शकतो. आपण याचा गंभीरपणे निश्चितच विचार करू.''

"मला ठाऊक आहे नीलेश. गेली तीन वर्षं आपण कुठलीही बंधनं पाळत नाही आहोत. त्याचाही विचार करायला हवा. नीलेश, कसंही करून मला आता आई व्हायचंय.'' डॉ.नीलिका ठामपणे म्हणाली.

"ठीक आहे. जरूर. उद्या आपण डॉक्टरांना कन्सल्ट करू या. झोप आता.''

दिवा विझला, तशी डॉ.नीलिका हळूच डॉ.नीलेशच्या कुशीत शिरली. खऱ्या अर्थाने दोघंही या वेळी नामवंत शास्त्रज्ञ असल्याचं विसरू पाहत होते.

दुसऱ्या दिवशी लागलीच डॉ.नीलेश नीलिकाला घेऊन फॅमिली डॉक्टरकडे गेले. सर्व चाचण्या केल्यानंतर तसा दोघांमध्येही दोष आढळला नव्हता. तरीही त्यांच्या फॅमिली डॉक्टरने मुंबईतल्या प्रसिद्ध गायनॅकॉलॉजिस्टला कन्सल्ट केलं होतं. तिथेही सूक्ष्म पातळीवरच्या चाचण्या घेण्यात आल्या. बीजोत्पादन सुरळीत होतं. फक्त जनुकपातळीवर कुठंतरी दोष आढळला होता. पेशीरसावरच्या मायटोकॉन्ड्रिया नावाच्या उपांगात असलेल्या जनुकात दोष असण्याची शक्यता होती. त्यामुळेच डॉ.नीलिकेला संतती होऊ शकत नव्हती.

डॉ.नीलेश आणि डॉ.नीलिका दोघंही जनुक शास्त्रज्ञ असल्याने त्यांच्या हे तत्काळ लक्षात आलं. नैसर्गिकरीत्या फलन शक्य नव्हतं. डॉक्टरांनी मूल दत्तक घेण्याचा एक मार्ग त्यांना दाखवला होता.

डॉ.नीलिका जनुक शास्त्रज्ञ असतानाही निराश झाली होती. दुसऱ्यांच्या जनुकांशी खेळताना स्वत:ची काही जनुकं आळशी झाल्याचं त्यांच्या लक्षात आलं. यालाच निसर्ग म्हणत असावेत. डॉ.नीलिका निराश झाली. तरीही डॉ.नीलेश मात्र निराश झाले नव्हते. जनुकशास्त्रज्ञ सर्व काही करू शकतो, यावर त्यांचा विश्वास होता. डॉ.नीलिका नैसर्गिकरित्या बीजं फलित करू शकणार नव्हती, पण तिचं गर्भाशय

आणि बीजांड मात्र सक्षम होतं, हे डॉ.नीलेशच्या लक्षात आलं. त्यांच्या डोक्यात योजना निर्माण होऊ लागली आणि त्या रात्री ती त्यांनी नीलिकेला सांगितली.

"नीलिका, तू आई होणार?"

"कशी? मी कुठलंही मूल दत्तक घेणार नाही. या वयात आईंना मला दु:खी-कष्टी पाहायचं नाहीये. त्यापेक्षा मूल नसलं तरी चालेल." डॉ.नीलिका आत्मविश्वासाने बोलली.

"अगं, जनुकशास्त्रज्ञ असून अशी बोलतेस? तू आई होणार आणि आपल्या बाळाचीच." पुढे एक कागद आणि पेन हाती घेत ते म्हणाले, "तुझ्या बीजांडात एका वेगळ्या स्त्रीच्या बीजातल्या मायटोकॉन्ड्रियामधली जनुकं काढून टोचायची आणि केंद्रक काढून वेगळ्या पेशीचं रोपण करायचं. शिवाय फलन बाह्य टेस्ट ट्यूबमध्ये घडवून प्रगल्भित गर्भ पुन्हा तुझ्या गर्भाशयात पुढच्या वाढीसाठी रोपण करता येणं शक्य आहे."

डॉ.नीलिका कौतुकाने डॉ.नीलेशकडे पाहत राहिली. तिच्याही हे तत्काळ लक्षात आलं. ती म्हणाली, "म्हणजे तू क्लोन करणार आहेस, असंच ना?"

"हो. फक्त तुझ्यासाठी. जनुकशास्त्रज्ञ असण्याचा तेवढातरी फायदा होऊ दे." डॉ.नीलेश अगतिकतेने म्हणाले.

"पण नीलेश, तो क्लोन फक्त तुझाच असला पाहिजे. आय वॉंट यू टू बी देअर." डॉ.नीलिका मिश्कीलपणे म्हणाली.

डॉ.नीलेश थोडा वेळ विचार करत राहिले. त्यांच्या मनात काहीतरी गोंधळ होत होता. नीलिकाचा हात हळूच हातात घेत म्हणाले,

"नीलिका, एक विनंती आहे."

"अरेऽऽ विनंती काय करतोस?" डॉ.नीलिका हसून म्हणाली.

"हा क्लोन माझा न करता नानांचा केला तर चालेल का?"

डॉ.नीलिका यावर आश्चर्याने पाहत राहिली. तिला क्षणभर काय बोलावं, काहीच सुचलं नाही. तिची मन:स्थिती लक्षात घेता ते पुढे म्हणाले, "आईसाठी तेवढं करण्याची माझी इच्छा आहे. तरुणपणी विधवा झालेल्या बाईला कमीतकमी नातवाच्या रूपात असलेल्या आपल्या नवऱ्याचा चेहरा डोळे भरून पाहू देत. ती धन्य होईल."

डॉ.नीलिका सहमतीदर्शक मान हलवत म्हणाली,

"नीलेश, तुला योग्य वाटेल ते कर. मी तुझ्यासोबत आहे. शेवटी ते आपलं आनुवांशिक अपत्यच राहणार आहे."

"वाऽऽ किती रिलॅक्स वाटतंय! तू सहज प्रश्न सोडवलास." डॉ.नीलेशनी डॉ.नीलिकेला जवळ घेतलं आणि प्रदीर्घ चुंबन घेतलं. डॉ.नीलिका लाजत म्हणाली, "पण नीलेश, नानांच्या पेशी आणशील कुठून?"

"रनाळ्याहून!"

"म्हणजे तू?"

मध्येच वाक्य खंडित करत डॉ.नीलेश उत्तरले,

"होय! स्मशानभूमीत जाऊन. त्यांचंच थडगं खणून काही मिळतंय का बघणार. यासाठी त्यांचा केसही आपल्याला चालेल आणि उद्या संध्याकाळीच मी शिपाई रामोजीला घेऊन निघणार आहे."

"जपून रे बाबा! कारण रात्रीचा तू निघणार आहेस. शिवाय तिथं स्मशानभूमीत...." डॉ.नीलिका काळजीने उत्तरली.

"अगं तू इथं डी.एन.ए.शी खेळतीयेस, तिथे निर्जीव वस्तूंना काय घाबरायचंय? एनी वे. हे मिशन आता सुरू झालंय. येत्या काही दिवसांत तुझ्या कुशीत गर्भ वाढत असलेला दिसेल."

डॉ.नीलिकी लाजली आणि तिनं डॉ.नीलेशच्या बाहुपाशात स्वत:ला झोकून दिलं. डॉ.नीलेशही तिला बराच वेळ कुरवाळत राहिले. दोघांच्या स्वभावात कमालीची समन्वयता होती. क्वचितच त्यांचे वाद व्हायचे, अन्यथा नाही.

डॉ.नीलेश प्रयोगशाळेतला शिपाई रामोजी याला सोबत घेऊन दुपारीच मुंबईहून रनाळ्याला निघाले. जेणेकरून त्यांना दुसऱ्या दिवशीपर्यंत पुन्हा मुंबईला परतता येणार होतं. स्मशानभूमीतून एखाद्याचा मृतदेह २५/२६ वर्षांनंतर पुन्हा उकरून काढण्यासाठी रात्रीचीच योग्य वेळ होती. शिवाय रात्रीच्या वेळी स्मशानभूमीत कुणी येऊ शकेल, याची शंका नव्हती. त्यामुळे कुणालाही न कळता हे काम करणं तसं सोपं होतं.

नाशिक, मालेगाव आणि धुळेमार्गे डॉ.नीलेश रात्री साडेबारा वाजता रनाळ्याच्या वेशीवर येऊन पोचले. गाव शांतपणे झोपलं होतं. छोट्याशा नदीतलं पाणी खळाळत वाहत होतं. त्यामुळे वातावरणातला विशिष्ट आवाज रहस्यमयता वाढवत होता. थंड वारे वाहत होते. गाव सोडलं तर प्रकाशाचं अस्तित्व आजूबाजूला कुठंही नव्हतं. फक्त काही शेतातल्या झोपड्यांमध्ये मिणमिणता दिवा तेवत होता. रनाळ्याला ज्या ठिकाणी बोहरी वस्तीचं प्राबल्य होतं, त्याच ठिकाणच्या डावीकडच्या कच्च्या रस्त्याने गेल्यानंतर नदीकिनारी स्मशानभूमी होती.

डॉ.नीलेशनी शक्य तेवढ्या जवळ गाडी नेली. पुढे रस्ताच खुंटल्यानंतर त्यांनी कार तिथेच थांबवली आणि दोघंही खाली उतरले. डॉ.नीलेशनी हातात एक मोठा सर्च लाईट घेतला, तर रामोजीने फावडं आणि कुदळ घेतली. रामोजी हा त्यांचा अतिशय विश्वासातला शिपाई होता. कुठल्याही कामाला तो नेहमीच तत्पर असल्याने डॉ.नीलेशनी त्यालाच सोबत आणलं होतं. दोघंही एका पाऊलवाटेने उतरून खाली

नदीकिनारी आले. तिथे आजूबाजूला बरीच थडगी होती. तिथे काही ठिकाणी चिताही जळत होत्या. ठार अंधारात त्या धगधगत्या चिता एखाद्या जहाल राक्षसासारख्या दिसत होत्या. वातावरण कमालीचं रहस्यमय आणि गूढ वाटत होतं. पण डॉ.नीलेश हे शास्त्रज्ञ होते. त्यांना भीती अशी कुठलीच नव्हती. कित्येक मृतदेहांवर प्रयोग करून त्यांनी त्यांच्या पेशीन्पेशीचा अभ्यास केला होता. मानवाच्या जगण्याचं मूळ रहस्य ते शोधत होते. त्यात अशा स्मशानभूमीचा त्यांच्या मनावर काहीच परिणाम होणार नव्हता. रामोजीही तसा निर्ढावलेला होता.

त्यांनी पुन्हा आजूबाजूला पाहिलं. अंधारात काही झाडं अंगावर आल्यासारखी वाटत होती. तिथेच वटवाघळांची फडफड होऊन विशिष्ट आवाज बाहेर पडत होते. तशा वातावरणात ते सूर अजूनच भयावह वाटत होते.

त्याकडे दुर्लक्ष करत डॉ.नीलेशनी एका झाडाचा अंदाज घेतला. तिथे ते एका थडग्याजवळ येऊन उभे राहिले. त्यावर दगड ठेवलेले होते. त्यांच्या लक्षात आलं. थडग्याजवळ एक छोटी पर्णकुटी उगवलेली होती. तीच खरी खूण होती. या वेळी अंधार जरी असला, तरी परावर्तित प्रकाशानं बऱ्यापैकी दिसू लागलं होतं. त्यामुळे सोबत आणलेल्या सर्चलाईटची गरज नव्हती.

डॉ.नीलेश रामोजीबरोबर स्वत:ही कामाला लागले. थडग्यावरचे दगड तत्काळ बाजूला करून रामोजीनं खणायला सुरुवात केली. तर डॉ.नीलेशनी माती उकरायला सुरुवात केली.

एका तासानंतर त्यांच्या हाती सापळा आला. डॉ.नीलेशनी सर्च लाईट सुरू करताच तो खड्डा प्रखर प्रकाशानं झळाळला. त्यात त्यांच्या वडलांचा संपूर्ण सापळा दृष्टीला पडला. क्षणभर ते विचलित झाले. त्यांना भरून आलं. त्यांनी स्वत:ला सावरलं. कवटी हातात घेऊन त्यांनी ती न्याहाळली. मानेचं हाड तुटलेलं होतं, हे त्यांना स्पष्ट दिसत होतं.

बारकाईने पाहिलं तेव्हा त्यांना डोक्यावरच्या भागावर एक केस चिकटलेला दिसला. तो त्यांनी सोबत आणलेल्या फोरसेपच्या साहाय्याने चिमट्यात पकडला आणि काचडबीत टाकला. अजून काही नमुने, ज्यातनं पेशी मिळवता येतील, असे नमुने काचडबीत घेतले गेले आणि अतिशय हळुवारपणे त्यांनी ती कवटी पूर्ववत ठेवली.

खड्ड्याबाहेर येताच रामोजीला डॉ.नीलेशनी माती पुन्हा लोटायला सांगितली. पुढच्या दहा मिनिटांत थडग्यावर पूर्ववत दगड रचून झाले होते. डॉ.नीलेशनी मनोभावे पुन्हा नमस्कार केला आणि ते मागे वळले. या वेळी त्यांची पावलं जड झाली होती. धगधगत्या चिता मात्र आता शांत झाल्या होत्या.

कारजवळ येऊन डॉ.नीलेशनी ती सुरू करताच, क्षणात कच्चा रस्ता ओलांडून

कार मुख्य रस्त्यावर आली. या वेळी पहाटेचे साडेतीन वाजले होते. रनाळे गाव अजूनही शांतपणे झोपलं होतं. कार मुंबईच्या दिशेने भरधाव वेगाने धावू लागली होती. या वेळी डॉ.नीलेशच्या डोक्यात असंख्य विचारांनी गोंधळ घातला होता. त्यात त्यांच्या वडलांच्या पेशी त्यांच्या डोळ्यापुढे नाचू लागल्या होत्या. आता उद्याच त्यांना प्रयोग करायचा होता.

दोनच्या सुमारास ते पुन्हा मुंबईला पोचले. थोडीशी विश्रांती घेऊन रात्री डॉ.नीलेश आणि डॉ.नीलिका प्रयोगशाळेत आले.

दरम्यान डॉ.नीलिकाने पूर्ण तयारी करून ठेवली होती. ते प्रयोगशाळेत आले, तेव्हा रात्रीचे दहा वाजले होते. तुरळक शास्त्रज्ञ ये-जा करत होते. काहींचे प्रयोग रात्ररात्र चालत असल्याने प्रत्येक प्रयोगशाळेत कुणीना कुणी होतं. जनुकीय तंत्र संस्था ही भारतातलीच नव्हे, तर जगातली एक अग्रगण्य संस्था असल्याने इथे महत्त्वपूर्ण प्रयोग चाललेले असायचे.

प्रयोगशाळेत आल्याआल्याच दोघंही जेथे पेशी विभाजन व डी.एन.ए. चा आराखडा बघितला जातो, त्या खोलीत आले. आतील वातावरण अतिशय थंड होतं.

खिशातनं काचेची डबी काढत डॉ.नीलेश म्हणाले, ‘‘नीलिका, हे बघ डबी. यात नानांचा केस आहे. त्यांच्या कवटीत तो खोलवर रुतून बसला होता. तू सूक्ष्मदर्शिकेखाली ठेवून एखाद्या सशक्त पेशीचं विभाजन करतेस का?’’

डॉ.नीलिकाने हातात डबी घेत न्याहाळली आणि म्हणाली, ‘‘बरं. मी तुला अर्ध्या तासात पेशी मिळवून देते.’’ डॉ.नीलिका शेजारच्या उपकरणाजवळ गेली आणि कामात व्यग्र झाली. डॉ.नीलेशने अतिशीत तापमानाला ठेवलेल्या, डी.एन.ए.ने संवर्धित केलेल्या काही पेशींच्या नलिका काढल्या. पूर्वी डॉ.नीलिकाने वेगळे केलेले डी.एन.ए. दुसऱ्या एका पेशीच्या केंद्रकात टाकलेली पेशीही या वेळी त्यांनी काढली आणि अतिशय सक्षम सूक्ष्मदर्शिकेखाली अवलोकन सुरू केलं.

डॉ.नीलिका जवळ येत म्हणाली, ‘‘नीलेश, नानांची पेशी अतिशय सक्षम आहे. तिचाच आपण उपयोग करू या. बघतोस?’’

डॉ.नीलेश लागलीच उठले आणि त्यांनी निरीक्षण करत सहमती दर्शवली आणि म्हणाले, ‘‘छानच! याचाच उपयोग आपण करू यात. बरं, मागे तू एक विशिष्ट हेतूचा डी.एन.ए. मिळवला होतास. तो या पेशीच्या केंद्रकात टाकून तिला डबीत ठेवून दे!’’

‘‘ठीक आहे.’’ डॉ.नीलिका स्पष्टीकरण न विचारताच म्हणाली. कारण तिला पुढची दिशा ठाऊक होती.

दोघंही रात्री तीन वाजेपर्यंत प्रयोगशाळेत होते. येत्या आठ दिवसात काय करायचं, याचं नियोजन करत दोघंही समाधानाने घरी परतले. पुढच्या आठवड्यातच

डॉ.नीलिकाचं स्त्रीबीजांड शिताफीनं काढण्यात आलं. डॉ.नीलेश स्वत: सर्वकाही करत होते. कारण त्यांच्याइतका तज्ज्ञ भारतात तरी नव्हता. म्हणून या कामी त्यांना कुणाच्याही मदतीची फारशी गरज नव्हती. जी काही मदत लागत होती, ती डॉ.नीलिका भरून काढत होती.

पुढे लागलीच डॉ.नीलिकाच्या स्त्रीबीजांडात आधीच एका वेगळ्या स्त्रीच्या बीजातल्या मायटोकॉन्ड्रियामधली जनुकं आवरणात टोचण्यात आली, जेणेकरून डॉ.नीलिकाचं बीज फलनासाठी सक्षम होणार होतं.

एक आठवडा डॉ.नीलेश आणि डॉ.नीलिका देहभान विसरून प्रयोग करत होते. डॉ.नीलिकाच्या बीजातला केंद्रक काढून त्या जागी विजेचा सौम्य धक्का देऊन नानांच्या पेशीचं रोपण केलं होतं. मग ते टेस्टट्यूब तंत्रज्ञानाचा वापर करून शरीरबाह्य फलनास ठेवण्यात आलं.

दोन आठवड्यानंतर परिपूर्ण गर्भ तयार झाल्याचं लक्षात येताच डॉ.नीलेशने आपल्या एका डॉक्टर मित्राच्या साहाय्याने तो गर्भ डॉ.नीलिकेच्या गर्भाशयात पुढच्या वाढीसाठी रोपण केला. प्रत्येक टप्प्यावर हा प्रयोग यशस्वी होत गेला.

सलग एक महिन्याच्या धावपळीने डॉ.नीलेशला थकवा आला होता. म्हणून त्यांनी दोन दिवस रजा टाकून विश्रांती घेणं पसंत केलं. तद्नंतर मात्र ते पुन्हा विविध प्रयोगात व्यग्र झाले.

दिवस पुढे जाऊ लागले, तसं मीराबाईंच्या लक्षात आलं. त्यांच्या आनंदाला पारावर उरला नाही. डॉ.नीलिका गरोदर राहिली होती. मीराबाई त्यांची विशेष काळजी घेऊ लागल्या. डॉ.नीलिकाही खऱ्या अर्थानं आता आई होण्याचं नैसर्गिक सुख अनुभवत होत्या.

बरोबर नऊ महिन्यानंतर डॉ.नीलिकाने एका गोंडस मुलाला जन्म दिला आणि घरातलं वातावरण चैतन्यमय होऊन गेलं.

मीराबाई नातवातच व्यग्र राहू लागल्या. त्या त्याचं सर्वकाही मनोभावे करत होत्या. त्यांच्या इच्छेनुसारच बाळाचं नाव श्रीधर ठेवण्यात आलं.

दिवस, महिने, वर्षं जाऊ लागले, तसा श्रीधरच्या शरीराला आणि चेहऱ्याला आकार येऊ लागला. त्याच्या जडणघडणीत मीराबाई, डॉ.नीलिका व डॉ.नीलेश तिघांचाही वाटा होता. विशेषकरून सर्वच त्याच्या आवडीनिवडी जपत असत.

विसाव्या वाढदिवशी श्रीधरची चेहरेपट्टी आणि शरीराची ठेवण बघून मीराबाई अवाक झाल्या. त्या डॉ.नीलेशला म्हणाल्या, ''नीलेश, अरे बघ तरी ह्या श्रीधरला! जणू तुझा नानाच.'' नाना साबळेंचा फोटो समोर धरत त्या अत्यानंदाने आणि अविश्वासाने आळीपाळीने बघत म्हणाल्या.

''होय आई! नीलिकेच्या पोटी नानानंच जन्म घेतलाय, आपल्या सगळ्यांसाठी.''

तरुणपणीचे आपले वडील नाना साबळे अजूनही डॉ.नीलेशच्या स्मरणात होते, जसेच्या तसे. कारण श्रीधर त्यांचाच क्लोन होता. मुलगाच आता त्यांचा बाप झाला होता. निसर्गाचीच ही किमया होती. मीराबाई मात्र देहभान विसरून श्रीधरला कवटाळत होत्या. डॉ.नीलिकाला आपले सासरे कसे होते, हे श्रीधरकडे बघून समजलं होतं. श्रीधरही हुशार होता आणि आईवडलांप्रमाणेच त्यालाही जनुकशास्त्राचा शास्त्रज्ञ व्हायचं होतं.

एके रात्री श्रीधर जोराने ओरडत बिछान्यात उठून बसला. आवाजानं मीराबाई धावतपळत त्याच्याजवळ आल्या. त्याचा चेहरा आणि अंग घामानं ओलंचिंब झालं होतं.

पदरानं त्याचा चेहरा आणि अंग पुसत मीराबाई म्हणाल्या, "काय झालं बाळा? स्वप्न पडलं का?"

त्याची छाती अजूनही धपापत होती. श्वासोच्छ्‌वास जोरात सुरू होता. तो तशातही म्हणाला, "काही नाही आजी."

तेवढ्यात आवाज आला, म्हणून डॉ.नीलेश आणि डॉ.नीलिकाही त्याच्या खोलीत आले. त्याची स्थिती बघून डॉ.नीलिका घाबरली. त्याच्या जवळ येत म्हणाली,

"काय झालं बेटा?"

"काही नाही आई, स्वप्न होतं की वास्तव का भास? कळत नाही... पण?..." मध्येच त्याच्या खांद्यावर हात ठेवत डॉ.नीलेश म्हणाले, "पण काय श्रीधर? काही पाहिलंस का?"

"होऽऽ. कुठल्यातरी शेतातल्या झाडावर मी फासावर लटकलेलो आहे, असं काहीतरी..ऽऽ..."

त्याच्या या वाक्याने मीराबाईंसकट डॉ.नीलेश आणि डॉ.नीलिकाही हादरली. मीराबाई आवेगाने श्रीधरला छातीला कवटाळत म्हणाल्या, "नीलेश, श्रीधर खरंच तुझा नानाच आहे. अरे, सगळं आठवतंय त्याला. देवानं कुठली कृपा केलीये!"

मीराबाईंच्या बोलण्याकडे डॉ.नीलेशचं लक्षच नव्हतं.

श्रीधरशेजारी येऊन बसत ते म्हणाले, "श्रीधर बेटा, तू स्वत:च गळफास घेतानाचं स्वप्न होतं का?"

"नाही बाबा! ते स्वप्न नाही. माझ्या मेंदूतली आवर्तनं आहेत. खरी अशी... कधीतरी घडलेली... तिघा जणांनी मला फासावर लटकवलेली ती आवर्तनं आहेत." श्रीधर आठवत म्हणाला.

"काय?" डॉ.नीलेशसोबतच डॉ.नीलिकाच्याही तोंडून शब्द बाहेर पडले. अविश्वासाने मीराबाईही पाहत राहिल्या.

डॉ.नीलेश पुढे म्हणाले, ''श्रीधर, हे काय सांगतोस? स्वत:हून फास लावून घेतलेला नाहीस? कुणीतरी हे कृत्य केलेलं आहे? असं पाहिलंस?''

''होय बाबा. तिघा जणांनी अतिशय निर्दयपणे मला झाडावर लटकवलेलं ते दृश्य... अजूनही माझा थरकाप उडतोय.''

मीराबाई व्याकूळपणे नीलेशकडे पाहत म्हणाल्या, ''नीलेश! अरे हे तुझ्या नानाच्या बाबतीत असं कसं झालं?''

डॉ.नीलिका आणि डॉ.नीलेशने एकमेकांकडे पाहिलं.

डॉ.नीलिका म्हणाली, ''नीलेश, क्लोनिंग करताना असं शक्य आहे?''

''सांगता येत नाही नीलिका, पण आधी आपल्याला श्रीधर म्हणतोय त्याची शहानिशा करून घ्यावी लागेल. इट्स अ सीरीअस मॅटर. कारण हे जर नैसर्गिक सत्य असेल, तर नानांनी आत्महत्या केली नसून त्यांचा खून झालेला आहे.'' डॉ.नीलेश विचाराअंती बोलत होते.

सर्व जण अविश्वासाने डॉ.नीलेशकडे पाहत राहिले.

डॉ.नीलिका म्हणाली, ''मग आता आपण काय करायचं? कारण हे वैज्ञानिक सत्य आहे.''

''आता आपण श्रीधरला घेऊन रनाळ्याला जायचं आणि पुढे तो जसं सांगेल तशी कृती करायची. आजच आपण निघू यात.'' डॉ.नीलेशनी निर्णय घेऊन टाकला.

सगळ्यांच्याच आयुष्याला एक वेगळंच वळण लागलं होतं.

त्याच रात्री निघून डॉ.नीलेश, डॉ.नीलिका, श्रीधर आणि मीराबाई सकाळीच रनाळ्याला हजर झाले. भाऊबंदांकडे न जाता ते नाना साबळेंच्या एका जिवलग मित्राकडे उतरले. भाऊबंदांनी पंचेचाळीस वर्षांपूर्वीच संबंध तोडले होते.

श्रीधरला पाहताच नाना साबळेंचा मित्रही अवाक झाला. प्रथम नाना साबळेच आला, म्हणून अत्यानंदाने तो श्रीधरला बिलगला. पण तो नीलेशचा मुलगा आहे म्हटल्यानंतर, 'ही देवाचीच कृपा' म्हणून त्यानं हात जोडले.

दुपारी भाऊबंदांकडे फेरफटका मारला, तेव्हा श्रीधरला पाहून मीराबाईच्या वयाचे सर्वच ज्येष्ठ नागरिक अवाक झाले. तरुणपणीच गेलेला नाना साबळे अजूनही त्या सर्वांच्या मनात जसाच्या तसा होता. तोच नाना साबळे समोर पाहून सारेच अचंबित झाले. त्याला जाऊन आज चाळीस वर्षांच्या वरती वर्षं झाली होती.

खाटेवर बसलेले नाना साबळेंचे तिघेही भाऊ हवालदिल आणि आश्चर्यचकित झाले होते. त्यांच्या चेहऱ्यावर आनंदापेक्षा भयभीत रेषा उमटून गेल्या. त्यातला एक म्हणाला, ''आरं, नाना तू?''

श्रीधर त्यांच्याकडे डोळे रोखत म्हणाला, ''हो मंगा, मीच नाना! बरं झालं ओळखलं तू मला. आरं तुम्ही तिघांनी जीव घेतलाय माझा. किती विनविण्या करत

होतो! ह्या हनुमंत आणि हिरामणच्या तर पाया पडत होतो. आठवतंय ना रे तुम्हाला?''

अचानक झालेल्या या आरोपाने मंगा, हिरामण आणि हनुमंत सुन्न झाले; स्तंभित झाले. समोर नानाच आहे, असं समजल्यावर त्यांचं अवसानच गळालं होतं. त्यात हिरामण सावरत म्हणाला, ''येऽ काही काय बकतोय! कुणी मारलं तुला? तुझा तूच फासावर गेला. पळपुट्यासारखी आत्महत्या केलीय तू. सगळ्या जगाला ठाव हाय.''

''चूपरेऽऽ किती खोटं बोलशील? अरे कर्ज काढून तुम्हाला वाढवलं, मदत केली. त्याचं फळ तुम्ही दिलं. हातपाय बांधून तुम्ही मला निर्दयपणे झाडावर लटकवलं. का? कशासाठी? पैशासाठी? जमिनीसाठी? कर्ज तर मीच फेडणार होतो. जमीनही देणार होतो. तरी?ऽऽ'' श्रीधर पोटतिडकीने बोलत होता.

डॉ.नीलेश आणि डॉ.नीलिका काहीच बोलत नव्हते. त्यांना श्रीधरच्या मनातलं बाहेर पडू द्यायचं होतं. सत्य जाणून घ्यायचं होतं. मीराबाई मुसमुसत होत्या. नवऱ्याची हत्या झाली, हे त्या माऊलीला आत्ता कळत होतं. भाऊबंदकीने दगा दिला होता. तेवढ्यात हणमंत पुढे येत म्हणाला, ''मीरा वहिनी, गुमान या तुझ्या मुलाला आणि नातवाला घेऊन जा. बरं व्हायचं नाही. येडावलाय त्योऽ दवाखान्यात ने त्याला. तुझ्या नवऱ्यानं आत्महत्या केलीय, हे सारा गाव जाणतंय. नाहीतर काय करायचं ते कर.''

नाना साबळेंचा मित्र आणि मीराबाई संतापाने लाल झाले होते. ते धावून जाणार, तेवढ्यात डॉ.नीलेश त्यांना अडवत म्हणाले,

''काका, आई जाऊ द्या. चलाऽऽ''

गल्लीत भरपूर गर्दी झाली होती. नाना साबळेंना पाहून बरेच जण संभ्रमित झाले होते. डॉ.नीलेश हा प्रसिद्ध शास्त्रज्ञ असल्याने त्याचं नाव विश्वात झालं होतं. त्यांनाही पाहायला लोकं आली होती. पण इथं वेगळंच प्रकरण उचकटलं होतं. नाना साबळेंनी आत्महत्या केली नव्हती, तर त्यांचा खून झाला होता आणि तोही सख्ख्या भावांनी केला होता! गावात कुजबुज सुरू झाली. गावातली विज्ञानाधिष्ठित जनता मात्र डॉ.नीलेशच्या पाठीमागे ठामपणे उभी होती.

डॉ.नीलेश मात्र निसर्गाच्या या घडामोडीचा विचार करत होते. 'नानांचं क्लोनिंग केलं, पण स्मृती कशा काय त्यात राहिल्या होत्या? जसेच्या तसे प्रसंग त्यांच्या मेंदूत होते. जी पेशी वापरली ती मेंदूची होती का?' आणि त्यांना नानांच्या केसाच्या टोकाला लटकलेला तुकडा आठवला. तोच तुकडा डॉ.नीलेशनी क्लोनिंगसाठी वापरला होता. शुष्क असला, तरी कदाचित ती मेंदूची स्मृतीपेशी असावी. डॉ.नीलेशच्या लक्षात आलं होतं.

डॉ.नीलेश, डॉ.नीलिका, मीराबाई आणि श्रीधर नंदूरबारला आले. तिथे चाळीस

वर्षांपूर्वीची नाना साबळेंची केस पुन्हा उघडण्यात आली. डॉ.नीलेशचं नाव होतंच. पण त्यांचे एक लहानपणीचे मित्र इन्स्पेक्टर शकील खान तिथेच असल्याने त्यांची बहुमोल मदत झाली.

नाना साबळेंनी आत्महत्या केलीये, अशीच पोलीस-दफ्तरी नोंद होती. ती केस इन्स्पेक्टर खाननी पुन्हा उघडली आणि मंगा साबळे, हनुमंत साबळे आणि हिरामण साबळे यांच्यावर नाना साबळेंच्या खुनाचा आरोप दाखल करण्यात आला. दुसऱ्याच दिवशी पकड वॉरंट जारी करण्यात आलं.

तिघांनाही चाळीस वर्षांपूर्वी झालेल्या सख्ख्या भावाच्या हत्येबद्दल अटक झालेली पाहून जिल्ह्यात एकच खळबळ उडाली. प्रथम तिघंही नाकबूल झाले. पण इस्पेक्टर खानचा हिसका बसताच तिघांनीही कबूल केलं होतं. सख्ख्या भावाला फासावर लटकवल्याचं त्यांनी मान्य केलं.

नंदूरबार जिल्ह्यात नाना साबळेंचा खटला गाजत होता. त्याचं कारण डॉ.नीलेश हे प्रख्यात शास्त्रज्ञ होते. त्यांनी केलेला प्रयोग यात समाविष्ट होता.

शहरातले प्रख्यात वकील रमणलाल शहांनी आरोपींचं वकीलपत्र घेतलं होतं. डॉ.नीलेशची बाजू एक होतकरू तरुण वकील नेटाने सांभाळत होता. डॉ.नीलेशचा त्यावर संपूर्ण विश्वास होता.

वकील रमणलाल शहांनी सर्व वादप्रतिवाद खोडून काढले. श्रीधर हा तिसऱ्या पिढीतला असून पुनर्जन्माचा आधार साक्षीसाठी न्यायालयाला ग्राह्य धरता येणार नाही, म्हणून ठासून सांगितलं होतं. हे थोतांड असून डॉ.नीलेशसारख्या शास्त्रज्ञाने समाजाची दिशाभूल केलेली आहे, त्यामुळे आरोपींची मुक्तता तर करावीच, शिवाय डॉ.नीलेश यांच्यावरही खटला चालू करावा; अशी मागणी त्यानं केली.

डॉ.नीलेशच्या सरकारी वकिलांनीही नेटाने प्रतिकार केला. यामागे शास्त्र आणि विज्ञान असल्याचं ठासून सांगितलं. त्या वेळी न्यायाधीश डॉ.नीलेशकडे पाहत म्हणाले, "डॉ.नीलेश, तुम्ही शास्त्रज्ञ आहात. न्यायालयात हे सर्व नेमकं कसं घडलं ते सांगावं. न्यायालय त्याचा आदर करेल."

न्यायाधीशांची विनंती मान्य करत, डॉ.नीलेश उठले आणि उभे राहून म्हणाले, "न्यायाधीश महाराज, मी आणि माझी पत्नी दोघंही शास्त्रज्ञ आहोत. आम्ही जो प्रयोग केला, तो एथिकल नाही. अतिशय गुप्त स्वरूपाचा आहे. ती सगळी बंधनं झुगारून मी न्यायालयाला काही सांगू इच्छितो. शिवाय कुणालातरी न्याय मिळवून देण्यासाठी मी हे धाडस करतो आहे. माझा मुलगा श्रीधर याचा पुनर्जन्म नसून तो माझ्या वडिलांचा क्लोन आहे." असं सांगताच न्यायालयात एकच कुजबुज झाली.

न्यायाधीशांनी शांतता राखण्याचं आवाहन केलं. त्यासरशी डॉ.नीलेश पुढे म्हणाले, "माझी पत्नी डॉ.नीलिका नैसर्गिकरित्या आई होऊ शकणार नाही, हे

कालांतराने आमच्या ध्यानात आलं. पण आम्ही निराश झालो नाही. माझ्या आईचीही इच्छा होती. केवळ तिच्यासाठी आम्ही क्लोन करण्याचा निर्णय घेतला. कारण आम्ही दोघंही जनुकशास्त्रज्ञ असल्याने काहीच अवघड नव्हतं. शेवटी आईने आयुष्यभर केलेल्या कष्टाचं ऋण म्हणून माझ्या क्लोनऐवजी माझ्या वडलांचा क्लोन तयार करण्याचा निर्णय आम्ही घेतला. त्या अनुषंगाने एका रात्री रनाळ्यात स्मशानभूमीत येऊन थडगं उकरलं आणि वडलांच्या पेशी मिळवल्या आणि गर्भ तयार केला.''

डॉ.नीलेशच्या घशाला कोरड पडली होती. शेजारीच ठेवलेल्या पेल्यातलं पाणी पीत ते पुढे म्हणाले, ''राहिला प्रश्न श्रीधरला ही स्मृती कशी आली? तर तो गहन प्रश्न आम्हालाही होता. कारण क्लोनिंग करताना माणसाचं प्रतिरूप तयार होतं, हे माहिती होतं, पण गतस्मृती जशाच्या तशा असतात, असं नाही. पण श्रीधरच्या स्मृती जशाच्या तशा पाहून मीही स्तंभित झालो. त्यावर विचार केला तेव्हा माझ्या लक्षात आलं; जेव्हा वडलांच्या केसाच्या पेशी बाजूला केल्या, तेव्हा त्याच्या टोकाला एक सूक्ष्मसा शुष्क भागही होता. तोही मी पेशीत मिसळून टाकला. ती कदाचित माझ्या वडिलांची शुष्क स्वरूपातली स्मृतीपेशी असावी आणि नंतर त्यात असलेल्या रसायनांनी अभिक्रिया सुरू करून साठवलेल्या माहितीचं वहन केलं असावं. न्यायाधीश महाराज, हे निखळ विज्ञान आहे. पुनर्जन्म वगैरे काही नाही. विज्ञानावर विश्वास ठेवला, तर माझ्या वडलांचा खूनच झालेला आहे. हवं तर माझ्या वडिलांचा मृतदेह अजूनही बाहेर काढून तुम्ही पृथ्थक्करण करू शकता. त्यात कुणीतरी फासावर लटकवणं आणि स्वत: आत्महत्या करणं हे मानेच्या तुटलेल्या हाडावरनं कळून येईल. इट्स सो सिंपल!''

डॉ.नीलेश थांबले. डॉ.नीलेशचं बुद्धितेज न्यायाधीशही क्षणभर पाहत राहिले. त्यांना डॉ.नीलेशची बाजू पटली. न्यायाधीशांनी पुन्हा शहानिशा करण्याचं ठरवलं. नाना साबळेंचा मृतदेह काढून मानेचा भाग आणि कवटी पुण्याच्या फोरेन्सिक प्रयोगशाळेत पाठवण्यात आली.

आठ दिवस न्यायालयाचा निकाल स्थगित ठेवण्यात आला.

आठ दिवसानंतर रिपोर्ट दाखल झाले. त्यात मृतकाचा मृत्यू त्याला फास आवळून झाल्याचं निष्पन्न झालं होतं. डॉ.नीलेशच्या वकिलांनी शास्त्रीय कारण देऊन पटवून दिलं.

पुढच्या दिवशी न्यायाधीशांनी निकाल जाहीर केला. त्या वेळी न्यायालय खच्चून भरलं होतं. जिल्ह्यातच नाही, तर महाराष्ट्रात आणि देशातही हा खटला गाजला. त्याचं कारण डॉ.नीलेश आणि डॉ.नीलिका हे प्रज्ञावंत आणि प्रसिद्ध शास्त्रज्ञ होते. शिवाय या खटल्यात त्यांनी केलेल्या प्रयोगाचा परिणाम ग्राह्य

धरण्यात आला होता. विज्ञान साक्षीदार म्हणून पुढे आलं होतं.

न्यायाधीशांनी तिघाही आरोपींना जन्मठेपेची शिक्षा ठोठावली. त्यांचं वय लक्षात घेऊन सौम्य शिक्षा ठोठावण्याची विनंती वकील शहांनी केली, पण न्यायाधीशांनी ती तत्काळ फेटाळली. आरोपींनी केलेल्या खुनाबद्दल त्यांना तब्बल चाळीस वर्षांनंतर शिक्षा झाली होती. मानवी इतिहासातली ही पहिलीच घटना होती. नैसर्गिक अशीच.

मीराबाईंचं मन भरून आलं. डोळ्यांतून अश्रू वाहू लागले. आपला मुलगा व सुनेचा त्यांना अभिमान वाटला. आपल्यासाठी यांनी काय नाही केलं याची जाणीव त्यांना झाली.

डॉ.नीलेश व डॉ.नीलिका त्यांच्या जवळ येत म्हणाले, ''आई, नानांना आज खऱ्या अर्थानं न्याय मिळाला. तो आपण नाही, तर या निसर्गाने त्यांना दिला. कारण त्यांच्या शुष्क असणाऱ्या स्मृतीपेशीतही हा प्रसंग ठळकपणे गोठून राहिला होता.''

''अरे, कोण म्हणतं तुझा नाना गेला. तो बघा तिकडे उभा आहे.'' मीराबाईंनी कौतुकाने श्रीधरकडे निर्देश केला. सर्वच त्याच्याकडे पाहत होते. त्या वेळी श्रीधर मात्र नानांच्या जिवलग मित्राशी जोरजोराने गप्पा करण्यात रंगला होता, जुन्या आठवणीत दंग झाला होता. सर्व जण समाधानाने न्यायालयाच्या पायऱ्या उतरू लागले.

■

शोध गुन्हेगारीचा
चमत्कार वैज्ञानिक तंत्रज्ञानाचा

कर्णपिशाच्च

डॉ. बाळ फोंडके

पोलीस आणि वैज्ञानिक यांनी एकमेकांच्या सहकार्यातून लावलेला गुन्ह्यांचा शोध ही मध्यवर्ती कल्पना मनात ठेवून लिहिलेली मालिका म्हणजेच हा कथासंग्रह.
प्रत्येक कथा वेगळी, तिचं सूत्र वेगळं; तरीही या सर्व कथांना जोडणारा समान दुवा म्हणजे अमृतराव आणि कौशिक.

'वैज्ञानिक तंत्रज्ञानाच्या आधारे उलगडत जाणारी कोडी' हे या कथांचे खास वैशिष्ट्य!
कथेत घडणारे गुन्हे, खून, त्यामुळे निर्माण होणारे गूढ, रहस्यमय वातावरण यातून पुढे काय होणार?
ही उत्कंठा तगवून ठेवण्यात सर्वच कथा यशस्वी ठरतात.
गंभीर विषय असूनदेखील कौशिक आणि अमृतरावांची मिष्कील जुगलबंदी चांगलीच रंगते.
डॉ. बाळ फोंडके यांचे हे मानसपुत्र केवळ पोलीस न ठरता दोन संवेदनाशील व्यक्तिमत्त्वे म्हणूनही वाचकाला जवळची वाटू लागतात, हे या कथासंग्रहाचे खरे यश!

२१२